கிறிஸ்துவில் வேரூன்றிய வாழ்க்கை

சங்கீதங்களிலிருந்து வாழ்க்கைப படிப்பினை

டாக்டர். ஷில்பா ஜெர்மைன் ஆல்ஃபிரெட்

INDIA • SINGAPORE • MALAYSIA

Copyright © Dr. Shilpa Germaine Alfred 2025
All Rights Reserved.

ISBN
Hardcase 979-8-89984-204-7
Paperback 979-8-89929-949-0

This book has been published with all efforts taken to make the material error-free after the consent of the author. However, the author and the publisher do not assume and hereby disclaim any liability to any party for any loss, damage, or disruption caused by errors or omissions, whether such errors or omissions result from negligence, accident, or any other cause.

While every effort has been made to avoid any mistake or omission, this publication is being sold on the condition and understanding that neither the author nor the publishers or printers would be liable in any manner to any person by reason of any mistake or omission in this publication or for any action taken or omitted to be taken or advice rendered or accepted on the basis of this work. For any defect in printing or binding the publishers will be liable only to replace the defective copy by another copy of this work then available.

தம்மைப்பற்றி உத்தம இருதயத்தோடு இருக்கிறவர்களுக்குத் தம்முடைய வல்லமையை விளங்கப்பண்ணும்படி, கர்த்தருடைய கண்கள் பூமியெங்கும் உலாவிக்கொண்டிருக்கிறது……

2 நாளாகமம் 16:9

நீங்கள் அந்த 'உத்தம இருதயம்' நபராக இருக்க வேண்டும் என்று நான் பிரார்த்திக்கிறேன்!!!

வேதாகம மேற்கோள்கள் அனைத்தும் **புதிய கிங் ஜேம்ஸ்** பதிப்பிலிருந்து மேற்கோள் காட்டப்பட்டுள்ளன.

ஆங்கில புத்தகத்தின் அசல் தலைப்பு:
"The Essence of Psalms", Part 1.
© Dr. Shilpa Germaine Alfred 2023

தொடர்புடைய வெளியீடு:

1. "யெகோவா ராஹ்", எந்தன் நல்ல மேய்ப்பர்.
        © Dr. Shilpa Germaine Alfred 2025

2. இணையில்லா அன்பு, "நமது கதறல் அவருடைய கதறலானதே!"
        © Dr. Shilpa Germaine Alfred 2025

Translated by/ தமிழாக்கம்:

Ebenezer Elizabeth / எபனேசர் எலிசபெத் (eben.kalpana@gmail.com)

Review and editing by/ மதிப்பாய்வு மற்றும் திருத்தம்:

Mr. A. Irudaya Raj/ திரு. ஏ. இருதய ராஜ்

(Dr. Shilpa's father / டாக்டர் ஷில்பா அவர்களின் தகப்பனார்))

ஆசிரியர் தொடர்புத் தகவல்:

டாக்டர் ஷில்பா ஜெர்மைன் ஆல்ஃபிரெட், எம்.பி.பி.எஸ், டி.என்.பி (நோயியல்).
தொலைபேசி: +91-8754431798
மின்னஞ்சல்: shilpa.alfred@yahoo.com

உள்ளடக்கம்

முன்னுரை

யெகோவாயீரே என்ற நாமத்தினால் அறியப்பட்டிருக்கும் திரியேக தேவனுக்கு துதி, கனம், மகிமை சதாகாலமும் உண்டாயிருப்பதாக.

இந்த புத்தகத்திற்காகவும், இதில் வெளிப்படுத்தப்பட்டிருக்கும் வெளிப்பாடுகளுக்காகவும் நான் தேவனை துதிக்கிறேன். டாக்டர் ஷில்பா அவர்களுக்கு தேவன் அருள்செய்திருக்கிற தேவனுடைய வார்த்தையின் மீது இருக்கும் வாஞ்சையை நினைத்து உண்மையில் மகிழ்கிறேன்.

இந்த புத்தகத்தின் ஆரம்பம் தெய்வீக வாழ்க்கை வாழ்வது என்பது 'சரியானதைச் செய்வது' மற்றும் 'தவறிலிருந்து விலகி இருப்பது' ஆகியவற்றின் கூட்டுத்தொகையாகும் என்கிற வெளிப்பாட்டில் ஆரம்பித்து அடுத்தடுத்து பல்வேறு விருந்துச்சாலைக்கு நம்மை அழைத்துச் செல்கிறது. நம் குழந்தைகள் (சிறுமிகள் அல்லது சிறுவர்கள்) தேவன் நமக்குக் கடனாகக் கொடுக்கப்பட்டவர்கள். நாம் அவர்களுக்கு உரிமையாளர்கள் அல்ல; தேவன் தான்! போன்றதான பல்வேறு வெளிப்பாடுகள் நிச்சயம் கவனிக்கப்பட வேண்டியவை.

ஓரினச்சேர்க்கை, கருக்கலைப்பு, திருமணம், குடும்ப வாழ்க்கை, திருமண வாழ்க்கையில் பெற்றோருக்கான எல்லை, குழந்தை வளர்ப்பு, கலாச்சாரமும் கிறிஸ்தவமும், நோய் மற்றும் வியாதி பற்றிய சத்தியம், போன்ற அனைத்து வாழ்வியலையும் தேவனுடைய வார்த்தையில் உள்ளடங்கிய வெளிப்பாடுகள் மூலம் உலகறிய செய்து நாம் தேர்ந்தெடுத்து நடக்க வேண்டிய பாதை எதுவென்று ஆசிரியர் தெளிவாக விளக்கியிருப்பது ஒவ்வொரு தனிமனிதனுக்கும் நிச்சயமாக நன்மை பயக்கும்.

ஒருமுறை பரிசுத்த ஆவியானவர் என்னிடம் ஆகும் என்ற வார்த்தைக்கும், கூடும் என்கிற வார்த்தைக்குமான வித்தியாசத்தை கண்டறியுமாறு கூறினார்.

நான் அந்த வார்த்தைகளை தேடுகையில், எவை எல்லாம் ஏற்கனவே காணப்பட்டிருக்கிறதோ அதை எல்லாம் விசுவாசத்தினால் நாம் பெற்றுக்கொள்வது ஆகும் என்ற வார்த்தை எனவும், எவை எல்லாம் இன்னும் காணப்படவே இல்லையோ ஆனால் தேவனுடைய வல்லமையால் அது நடக்கும் அல்லது காணப்படும் என்றால் அங்கு கூடும் என்ற வார்த்தை பயன்படுத்தப்பட வேண்டும் என்றும் பரிசுத்த ஆவியானவர் எனக்குக் கற்றுக் கொடுத்தார்.

விவரித்து காண்பிக்கிறேன் பாருங்கள் நிச்சயம் உங்களுக்குப் புரியும். மலை என்பது ஏற்கனவே காணப்படுகிறது ஆனால் அது நகராது. நாம் விசுவாசித்து ஏற்கனவே கண்ணுக்கு புலப்படும் **இந்த மலையை நோக்கி அப்புறம் போ என்று சொல்ல அது ஆகும்** என்று மத்தேயு 17:20 இல் காண முடிகிறது. நம்முடைய விசுவாதத்தினால் செயல்படுத்துகிற காரியங்களை பரிசுத்த வேதாகமம் 'ஆகும்' என்பதாக வரையறுக்கிறது.

ஆனால் இதுவரையில் உலகத்தில் தோன்றாத காரியங்களை தேவன் மட்டுமே அவருடைய வல்லமையால் செயல்படுத்தினால் அது தான் கூடும் என்கிற வார்த்தையின் அர்த்தம். எ.கா **தேவனாலே எல்லாம் கூடும்** என்றார் (மாற்கு 10:27).

டாக்டர் ஷில்பா அவர்களை 'கூடும்' என்கிற வார்த்தைக்கு உள்ளடங்கிய, அதாவது தேவன் மாத்திரமே அவருடைய வல்லமையினால் செயல்படுத்தக்கூடிய செயல்களால் சகோதரியின் வாழ்வின் எல்லைகளை நிரப்பட்டும் என்று இயேசு கிறிஸ்துவின் நாமத்தினால் ஆசீர்வதிக்கிறேன்.

நாம் ஜீவ விருட்சத்தில் பங்கேற்று தேவனுடைய பாதையில் வாழ்க்கையை வாழலாம் அல்லது நன்மை தீமை பற்றிய அறிவு விருட்சத்தில் பங்கேற்றும் வாழ்க்கையை வாழலாம். ஆனால் நாம் இவ்விரண்டில் எந்த பாதையை தேர்ந்தெடுக்க வேண்டும் என்கிற வெளிச்சத்தை ஆசிரியர் காண்பித்திருப்பது நிச்சயம் பாராட்டுக்குரியது.

நிச்சயமாகவே சங்கீத புத்தகத்தின் முதல் பத்து அதிகாரங்கள் மூலம் இந்த புத்தகத்தில் பரிமாறப்படுவது ஜனங்களை திருப்திப்படுத்தும் புது உடன்படிக்கை என்கிற புதிய நல்ல ரசம்.

பரிமாறப்படுகிறது,
பருகுங்கள்,
திருப்தியாகுங்கள்.

கிறிஸ்துவின் அன்பில் வேரூன்றி,
எபனேசர் எலிசபெத்
சென்னை

முகவுரை

சங்கீதப் புத்தகம் வேதாகமத்தில் உள்ள மிகப் பெரிய புத்தகமாகும். அந்த புத்தகத்தில் உள்ள 150 அதிகாரங்களும் தேவ ஞானத்தால் நிரம்பியுள்ளன, பரிசுத்த ஆவியானவரின் அபிஷேகத்தினாலும் வழிநடத்துதலினாலும் தேவபக்தியுள்ள மனிதர்களால் இது எழுதப்பட்டுள்ளது. பெரும்பாலான சங்கீதங்கள் புகழ்பெற்ற மேய்ப்பனான தாவீது ராஜாவால் எழுதப்பட்டதாக அறியப்படுகிறது. தேவனுடைய ஆளுமை மற்றும் அவருடைய செயல்கள் பற்றிய வரம்பற்ற வெளிப்பாட்டை வழங்குவதற்கும், தலைமுறை தலைமுறையாக சுத்த மனசாட்சியுடன் அவரை தீவிரமாகப் பின்பற்றுபவர்களுக்கு ஞானம், அறிவு, காரியசித்தி, விவேகம், நல்லறிவு, ஆலோசனை மற்றும் இன்னும் பலவற்றை வழங்குவதற்கும் இது நியமிக்கப்பட்டது.

சங்கீத புத்தகத்தின் முதல் 10 அதிகாரங்கள் தாவீது ராஜாவால் எழுதப்பட்டதாகக் அறியப்படுகிறது (இருப்பினும், தீர்க்கதரிசியும் எழுத்தாளருமான எஸ்றா சங்கீதம் முதல் அதிகாரத்தை எழுதியதாக ஒரு சில அறிஞர்கள் நம்புகிறார்கள்). இந்தப் புத்தகத்தில் வசனம் வசனமாக விரிவாகக் கூறப்படும் இந்த முதல் 10 அதிகாரங்களை நாம் தியானிக்கும் போது, தேவன் நம்மைத் தம்முடைய அழகான தோட்டத்தில் உலாவுவதற்கு அழைத்துச் சென்று, நமக்காக மிகவும் தீவிரமாக துடிக்கும் தமது அன்பு நிறைந்த இருதயத்தை வெளிப்படுத்துவது போலவும் இருக்கிறது!

நீர்க்கால்களின் ஓரமாய் நடப்பட்ட மரம், ஏதேன் தோட்டத்தின் நடுவில் தேவன் நட்ட 'ஜீவ விருட்சத்தை' நமக்கு நினைவூட்டுகிறது. தோட்டத்தினூடே நாம் மேலும் நடந்து செல்லும்போது, மனுக்குலம் தேவனுடைய மேலான ஞானத்தை விட தங்கள் சொந்த ஞானத்தை எவ்வாறு தேர்ந்தெடுத்து, மரணத்தை திறந்த கரங்களுடன் உலகிற்குள் அழைத்துக் கொண்டார்கள் என்பதை நாம் புரிந்துகொள்ள முடியும். இன்றுவரையிலும், இந்த சகாப்தம் இந்த உலகில் பிறந்த ஒவ்வொரு நபரின் வாழ்க்கையிலும் தொடர்கிறது. ஆனால் தேவன், அனைத்தும் அறிந்தவராகவும், தமது சிருஷ்டிப்பின் மீது கொண்ட தமது

அகாப்பே (தியாகம் நிறைந்த) அன்பினால் மட்டுமே உந்தப்பட்டவராகவும், மனுக்குலத்தை மீட்பதற்கான தம்முடைய மேன்மையான திட்டத்தை உலகத்தோற்றத்துக்கு முன்னே (எபேசியர் 1:4) ஏற்படுத்தினார். இந்த இரட்சிப்பை சரியான நேரத்தில் நிறைவேற்றும் தமது அன்பான குமாரனைப் பார்க்கும்படிக்கு பழைய மற்றும் புதிய உடன்படிக்கையின் கீழ் உள்ள தம்முடைய பிள்ளைகளுக்கு, அவர் கற்பித்தார்.

இன்று கிட்டத்தட்ட ஒவ்வொரு மனிதனின் வாழ்க்கையிலும் இந்த நிகழ்வுகளின் நிழலை நாம் காண முடியும். ஆனால் தேவன் பரிசுத்த வேதாகமத்தின் மூலம் தமது வார்த்தையை நமக்கு அளித்து, அவற்றை நமக்காக முன்னிலைப்படுத்தியுள்ளார், இதனால் நாம் அவரைப் பின்தொடரவும் சாத்தானை எதிர்க்கவும் கற்றுக்கொள்ளலாம். மிகவும் வெளிப்படையாகச் சொன்னால், சாத்தான் நமக்கு முன் வைக்கும் திறந்த மற்றும் மறைக்கப்பட்ட ஓட்டைகளை பரிசுத்த வேதாகமம் நமக்குக் காண்பிக்கிறது.இந்த முதல் 10 அதிகாரங்களில் தாவீதின் வாழ்க்கையிலிருந்து இது நமக்குத் தெளிவாகப் பதிவு செய்யப்பட்டுள்ளது. இருப்பினும், தாவீதினுடைய வாழ்க்கையில் சில அறநெறி பற்றிய வீழ்ச்சி இருந்தபோதிலும், பயத்தை எவ்வாறு எதிர்த்துப் போராடுவது, தன்னுடைய வாழ்க்கையில் உள்ள விளைவுகளை எதிர்கொள்வது மற்றும் "சர்வவல்லமையுள்ள தேவனுடைய கிருபை, இரக்கம் மற்றும் நன்மை" மூலம் எவ்வாறு மீண்டும் எழுந்திருந்து பந்தயத்தை முடிப்பது என்பதைக் காட்டுகிறான்.

சர்வவல்லமையுள்ள தேவன், ஆண்ட சராசரங்களின் சிருஷ்டி கர்த்தர் அகிலத்தையும் தாங்குபவர், ஆதியும் அந்தமும், மகிமையின் ராஜாவும், சகல ஞானத்தின் தேவனுமாகிய கர்த்தருக்கு எல்லா மகிமையும் செலுத்தி, இந்த புத்தகம் உங்களை கட்டியெழுப்பி, இந்த பூமியில் தேவனுடைய ராஜ்யத்தின் எல்லைகளை விரிவுபடுத்தும் என்று நான் பிரார்த்திக்கிறேன்.

சங்கீதம் 1

1. துன்மார்க்கருடைய ஆலோசனையில் நடவாமலும், பாவிகளுடைய வழியில் நில்லாமலும், பரியாசக்காரர் உட்காரும் இடத்தில் உட்காராமலும்,

மனிதக்குலம் ஆசீர்வதிக்கப்பட்ட வாழ்க்கையை வாழ விரும்புகிறது. அதை எப்படி அடைவது என்பதை சங்கீதமும், நீதிமொழிகளும் நமக்குக் கற்றுத் தருகின்றன. ஆசீர்வாதமான வாழ்க்கை, மற்றவர்களையும் ஆசீர்வதிக்கும். அவ்வாறு இல்லையெனில், அது முடங்கிப் போய் கனியற்ற சுயநலமான வாழ்க்கையாகும்.

நாம் இந்த உலகில் வாழும் வரை, பல நபர்களுடன் பழகுகிறோம். சிலர் நம் வாழ்வில் தற்காலிகமானவர்கள், மற்றவர்கள் நீண்ட காலம் நம்முடன் பயணிக்கிறார்கள். வாழ்க்கையை எவ்வாறு வாழ வேண்டும் என்று நமக்கு ஆலோசனை வழங்கத் தயாராக இருக்கும் இந்த கூட்டத்தின் மத்தியில், நாம் பாதுகாப்பாகவும், ஜீவனுடனும் இருக்கத் தெய்வீக விவேகத்தைப் பயன்படுத்த வேண்டும். ஆசீர்வதிக்கப்பட்ட வாழ்க்கையைப் பெறுவதற்கான ஒரே வழி, நாம் எங்கிருந்தாலும் அல்லது என்ன செய்தாலும் அவை யாவையும் பொருட்படுத்தாமல், தொடர்ந்து தேவனுடைய வார்த்தையில் 'வேரூன்றி' இரவும் பகலும் அதைத் தியானிப்பதே ஆகும். நம் மனம் தேவனோடு நிலைத்திருக்க வேண்டும். நாம் ஆசீர்வதிக்கப்பட விரும்பினால், என்னென்ன காரியங்களிலிருந்து விலகியிருக்க வேண்டும் என்பதை இந்த வசனம் நமக்கு மிகத் தெளிவாக அறிவுறுத்துகிறது.

நான் இந்த வசனத்திலுள்ள ஆசீர்வதிக்கப்பட்ட வாழ்க்கையைப் பெறுவதற்கான 'மூன்று மடங்கு' ரகசியம் ஒன்றைக் குறிப்பிட விரும்புகிறேன். இது "மூன்று அன்றாட செயல்கள்", "மூன்று நபர்கள்" மற்றும் ஆசீர்வதிக்கப்பட்ட வாழ்க்கையைப் பெறுவதற்காக நாம் கவனிக்க வேண்டிய "மூன்று அம்சங்களைக்" கொண்டுள்ளது.

- ✡ **மூன்று செயல்கள்:** நடப்பது, நிற்பது, உட்காருவது.

- ✡ **மூன்று அம்சங்கள்:** ஆலோசனை, வழி மற்றும் இருக்கை

- ✡ **மூன்று விதமான மக்கள்:** துன்மார்க்கர், பாவிகள், மற்றும் பரியாசக்காரர்

மனிதனின் தினசரி வாழ்க்கையானது நாம் விழித்திருக்கும் போது செய்யும் மூன்று முக்கியமான செயல்களால் ஆனது. இதனுடன் தூக்கம் என்கிற நான்காவது செயலும் சேர்க்கப்பட்டுள்ளது. இந்த நான்காவது செயலானது நாம் விழித்திருக்கும்போது மூன்று செயல்களை எவ்வளவு சிறப்பாகச் செய்கிறோம் என்பதைப் பொறுத்தது. ஒவ்வொரு மனிதனும் மற்ற மனிதர்களுடன் ஏதாவது ஒரு வழியில் தொடர்பில் இருக்கிறான். நமது எண்ணங்கள், நோக்கங்கள், செயல்கள் மற்றும் மனப்பான்மைகள் ஆகியவை வாழ்க்கையின் போக்கையும் முடிவையும் தீர்மானிக்கும் முக்கியமான வாழ்வின் முக்கியமான அம்சங்களாகும்.

துன்மார்க்கர் என்பவர்கள் தேவனை அறியாத நபர்கள். தேவன் தம்முடைய வார்த்தையில் என்ன கூறுகிறார் என்பதற்கு நேர்மாராக பேசுபவர்கள். அவர்கள் தங்களை 'கிறிஸ்தவர்கள்' என்று கூறிக்கொண்டு உலகத்தின் பாரம்பரியங்களின்படி எது சரியானது அல்லது தவறானது என்பதற்கு ஏற்ப வாழ்ந்து கொண்டு இருப்பவர்கள். அப்படிப்பட்டவர்கள் லௌகீக மரபுகளிலிருந்து ஒழுக்கத்தைப் பெறவிரும்புகிறார்கள். அப்படிப்பட்டவர்கள் உலகத்தின் பார்வையில் நல்ல மனிதராக இருக்கலாம். ஆனால் எப்போதும் வேதாகம நெறிக்கு உடன்படுவதில்லை. இப்படிப்பட்டவர்களை நாம் இன்றைய உலகில் ஏராளமாகக் காண்கிறோம்.

உலகளாவிய கலாச்சாரங்கள் உள்ளூர் கலாச்சாரத்தையும் அதிகம் கவர்ந்திருக்கின்றன. இன்றைய உலகில் இருக்கும் பெரும்பாலான கலாச்சாரங்கள் தேவனுடைய வார்த்தையை முற்றிலும் எதிர்க்கின்றன. பெரிய நாடுகள் முதல் தனிப்பட்ட வீடுகள் வரை, சட்டங்கள் மற்றும் விதிகள் அவற்றின் முக்கிய மத கலாச்சாரம் மற்றும் நடைமுறைகளின் செல்வாக்கின் கீழ் அவற்றின் அதிகார வரம்பிற்காக உருவாக்கப்படுகின்றன. இப்படிப்பட்ட ஆலோசனைகளும், விதிகளும், தேவபக்தியற்ற ஒழுக்கங்களுக்கும், நியமங்களுக்கும் நம்மீது திணிக்கப்படும்போது, அவற்றை நிராகரித்து செயலூக்கத்துடன் எதிர்ப்பதற்குத் தெய்வீக அறிவும் விவேகமும் நமக்கு இருக்க வேண்டும். தானியேலும் அவனது மூன்று நண்பர்களும் நமக்கு ஒரு

சிறந்த முன்மாதிரியை வைத்தனர். இதுபோன்ற துன்புறுத்தல்கள் மத்தியில் தேவன் எவ்வளவு உண்மையுள்ளவர் என்பதை நிரூபிக்கிறது. தேவபக்தியற்ற ஒழுக்கங்களுக்கும், நியமங்களுக்கும் யாரிடமிருந்து வந்தாலும் சரி, நாம் அடிபணிய வேண்டுமென்று தேவன் ஒருபோதும் விரும்புவதில்லை. அவை. பரிசுத்த ஆவியானவரின் வழிநடத்துதலின் கீழ் தேவனுடைய வார்த்தையை உன்னிப்பாகப் படிப்பதன் மூலம், தேவனுடைய ஒழுக்கங்களையும் பரலோக கலாச்சாரத்தையும் நாம் கற்றுக்கொள்கிறோம். தேவபக்தியற்ற ஆலோசனையை எதிர்க்கத் தேவனுடைய வார்த்தை நமக்கு உதவி புரிகிறது. இது நாம் நிறையத் பிரச்சனைகளிலிருந்து தப்பிக்க வழிவகை செய்கிறது. இதனால் நாம் ஒரு ஆசீர்வதிக்கப்பட்ட வாழ்க்கையை வாழ முடியும்.

பாவிகளுடைய 'வழியில் நில்லாமலும்' என்கிற இந்த வார்த்தையைப் புரிந்துகொள்வது கடினம் அல்ல. இது 'கருத்து அல்லது சிந்தனை' என்று அழைக்கப்படுகிறது. இது பாவிகளுடைய 'வழியில் நடப்பதற்கு' முந்தைய படி. வெகுசிலரே தவிரப் பாவம் நம்மில் பெரும்பாலோருக்கு தெளிவாகத் தெரியும், ஏனென்றால் அவர்கள் எந்த நன்மையையும் செய்ய முடியாத அளவுக்கு தங்கள் மனசாட்சியை வாட்டி வதைத்தவர்கள். வழியில் நிற்பது என்பது அந்த திசையில் எந்த அடியையும் எடுத்து வைப்பதற்கு முன்பு நமக்கு இருக்கக்கூடிய எண்ணங்களைக் குறிக்கிறது. இது பாவம் செய்வதை விடப் பாவத்தைச் செய்ய நினைப்பதாகும். நம்முடைய எதிரிகளை நாம் பழிவாங்குவதைத் தேவன் விரும்பாததற்கு இதுவே காரணம். மக்கள் நமக்கு விரோதமாகத் தவறு செய்யும் போது, அதற்கு நாம் திருப்பி ஒரு செயலை செய்தால், நாமும் தவறு செய்கிறோம். தீமைக்குப் பதிலாகத் தீமையைச் செய்யும் போது நாம் பாவத்தின் பாதையைத் தேர்ந்தெடுக்கிறோம். பழிவாங்குவதற்கு முன் இருமுறை யோசிக்க வேண்டும். அதைத் தேவனிடம் (பழிவாங்குவதை) விட்டு விடுங்கள். அவர் நீதியின் தேவன், அவர் அதை நீதியாய் நிலைநிறுத்துவார். உங்கள் எண்ணங்களைப் பாதுகாத்துக் கொள்ளுங்கள். பாவமான எதையும் சிந்திக்க வேண்டாம். ஏனென்றால், நீங்கள் பின்னர் நிச்சயம் அதைச் செய்வீர்கள். **"நீங்கள் நினைக்காத ஒன்றால் நீங்கள் சோதிக்கப்பட முடியாது"** என்று ஒரு அற்புதமான தேவ மனிதர் சொல்லியிருக்கிறார்.

பரியாசக்காரர் உட்காரும் இடத்தில் உட்காராமலும், என்கிற இந்த வார்த்தையானது பெருமைமிக்க மற்றும் பரிசுத்த வேதாகமத்திற்கு எதிரான ஒழுக்கக்கேடான கொள்கைகளில் முழுமையாக தங்களை ஈடுபடுத்திக்

கொள்ளும் மனிதர்களைக் குறிக்கிறது. இந்த வகை மனிதர்கள் நேர்மையான பாதையை சிந்திப்பதில்லை, நீதியான பாதையைக் கருத்தில் கூடக் கொள்ள மாட்டார்கள். பரியாசக்காரன் என்பவன் ஆணவமும் பெருமையும் கொண்ட ஒரு நபர். அவர்கள் தங்கள் பெருமையால் மிகவும் குருடாக்கப்பட்டிருக்கிறார்கள். தேவன் என்ன சொல்கிறார் என்பது அவர்களுக்கு முக்கியமேயில்லை. தேவனை எதிர்க்கும் ஒரு நபருடன், தேவனால் ஒருபோதும் பயணிக்க முடியாது. தேவனுடைய பிரசன்னமும், மனிதனின் பெருமையும் ஒன்றையொன்று விலக்குகின்றன. பெருமை மனிதனை வீழ்த்தும், அதை எவ்வாறு செயல்படுத்துவது என்பது தேவனுக்குத் தெரியும். ஆனால் மனிதர்கள் மனந்திரும்பி (ராஜா நேபுகாத்நேச்சார் போல) தன்னைத் தாழ்த்த விரும்பினால், தேவன் இரக்கமாய் அவர்களுக்கு மன்னித்து, அவர்கள் வாழ கிருபை வழங்கத் தயாராக இருக்கிறார்.

ஆகையால், துன்மார்க்கருடைய ஆலோசனையில் **நடவாமலும்**, பாவிகளுடைய வழியில் **நில்லாமலும்** (ஜீவனைப் பற்றிச் சிந்திக்க), பரியாசக்காரர் உட்காரும் இடத்தில் **உட்காராமலும்** (அதில் நிறுவப்பட), அவைகளுக்கு நாம் விலகியிருக்க வேண்டும். ஆசீர்வதிக்கப்படுவதற்கு நாம் விலகி இருக்க வேண்டிய மூன்று முக்கியமான எதிர்மறைகள் இவை. இது உண்மையில் அன்றாட வாழ்க்கையின் ஒரு பகுதியாகும். இதேபோல், நீதிமொழிகள் 8:13 கூறுகிறது, 'தீமையை வெறுப்பதே கர்த்தருக்குப் பயப்படும் பயம்; பெருமையையும், அகந்தையையும், தீய வழியையும், புரட்டுவாயையும் நான் வெறுக்கிறேன்' என்று. எனவே, **தெய்வீக வாழ்க்கை வாழ்வது** என்பது '**சரியானதைச் செய்வது**' மற்றும் '**தவறிலிருந்து விலகி இருப்பது**' ஆகியவற்றின் கூட்டுத்தொகையாகும்.

2. கர்த்தருடைய வேதத்தில் பிரியமாயிருந்து, இரவும் பகலும் அவருடைய வேதத்தில் தியானமாயிருக்கிற மனுஷன் பாக்கியவான்.

ஆசீர்வதிக்கப்பட்டவர்களாக இருப்பதற்காக நாம் தவிர்க்க வேண்டிய விஷயங்களைப் பற்றிப் பார்த்துவிட்டோம். இனி ஆசீர்வதிக்கப்படுவதற்கு நாம் எதைத் தழுவ வேண்டும் என்பது குறித்துப் பார்ப்போம் - கர்த்தருடைய நியாயப்பிரமாணம் (கட்டளைகள்) அதாவது வார்த்தை.

தாவீது பழைய உடன்படிக்கையின் கீழ் வாழ்ந்தவன். எனவே, இங்கு அவன் குறிப்பிடும் நியாயப்பிரமாணம் மோசேயின் ஆகமத்தில் (தோராவில்) எழுதப்பட்ட சட்டங்களாகும். புதிய உடன்படிக்கை மக்களாகிய நமக்கு, இங்குள்ள சட்டம் தேவனுடைய பொதுவான நியமமாகும். இது கர்த்தராகிய இயேசு கிறிஸ்துவால் நமக்குக் கொடுக்கப்பட்ட கட்டளைகளாக நாம் அறிந்திருக்கிறோம். வேறு வார்த்தைகளில் கூறுவதானால், நம் தேவனுடைய வார்த்தையாகிய வசனங்கள். நாம் இரட்சிக்கப்படும்போது, தேவனுடைய வார்த்தைக்கு நம்மை ஈர்க்கும் கிருபையைத் தேவன் நமக்குத் தருகிறார். மாம்சம் தானாகவே தேவனுடைய வார்த்தையால் ஈர்க்கப்பட முடியாது. இரட்சிக்கப்படாத எந்தவொரு நபருக்கும், பரிசுத்த வேதாகமம் கடினமான வரிகளைக் கொண்ட, புரிந்துகொள்ளக் கடினமான ஒரு புத்தகமாகத் தோன்றுகிறது. அதிகபட்சமாக, இது நல்ல ஒழுக்கங்களைக் கற்றுத்தரும் ஒரு கதைப் புத்தகமாகத் தோன்றலாம். இரட்சிக்கப்படாதவர்களுக்கு இது ஈர்க்கக்கூடியதாக இல்லை. மாறாக, அது அவர்களைப் புண்படுத்துவதாகக் தோன்றலாம்.

மிகவும் சுவாரஸ்யமான ஒன்றைச் சுட்டிக்காட்ட விரும்புகிறேன். யோவான் 1:14 கூறுகிறது, "அந்த வார்த்தை மாம்சமாகி, கிருபையினாலும் சத்தியத்தினாலும் நிறைந்தவராய், நமக்குள்ளே வாசம்பண்ணினார்" என்று. ஏசாயா 53: 2-இன் பிற்பாதி மேசியாவைப் பற்றி இவ்வாறு கூறுகிறது: "அவருக்கு அழகுமில்லை, சௌந்தரியமுமில்லை; அவரைப் பார்க்கும்போது, நாம் அவரை விரும்பத்தக்க ரூபம் அவருக்கு இல்லாதிருந்தது". இந்த இரண்டு வசனங்கள் எவ்வாறு இணைக்கப்பட்டுள்ளன என்பதைப் பார்க்க முடியுமா? ஒரு அவிசுவாசியின் கண்களுக்கு, கர்த்தராகிய இயேசுவை அவர்கள் விரும்புவதற்குத் தேவையான எந்த அழகும் அவரிடம் இல்லை. கர்த்தராகிய இயேசு மாம்சத்தில் வந்த வார்த்தை என்பதால், அந்த வார்த்தையும் அவர்களுக்கு அழகற்றதாகத் தோன்றுகிறது. பரிசுத்த ஆவியானவரின் உதவியோடு நாம் படிக்கும் போதுதான் தேவ வார்த்தை நமக்குள் உயிர் பெறுகிறது. எல்லா சத்தியத்திற்குள்ளும் நம்மை வழிநடத்தி, தேவனுடைய பிரமாண்டத்தைக் காண நம் இருதயத்தின் கண்களைத் திறக்கிறவர் அவரே. வெறுமனே ஒரு மத வழக்கமாக (இது பயனற்றது) வாசிப்பதற்குப் பதிலாக, "வார்த்தையை தியானிப்பதற்கு " அதிக முக்கியத்துவம் கொடுக்க வேண்டும்.

தேவனுடைய வார்த்தையைப் படிப்பதற்கு முன்னுரிமை கொடுக்க வேண்டும் என்று இந்த வசனம் நமக்கு அறிவுறுத்துகிறது. ஒவ்வொரு நாளையும் தேவனுடைய பிரசன்னத்தில் தொடங்கப்பட வேண்டும். அவருக்கு நன்றி, கனம் மற்றும் மகிமையைக் கொடுக்க வேண்டும். அத்துடன் அவருடைய நாமம் மகிமைக்காக ஒவ்வொரு நாளையும் வாழத் தேவையான ஞானத்தையும் பெலனையும் அவரிடமிருந்து பெற்றுக் கொள்ளத் தினமும் அவருக்கு முன்பாக நாம் வரவேண்டும். தேவன் நம்மிடம் பேசுவதற்கு அவருடைய வார்த்தையையே முதன்மையான வழியாகக் கொண்டிருக்கிறார். எனவே நாம் ஒவ்வொரு நாளும் உட்கார்ந்து வார்த்தையைப் படிக்கும்போது, மற்ற எல்லாவற்றிற்கும் மேலாக அதற்கு முன்னுரிமை அளிக்கும்போது, அவருடைய ஆசீர்வாதங்களை நாம் ஈர்க்கிறோம். வார்த்தையைத் தியானிப்பது என்பது, நாம் படிக்கும் வார்த்தையைக் கவனத்தில் கொண்டு அதை நம் அன்றாட வாழ்க்கையில் செயல்படுத்துகிறோம் என்பதைக் குறிக்கிறது. ஒவ்வொரு நாளும் இதை உண்மையுடன் செய்யக் கர்த்தர் நமக்கு விருப்பத்தைத் தருகிறார். இந்த முறையில் தேவனுடன் நடப்பது உண்மையில் மகிழ்ச்சி அளிக்கிறது. தேவனுடைய வார்த்தையைப் படிப்பதற்கு நேரத்தை ஒதுக்கி அதற்கு முன்னுரிமை கொடுங்கள். நாம் முதலாவது தேவனுடைய ராஜ்யத்தையும் அவருடைய நீதியையும் தேடும்போது, மீதமுள்ள காரியங்கள் நமக்குக் கூடக் கொடுக்கப்படும். வேறு வார்த்தைகளில் கூறுவதானால், ஒவ்வொரு நாளும் நம் வாழ்வில் தேவனுக்கு முதலிடம் கொடுக்கும்போது வாழ்க்கையின் ஒவ்வொரு அம்சமும் தனது கடமையைத் தானே செய்யும்.

3. அவன் நீர்க்கால்களின் ஓரமாய் நடப்பட்டு, தன் காலத்தில் தன் கனியைத் தந்து, இலையுதிராதிருக்கிற மரத்தைப்போலிருப்பான்; அவன் செய்வதெல்லாம் வாய்க்கும்.

'ஆசீர்வதிக்கப்படுதல்' என்பதன் வரையறை இங்கே மிகத் தெளிவாகக் கொடுக்கப்பட்டுள்ளது. கர்த்தர் நம்மை ஒரு மரத்திற்கு ஒப்பிடுவதைப் போல, இங்கே ஒரு சிறந்த ஒப்பீட்டை நமக்குத் தருகிறார். பல முறை, சிருஷ்டிப்பின் தன்மையைக் காண்பித்து அதன் மூலம் தேவன் நமக்கு ஆழமான வெளிப்பாடுகளைத் தருகிறார். கர்த்தராகிய இயேசு அதை உவமைகளிலும் அடிக்கடி செய்தார்.

ஒரு மரத்தைப் பற்றிச் சிந்திப்போம். இதன் ஆரம்பம் நிலத்தடியில் வேர்களைக் கொண்டுள்ளது. அதைத் தொடர்ந்து ஒரு தடிமனான தண்டு, கிளைகள், இலைகள், பூக்கள் மற்றும் பழங்கள் போன்றவை ஒரு மரத்தில் உள்ளன. மரங்கள் பல விலங்குகள் மற்றும் பறவைகளின் வாழ்விடமாகும். இது மனிதக்குலத்திற்கு மிகவும் பயனுள்ளதாக இருக்கிறது. காற்று (ஆக்ஸிஜன்), உணவு மற்றும் விறகு ஆகியவற்றை வழங்குகிறது. மரங்களின் முக்கியத்துவம் ஆரம்பத்திலிருந்தே நன்கு ஒப்புக் கொள்ளப்பட்டுள்ளது. கிட்டத்தட்ட மரத்தின் ஒவ்வொரு பகுதியும் மனிதனுக்குப் பயனுள்ளதாக இருந்தாலும், இலைகள் மரத்திற்கு மிகவும் பயனுள்ளதாக இருக்கும். ஏனெனில், அவை தனக்காக உணவைத் தயாரிக்கும் இடம். மரத்தின் ஒவ்வொரு பகுதியும் முக்கியமானது என்றாலும், மரத்தின் மற்ற அனைத்து பகுதிகளையும் ஊட்டமளிப்பதில் இலைகள் மிக முக்கிய பங்கு வகிக்கின்றன. பழங்கள் மற்றும் பூக்கள் மற்றவர்களுக்கு நல்ல பயன் தரும். வேர்கள் மரத்தின் அடித்தளம், மற்றும் தண்டு முக்கிய ஆதரவாகும்.

நீர்க்கால்களின் ஓரம் (வாய்க்கால்கள்) எந்த மரத்திற்கும் ஏற்ற வாழ்விடமாகும். இங்கு மரத்திற்குத் தண்ணீர் மற்றும் ஊட்டச்சத்துக்களின் தீராத இருப்பு உள்ளது. தன்னை வளர்த்துக் கொள்ள எந்த வசதியும் அதற்கு ஒருபோதும் பற்றாக்குறை இல்லை. இங்கு நீர்க்கால்களின் ஓரமாய் நடப்பட்டு என்ற வார்த்தை தேவனுடைய வார்த்தையான ஜீவ தண்ணீரைக் குறிக்கின்றன. வேறு வார்த்தைகளில் கூறுவதானால், இது தேவனுடைய ஞானம், அறிவு, புரிதல், கிருபை மற்றும் இரக்கம் ஆகியவற்றின் முடிவில்லாத ஊற்றைக் குறிக்கிறது. தேவனுடைய ஜீவ நதி ஒருபோதும் வற்றாது. அது எப்போதும் ஜீவ தண்ணீரால் நிரம்பி வழிகிறது. இதன் காரணமாக நீர்க்கால்களின் ஓரமாய் நடப்பட்டு இருக்கும் வேர்கள் வலுவாகவும், ஆரோக்கியமாகவும் இருக்கின்றன. மேலும் அவற்றிற்கு எப்போதும் சிறந்த ஊட்டச்சத்துக்கள் கிடைத்துக் கொண்டே இருக்கின்றன.

இலைகள் தேவனுடனான நமது உறவைப் பற்றிப் பேசுகின்றன. தேவன் படைத்த மரங்களில் பல வகைகள் உள்ளன. அவை ஒவ்வொன்றும் அதன் வாழ்விடத்திற்கு ஏற்றவாறு தகவமைத்துக் கொள்கின்றன. இலையுதிர் மரங்கள், பசுமைமாறா மரங்கள், ஊசியிலை மரங்கள் போன்றவை மரங்களின் பரந்த வகைப்பாட்டிற்கு சில எடுத்துக்காட்டுகளாகும். சில

மரங்கள் இலையுதிர்காலத்தில் இலைகளை உதிர்த்து, ஒவ்வொரு ஆண்டும் வசந்த காலத்தில் புதிய வளர்ச்சியைப் பெறுகின்றன. இலைகள் ஒருபோதும் வாடாத, இலையுதிராத ஒரு மரத்தைப் பற்றி இங்கே கூறப்பட்டுள்ளது! அவை ஒருபோதும் உதிர்வதும் இல்லை, வாடிப்போவதும் இல்லை! எனவே ஆசீர்வதிக்கப்பட்ட மனிதனுக்குக் கிடைக்கப்பெறும் தேவனுடனான உறவு என்பது என்றும் பசுமையானதாகவே இருக்கும். தேவனுடனான நமது உறவே நம் வாழ்க்கையை நிலைநிறுத்துகிறது. **அவர் மீதான நமது அன்பு அல்ல, நம்மீது அவர் வைத்திருக்கும் அன்பே நம்மை ஜீவனோடு வைத்திருக்கிறது (1 யோவான் 4:10).** 'இலையுதிரா மரம் என்பது ' தேவனுடனான ஒரு துடிப்பான உறவைக் குறிக்கிறது. இது நம் வாழ்க்கையின் ஒவ்வொரு பகுதிக்கும் தேவையான உணவையும், ஊட்டச்சத்தையும் அளித்து நமக்குப் போதுமான ஆற்றலை வழங்குகிறது. ஆகவே, ஒரு மனிதன் தேவனுடைய வார்த்தையில் மகிழ்ச்சியடைந்து, அதன்படி தொடர்ந்து வாழ்ந்தால், தேவனுடனான அவனது உறவு எப்போதும் செழிக்கும். அவன் எப்போதும் ஆசீர்வதிக்கப்பட்டவனாகவும், தயவு பெற்றவனாகவும் இருப்பான். எனவே அவன் செய்வதெல்லாம் வாய்க்கும் என்று தேவன் உரைக்கிறார்.

அவன் செய்வதெல்லாம் வாய்க்கும். பூக்கள், கனிகள், தும்பிக்கை, கிளைகள், வேர்கள் - அனைத்தும் ஆசீர்வதிக்கப்பட்டிருக்கும்! ஒரு மரம் தன் கனிகளைத் தானே உண்பதில்லை. இது விலங்குகளுக்கும் மனிதர்களுக்கும் உணவாகப் பழங்களை வழங்குகிறது; பூக்கள், அழகியல் நோக்கங்களுக்காக மட்டுமல்ல, பல விஷயங்களுக்காகவும் பயன்படுத்தப்படுகின்றன; தண்டு மற்றும் கிளைகள் கட்டை மற்றும் சாறு போன்றவற்றை வழங்குகின்றன. இது போன்றே இந்த மனிதனின் வாழ்க்கையின் ஒவ்வொரு பகுதியும் மற்றவர்களுக்கு ஒரு ஆசீர்வாதமாகவே இருக்கிறது. இந்த மரம் மிக நீண்ட காலம் வாழ்கிறது, எப்போதும் பலன் தருகிறது. அதுபோலவே, இந்த மனிதனும் பூமியில் பலன்தரும் வாழ்க்கை வாழ்கிறான். அது சர்வவல்லமையுள்ள தேவனுடைய பிரசன்னத்தில் நித்திய நித்தியமாய் தொடரும்.

இந்த ஆசீர்வதிக்கப்பட்ட வாழ்க்கை அவருடைய குமாரனாகிய கர்த்தராகிய இயேசு கிறிஸ்துவின் மூலமாகத் தேவனோடு நமக்குள்ள உறவில் துவங்குகிறது. அது தீமையை வெறுத்து நன்மையைப் பற்றிக்கொண்டிருப்பதை உள்ளடக்கியது.

4. துன்மார்க்கரோ அப்படியிராமல், காற்றுப் பறக்கடிக்கும் பதரைப்போல் இருக்கிறார்கள்.

5. ஆகையால் துன்மார்க்கர் நியாயத்தீர்ப்பிலும், பாவிகள் நீதிமான்களின் சபையிலும் நிலைநிற்பதில்லை.

இந்த வசனங்கள் தேவபக்தியற்ற மனிதனின் வாழ்க்கையையும் முடிவையும் விவரிக்கின்றன. துன்மார்க்கரின் வாழ்க்கை பதரைப்போல் வெறுமையானது (எடையற்றது). இரட்சிக்கப்படாத அநேக ஜனங்கள் பெரிய சாதனைகளைப் புரிந்திருந்தாலும், அது தேவனுடைய பார்வையில் ஒன்றுமில்லை. அவை அனைத்தும் மரம், புல் மற்றும் வைக்கோல் ஆகும், அவை எளிதில் நெருப்பால் எரிக்கப்படுகின்றன. சரீர மரணத்தின்போது அவனது ஆவி அவனது உடலை விட்டுச் பிரியும்போது, அது தானாகவே நரகத்தில் வீசப்படுகிறது. கர்த்தராகிய இயேசுவைத் தனது இரட்சகராக ஏற்றுக்கொள்ளாமல் பூமியில் சிறந்த தார்மீக வாழ்க்கையை வாழ்ந்த ஒரு மனிதனுக்கு, நியாயத்தீர்ப்பு நாளில் தேவனுக்கு முன்பாக நிற்க இரண்டாவது வாய்ப்பைப் பெறுவதற்குக் கூட இடமில்லை. இயேசு இல்லையென்றால், பரலோகமும் இல்லை. இரட்சிப்பை நிராகரிக்கும் துன்மார்க்கருக்குப் பரலோக ராஜ்யத்தில் பிரவேசிக்க எந்த நம்பிக்கையும் இல்லை.

பரலோகத்திற்கான குடியுரிமை முதலில் பூமியில் நாம் சுவாசித்துக் கொண்டிருக்கும்போதே பெறப்பட வேண்டும் என்பதைத் தேவனுடைய வார்த்தை மிகவும் தெளிவுபடுத்துகிறது. இதயம் துடிப்பதை நிறுத்திவிட்டால், அந்த குடியுரிமையைப் பெற மற்றொரு வழி இல்லை. நீதிமொழிகள் ஒன்றாம் அதிகாரம் இதை மிகத் தெளிவாகக் காட்டுகிறது. இது இங்கே தொடங்கி நித்தியம் வரை தொடர்கிறது. தேவன் நீடிய பொறுமையுள்ளவர். ஒவ்வொரு மனிதனும் மனந்திரும்பி அவரிடம் திரும்புவதற்கு அவர் நிறைய நேரம் கொடுக்கிறார். ஆகவே தேவனுடைய நீதியுள்ள நியாயத்தீர்ப்பைப் பற்றி யாரும் குறை கூற முடியாது.

6. கர்த்தர் நீதிமான்களின் வழியை அறிந்திருக்கிறார்; துன்மார்க்கரின் வழியோ அழியும்.

ஒரு நீதிமான் நடக்கும் பாதை தேவனால் நியமிக்கப்பட்டது. அவன் எடுத்து வைக்கும் ஒவ்வொரு படிக்கும் ஒரு நோக்கம் உண்டு. தேவனுடன் பழகும் ஒவ்வொருவரும் அவரால் அறியப்படுகிறார்கள். நீதிமானுக்காகக் கதவுகள்

மூடப்பட வேண்டும் அல்லது திறக்கப்பட வேண்டும் என்று தேவன் கட்டளையிடுகிறார். அவனது வாழ்க்கையின் ஒவ்வொரு பகுதியும் தேவனுடைய விழிப்பான பார்வையின் கீழ் உள்ளது. சர்வ வல்லமையுள்ளவராகவும், எங்கும் நிறைந்தவராகவும், எல்லாம் அறிந்தவராகவும் இருப்பதால், தேவன் அவனை வழிநடத்துகிறார், இரக்கத்தினாலும் கிருபையினால் அவனை முடி சூட்டுகிறார். தேவனுக்கு ஆச்சரியமானது என்று ஒன்றுமில்லை. இது நமக்கு எவ்வளவு ஆறுதலான வார்த்தையாக இருக்க வேண்டும்! இந்த உண்மையின் அளவை நாம் புரிந்துகொண்டால், நாம் நமது முழு நம்பிக்கையையும் தேவன் மீது மட்டுமே வைப்போம்.

துன்மார்க்கரின் வழி எப்போதும் மரணத்திற்கு ஏதுவாக வழிநடத்துகிறது. கர்த்தராகிய இயேசு கிறிஸ்துவின் இரட்சிக்கும் வல்லமை இல்லாத எந்த வாழ்க்கையும் அழிவில் முடிவடையும். அவர்கள் பிரச்சனையின்றி வாழ்ந்து அமைதியாக இறந்தார்கள் என்று தோன்றினாலும், அது ஒருபோதும் முடிவல்ல. ஏனென்றால், அவர்களுக்கு நித்தியம் அப்போதுதான் தொடங்கியுள்ளது. அது கொடூரமான நரகமாக உள்ளது. துன்மார்க்கரின் பாதையில் உள்ள ஒவ்வொரு புள்ளியும் அழிவை ஏற்படுத்துகிறது. அதைக் காண முடியாமல் அவர்கள் குருடாகி விடுகிறார்களே!

சங்கீதம் 2

1. ஜாதிகள் கொந்தளித்து, ஜனங்கள் விருதாக்காரியத்தைச் சிந்திப்பானேன்?

ஏதேன் தோட்டத்தில் மனிதனின் வீழ்ச்சியிலிருந்து இது உலகின் சோகமான யதார்த்தம். அது இன்றுவரை தொடர்கிறது. கர்த்தர்தாமே ஆதியாகமம் 6:5 மற்றும் 8:21-ல் ஒரு மனிதனின் இருதயத்து நினைவுகளின் தோற்றமெல்லாம் அவனுடைய இளமை (பிறப்பு) முதல் தொடர்ந்து பொல்லாதவை என்று கூறியிருக்கிறார். இன்றுவரை, நம்முடைய கர்த்தராகிய இயேசு கிறிஸ்துவைத் தவிர, வேறொருவனும் தன்னுடைய கிரியைகளினாலே தேவனுக்கு முன்பாகத் தன்னை நீதிமான்களாக்கிக்கொள்ள முடியாது. மனிதகுலம் 'சுயத்தை' நம்பிய நாளில், அவனுடைய ஆவி தேவனிடமிருந்து பிரிக்கப்பட்டது. அதன்பிறகு, இயல்பாகவே அவனது ஒவ்வொரு எண்ணமும் செயலும் தேவனுக்கு எதிரானதாக மாறியது. ஒரு குழந்தை கூட ஆரம்பத்தில் கள்ளம்கபடமற்றதாக இருந்தாலும் வளர்ந்த பிறகு அதே சுயநல மனப்பான்மையுடன் இந்த நடத்தையை நன்றாக வெளிப்படுத்துகிறது. நீதிமொழிகள் 20:11 கூறுகிறது, "பிள்ளையானாலும், அதின் செய்கை சுத்தமோ செம்மையோ என்பது அதின் நடக்கையினால் விளங்கும்" என்று.

தேவனோடு தொடர்ந்து நடக்கும் ஒரு விசுவாசி, மனிதனின் சுயநல ஆசைகளின் பயனற்ற தன்மையையும், போட்டிமயமான உலகின் வீண் பெருமையையும் அறிவான். தேவனுக்கு எதிராக சதி செய்வதும், அவர் மீது கோபப்படுவதும் முற்றிலும் வீண். **உண்மையில் நமக்கு உதவக்கூடியவர் தேவன் ஒருவரே!** நாம் இந்த பூமியை விட்டுச் சென்றவுடன், நம்முடைய கர்த்தராகிய இயேசு கிறிஸ்துவின் மூலம் தேவனால் நமக்குக் கொடுக்கப்பட்ட இரட்சிப்பை நாம் ஏற்றுக்கொண்டோமா அல்லது நிராகரித்தோமா என்பதைப் பொறுத்து பரலோகத்தில் அல்லது நரகத்தில் ஒரு நித்திய வாழ்வு இருக்கிறது. நாம் நமது சொந்த நன்மைக்காகவும், பெருமைக்காகவும் காரியங்களை

நிறைவேற்ற முழு பலத்துடன் முயற்சி செய்யலாம். ஆனால் இறுதியில், அதற்கு நித்திய பலன் இல்லை. நித்தியம் ஒருபோதும் முடிவதில்லை என்பதை நினைவில் கொள்ளுங்கள். நித்தியத்துடன் ஒப்பிடும்போது நமது பூமிக்குரிய வாழ்க்கை ஒருமுறை கண் சிமிட்டுவது போன்றது. எனவே, வீண் பெருமையில் வாழ்வதை நிறுத்துங்கள்; தேவனுடைய வார்த்தைக்கு புறம்பான எல்லா பழிவாங்குதலையும் கலகத்தையும் நிறுத்துங்கள். தேவன் தம்முடைய வார்த்தையில் கட்டளையிட்ட தரநிலைகளை மதித்து அதற்குக் கீழ்ப்படிவது எப்போதும் ஞானமாயிருக்கிறது. அவை நம் நன்மைக்காகவும், அவரது மகிமைக்காகவும் ஏற்படுத்தப்பட்டுள்ளன.

2. கர்த்தருக்கு விரோதமாகவும், அவர் அபிஷேகம்பண்ணினவருக்கு விரோதமாகவும், பூமியின் ராஜாக்கள் எழும்பிநின்று, அதிகாரிகள் ஏகமாய் ஆலோசனைபண்ணி:

3. அவர்கள் கட்டுகளை அறுத்து அவர்கள் கயிறுகளை நம்மைவிட்டு எறிந்துபோடுவோம் என்கிறார்கள்.

இது வார்த்தையில் அடிக்கடி காணப்படுகிறது. சாத்தான் தன்னை தேவனுடைய எதிரியாக்கிக் கொண்டான். அவனுடைய முக்கிய நோக்கம் எப்போதும் திருடுவது, கொல்வது, அழிப்பது (யோவான் 10:10). எல்லா இடங்களிலும், ஒவ்வொரு முறையும் அழிவை ஏற்படுத்துவதற்காக அவன் மனிதர்கள் மூலம் செயல்படுகிறான். கைதேர்ந்த ஏமாற்றுக்காரனாக இருப்பதாக, அவனுடைய தந்திரங்கள் தேவனுடைய வார்த்தையில் நன்கு விவரிக்கப்பட்டுள்ளன. ஒவ்வொரு முறையும் அவன் தேவனுக்கு எதிராக சதி செய்தபோது, அவன் பெரிய அளவில் தோற்கடிக்கப்பட்டான். தேவனும் ஜனங்கள் மூலம் செயல்படுகிறார். தேவனுடைய ஜனங்களுக்கு சாத்தானிடமிருந்து (அவனைப் பின்பற்றுபவர்கள் மூலமாக) எதிர்ப்புகள் வரும்போது, தேவன் தம்முடைய பிள்ளைகளுக்காக எழுந்து நின்று, அவர்கள் அவரை விசுவாசித்தால் அவர்களை விடுவிக்க உண்மையுள்ளவராக இருக்கிறார். அவர் எப்போதும் அப்படி தான் இருக்கிறார்!

இன்றும்கூட, ஓரினச்சேர்க்கை மற்றும் கருக்கலைப்பு போன்ற தேவபக்தியற்ற உரிமைகளுக்காக மனிதர்கள் வெளிப்படையாக

போராடுகிறார்கள். இதற்காக சட்டங்கள் இயற்றப்பட வேண்டும் என்று அவர்கள் மிகவும் தீவிரமாக தேவனுக்கு எதிராக போராடுகின்றனர்! இது மிகவும் பைத்தியக்காரத்தனமானது மற்றும் தன்னைத்தானே அழித்துக்கொள்ளக்கூடியது. திருமணம் பலருக்கு புனிதமானது இல்லை. ஏதும் தவறாக போகக்கூடாது என்பதற்காக திருமணத்திற்கு முந்திய ஒப்பந்தங்கள் இயல்பாகி விட்டன. திருமணம் ஆகாததற்கு முன்பே சேர்ந்து வாழ்வது (live-in/ லிவ்-இன்) முழு மனதுடன் ஏற்றுக்கொள்ளப்படுகின்றன. மேலும் மக்கள் அப்படிச் செய்யும் பிரபலங்களைப் பின்பற்றி அவர்களின் முன்மாதிரியைப் பின்பற்றுகிறார்கள். கடைசியாக, இவ்வளவு பணக்கார மற்றும் பிரபல ஆதர்ச பிரபலங்கள் ஏன் ஒரு நாளில் தற்கொலை செய்து கொள்கிறார்கள் என்று புரிந்துக்கொள்ள முடிவதில்லை! எல்லோரும் மெழுகுவர்த்தி ஏற்றி, மௌன ஊர்வலங்களில் அணிவகுத்துச் சென்று, சமூக ஊடகங்கள் முழுவதும் "ஆர் ஐ பி" (RIP) குறுஞ்செய்தி அனுப்புகிறார்கள். ஒரு மெழுகுவர்த்தி, தன் ஒளியை மற்றும் ஜீவனை நிறுத்தத் தேர்ந்தெடுத்த நபரை எப்படி அடையாளப்படுத்த முடியும்? சமாதானத்திற்கான ஒரே வழியை அவர்கள் நிராகரித்த நிலையில், அவர்களின் ஆத்துமா எப்படி இளைப்பாற முடியும்? அவர்கள் செய்ததெல்லாம் தங்களை உண்மையாக நேசித்து, தங்கள் நன்மையை விரும்பியவரின் அன்பை எதிர்த்ததே.

பரலோகத்திற்கான குடியுரிமையை நாம் பூமியிலேயே பெற்றுக்கொள்ள வேண்டும், அதுவும் ஜீவனோடு இருக்கும் போதே. நாம் கண்களை மூடிய பிறகு (சரீர மரணத்தில்), தேவனுடைய ராஜ்யத்தில் பிரவேசித்து, பரலோகத்தில் தேவனுடைய ராஜ்யத்தில் அதே குடியுரிமையை நித்தியமாக தொடர்கிறோம். இதுதான் சத்தியம். அதை இங்கே பெறாவிட்டால், நாம் அங்கே பெற முடியாது. கர்த்தராகிய இயேசு கிறிஸ்துவின் மூலமாக தேவன் கொடுத்த மீட்பை விசுவாசித்து ஏற்றுக்கொள்வதன் மூலம் மட்டுமே இது பெறப்படுகிறது. சர்வ வல்ல தேவன் வகுத்துள்ள ஒழுக்கங்களையும், நியமங்களையும் எதிர்த்துப் போராடி, பூமியில் நல்ல வாழ்க்கை வாழ்வது என்பது சாத்தியமற்றது. சிலரின் கண்களுக்கு இது எதிர்மாராக கூட தெரியலாம். நினைவில் கொள்ளுங்கள், தேவன் மட்டுமே மனிதனின் இருதயத்தை அறிவார். அவர்களின் வாழ்க்கையில் இருக்கும் ஒவ்வொரு துயரமும் அவர் முன் தெளிவாக உள்ளது. மனிதர்கள் அதை மற்ற மனிதர்களிடமிருந்து மறைக்கலாம், ஆனால் தேவனுடைய கண்களுக்கு மறைவானது ஒன்றுமில்லை. ஒரு நாள், நம்முடைய கண்களும்

துன்மார்க்கன், தேவபக்தியற்றவன் மற்றும் கலகக்காரனின் துயரத்தை காணும் (சங்கீதம் 91:8)

நம்முடைய கர்த்தராகிய இயேசு கிறிஸ்து ரோமத் தலைவர்களிடமிருந்தும், யூதத் தலைவர்களிடமிருந்தும், சாதாரண மக்களிடமிருந்தும் மிகுந்த எதிர்ப்பை அனுபவித்தார். இஸ்ரவேலின் ஒவ்வொரு மூலையிலிருந்தும் அவருக்கு எதிராக சதித்திட்டம் தொடர்ந்து நடந்து கொண்டேயிருந்தது. கடைசியில், திருடனாக இருந்த அவரது சொந்த சீடனாலேயே அவர் காட்டிக் கொடுக்கப்பட்டார். அவர் காட்டிக்கொடுக்கப்படுவார் மற்றும் சிலுவையில் அறையப்படுவார் என்பதை கர்த்தர் நன்கு அறிந்திருந்தார். இதை அவர் தமது சீடர்களுக்கும் பல முறை தெரிவித்தார். யூதாஸ் காரியோத்து தொடர்ந்து அவருடன் தங்கியிருந்ததற்கான ஒரே காரணம் தேவனுடைய நீடிய பொறுமை மற்றும் கிறிஸ்துவுக்கான பிதாவினுடைய சித்தம் நிறைவேற வேண்டியிருந்தது. கர்த்தராகிய கிறிஸ்துவை பாதுகாக்க பன்னிரண்டு லேகியோன்களுக்கு மேற்பட்ட தேவதூதர்கள் காத்திருந்தனர் (மத்தேயு 26:53). ஆயினும் அவர் உங்களையும் என்னையும் நினைவுகூர்ந்தார், அந்த வாய்ப்பை ஒருபோதும் தம் விடுதலைக்காக பயன்படுத்தவில்லை. அவர் மனிதகுலத்திற்கு எதற்கும் கடன்பட்டிருக்கவில்லை. அவர் தேவனிடத்தில் தம்மை ஒப்புக்கொடுத்து நமக்காக சிலுவைக்கு சென்றார். ஆயினும்கூட, பிதா அவரை மூன்றாம் நாளில் உயிர்த்தெழுப்பினார். பிதாவினிடத்திற்கு ஏறிப்போவதற்கு முன்பு அவர் தம்முடைய சீஷர்களுக்குத் தரிசனமானார். இப்போது அவர் பூரண மகிமையிலும், அதிகாரத்திலும் தேவனுடைய வலது பாரிசத்தில் வீற்றிருக்கிறார்! ஸ்தேவான் வானங்கள் திறந்திருப்பதையும், தன்னுடைய ஆவியை அவருடன் நித்தியஜீவனுக்குள் ஏற்றுக்கொள்ள கர்த்தராகிய இயேசு தேவனுடைய வலதுபாரிசத்தில் நிற்பதையும் கண்டான் (அப்போஸ்தலர் 7:55). இதுதான் முக்கியம்! ஒவ்வொரு இரத்த சாட்சிக்கும் அவர்கள் கடந்து செல்ல கிருபை அளிக்கப்படுகிறது. அதை நான் நிச்சயமாக விசுவாசிக்கிறேன். அவர்கள் ஆவியில் மிகவும் வலுவாக இருப்பதில் ஆச்சரியமேதுமில்லை!

ஞானமுள்ளவர்களாயிருங்கள். தேவனின் பட்சம் சேருங்கள். தேவனின் பட்சம் நிற்பதற்கும், அவருடைய கொள்கைகளின்படி வாழ்வதற்கும் நீங்கள் ஒருபோதும் வருத்தப்பட மாட்டீர்கள்.

4. பரலோகத்தில் வீற்றிருக்கிறவர் நகைப்பார்; ஆண்டவர் அவர்களை இகழுவார்.

5. அப்பொழுது அவர் தமது கோபத்திலே அவர்களோடே பேசி, தமது உக்கிரத்திலே அவர்களைக் கலங்கப்பண்ணுவார்.

இந்த இரண்டு வசனங்களும் லூக்கா 19:12 லிருந்து 27-ல் பதிவு செய்யப்பட்டுள்ள கர்த்தரால் சொல்லப்பட்ட ஒரு உவமையின் மூலம் அழகாக விளக்கப்பட்டுள்ளன. ஒரு பிரபு இருந்தான், அவன் ஒரு ராஜ்யத்தைப் பெற்றுக்கொண்டு திரும்பி வரும்படி தூரதேசத்திற்கு போகப் புறப்பட்டான். புறப்படும் முன்பு, அவன் தன் ஊழியக்காரரில் பத்துப்பேரை அழைத்து, ஒவ்வொருவருக்கும் ஒரு ராத்தல் திரவியங்கொடுத்து (மொத்தம் பத்து ராத்தல்), நான் திரும்பிவருமளவும் இதைக்கொண்டு வியாபாரம்பண்ணுங்கள் என்று சொல்லி புறப்பட்டான். அவனுடைய ஊரார் அவனைப் பகைத்து, இவன் எங்கள் மேல் ராஜாவாயிருக்கிறது எங்களுக்கு மனதில்லையென்று சொல்லும்படி அவன் பின்னே ஸ்தானாபதிகளை அனுப்பினார்கள். ஆனால் பிரபுவுக்கு அது சிறிதளவும் கூட பொருட்டல்ல. அவன் போய் தான் சென்று ராஜ்யத்தைப் பெற்றுக்கொண்டு தன் நாட்டுக்குத் திரும்பினான். வந்தவுடன், அவன் ராத்தலைக் கொடுத்த தனது ஊழியக்காரர்கள் அந்த ராத்தலைக் கொண்டு என்ன செய்தார்கள் என்பதை அறிய அவர்களை **முதலில் அழைத்தான்.** அப்பொழுது முந்தினவன் வந்து: 'ஆண்டவனே, உம்முடைய ராத்தலினால் பத்துராத்தல் ஆதாயம் கிடைத்தது' என்றான். எஜமான் அவன் நிமித்தம் மிகுந்த மகிழ்ச்சியடைந்தவனாய் பத்துப் பட்டணங்கள் மேல் அதிகாரத்தை தந்தான். இரண்டாம் ஊழியக்காரன் தன் ராத்தலை கொண்டு ஐந்து ராத்தல்கள் சம்பாதித்ததாக சொன்னான். அவ்வாறே, அவனுடைய எஜமான் அவனைப் பாராட்டி, ஐந்து பட்டணங்கள் மேல் அதிகாரம் கொடுத்தான். அப்பொழுது இன்னொருவன் வந்து, அவனுக்குக் கொடுக்கப்பட்ட ராத்தலிலிருந்து எந்த லாபத்தையும் காட்டவில்லை. மேலும், அவன் தனது எஜமானரின் குணத்தை தவறாகப் புரிந்துகொண்டான். தான் விதைக்காததை அறுக்கிறவராக அந்த பிரபுவைப் பொய்க் குற்றம் சாட்டினான்! இந்த வேலைக்காரன் உடனடியாக அவனுடைய எஜமானால் கண்டிக்கப்பட்டான். மேலும் ராத்தல் அவனிடமிருந்து பறிக்கப்பட்டு முதல் வேலைக்காரனிடம் கொடுக்கப்பட்டது (அவனிடம் ஏற்கனவே பத்து ராத்தல்கள் இருந்தன).

இப்போது தான் இந்த உவமையின் உச்சக்கட்டம். தனது ஊழியர்கள் பெற்ற வருமானங்களைக் கணக்கிலெடுத்த பிறகு, எஜமான் தன்னால் ஆள மறுக்கப்பட்ட (ஸ்தானாபதிகளை அனுப்பிய) கலகக்காரர்களை அழைத்து வந்து அவர்களைக் கொல்லுமாறு கட்டளையிட்டான். அவனது நிகழ்ச்சி நிரலில் கடைசியாக இருந்தவர்கள் அவர்கள்தான்! அவை அவன்து நேரத்திற்குக் கூட மதிப்பற்றவையாக இருந்தன. பிரபு கலகக்காரர்களை விட தனது வேலைக்காரர்கள் மீது அதிக அக்கறை (கவனம்) கொண்டிருந்தான்.

விளக்கம் பின்வருமாறு: பிரபு - கர்த்தராகிய இயேசு கிறிஸ்து; தூர தேசம் - பரலோகம். அவர் மீண்டும் இந்த பூமிக்கு வருவார். நாம் அவருடைய ஊழியர்கள். 'ஒவ்வொருவருக்கும் ஒரு ராத்தல்' என்பது தேவன் அவருடைய பிள்ளைகள் ஒவ்வொருவருக்கும் அளிக்கப்பட்ட கிருபை மற்றும் ஆவிக்குரிய வரங்களின் பாரபட்சமற்ற விநியோகத்தைக் குறிக்கிறது. பிரபு தங்களை ஆளுவதை விரும்பாத கலகக்காரர்கள் அவிசுவாசிகள் (தேவபக்தியற்றவர்கள், துன்மார்க்கர், அக்கிரமக்காரர்கள்) ஆவர். எந்த அளவு மக்கள் தங்களை தேவனுக்கு எதிராக வைத்திருக்கிறார்கள் என்பது முக்கியமல்ல. அவர் நமக்காக ஒரு இடத்தை ஆயத்தம் பண்ண பரலோகத்திற்கு ஏறிப்போனார். அவர் ஒரு நாள் திரும்பி வருவார். அந்நாளில், அவருடைய பிள்ளைகளாகிய நாம், நமக்கு அருளப்பட்ட கிருபைக்கும், வரங்களுக்கும் கணக்குக் கொடுக்க வேண்டும். அதன்படி, அவர் நமக்கு பலன் அளிப்பார். அவர் நமக்குக் கொடுத்த எல்லாவற்றிற்கும் அவர் நம்மை கணக்குக் கேட்கிறார். அவருடைய மகிமைக்காகவும், பரலோக ராஜ்யத்திற்கு ஆதாயம் பெறவும் நாம் அதைப் பயன்படுத்த வேண்டும். தேவன் உண்மையுள்ளவராக நமக்கு அதிவேகமாக பலனளிக்கிறார். தேவனின் குணாதிசயத்தைப் பற்றிய சரியான புரிதல் இல்லாததால் தனது ராத்தலை நிலத்தில் புதைக்கும் விசுவாசி மொத்த இழப்புக்கு ஆளாவான். மேலும் அவனது எஜமானனின் கோபத்திற்கு ஆளாவான். ராத்தல் அவனிடமிருந்து எடுக்கப்பட்டு, அதை நன்றாகப் பயன்படுத்தியவனுக்குக் கொடுக்கப்படும். அந்த நியமத்தின் அடிப்படையில்தான் தேவனுடைய ராஜ்யம் செயல்படுகிறது. பல கிறிஸ்தவர்கள் நம்புவது போல் இது நேர்மாறாக இல்லை.

உங்கள் தாலந்துகளை தேவனுடைய மகிமைக்காக நன்றாகப் பயன்படுத்துங்கள். இந்த உலகத்தில் உப்பாகவும், ஒளியாகவும் இருக்க தேவன் நமக்குக் கட்டளையிட்டிருக்கிறார். தேவனிடத்திலிருந்து வந்த நம்முடைய

சாரமும் வெளிச்சமும் வெளியே புறப்பட வேண்டும் (2 கொரிந்தியர் 2:15). ஒரு ராத்தலைக் கொண்டிருந்த அந்த ஊழியக்காரன் குறைந்தது அதை முதலீடாவது செய்திருக்கலாம்! இறுதியாக, தங்கள் தேவபக்தியற்ற நீதிக்காக ஆணவத்தில் சுற்றித் திரிந்த தற்பெருமையுள்ள கலகக்கார மதியீனர் அனைவரும் எஜமானரின் கண்களுக்கு முன்பாக கொல்லப்பட்டனர். அவர்களின் கலகத்தில் ஒரு இம்மி அளவு கூட எஜமானரை எந்த விதத்திலும் பாதிக்கவில்லை என்ற உண்மையை நீங்கள் கவனித்தீர்களா? உண்மை! இன்றைய உலகில் நடக்கும் தேவபக்தியற்ற எதுவும் தேவனை மற்றும் தேவனுடைய ஜனங்களைப் பாதிக்காது. அவர் எப்போதும் உயர சிங்காசனத்தில் அமர்ந்திருக்கிறார். அவர் மகத்துவமும் உன்னதமுமானவர். ஒவ்வொரு முழங்காலும் ஒரு நாள் அவருக்கு முன்பாக முடங்கி அவருடைய கர்த்தத்துவத்தை அறிக்கையிடும். அந்த நாள் வெகு தொலைவில் இல்லை.

மனிதன் வேண்டுமென்றே தேவனுடைய வார்த்தைக்கு எதிராக நிற்கும் வரை, அவன் தனக்குத்தானே தீங்கு வரவழைத்துக் கொள்கிறான். அவன் மனந்திரும்பி தேவனிடம் திரும்பினால், அவர் அவனை மன்னித்து தன் குமாரனாக ஏற்றுக்கொள்ள வல்லவராயிருக்கிறார்.

6. நான் என்னுடைய பரிசுத்தபர்வதமாகிய சீயோன்மீதில் என்னுடைய ராஜாவை அபிஷேகம்பண்ணி வைத்தேன் என்றார்.

இது தாவீதின் தீர்க்கதரிசன சங்கீதம். நாத்தான், காத் போன்ற தீர்க்கதரிசிகள் தேவனுடைய வார்த்தையை தீர்க்கதரிசனமாக உரைத்திருந்தாலும், கர்த்தராகிய இயேசு கிறிஸ்துவையும் அவருடைய வாழ்க்கையையும் குறித்து பல தீர்க்கதரிசன சங்கீதங்களை எழுத பரிசுத்த ஆவியானவரால் தாவீது ஏவப்பட்டான்.

முன்பு விளக்கப்பட்டபடி, ஒவ்வொரு மனிதனின் இருதயத்திலும், அவனது சிறுவயது முதல் துன்மார்க்கம் மட்டுமே இருந்தது என்று தேவன்தாமே சாட்சியளித்தார். இது நிரூபிக்கப்பட்ட உண்மை. ஆனால் முழு உலகத்திலும் அவருடைய வாழ்நாள் முழுவதும் தேவனை மதித்து மகிமைப்படுத்திய ஒரே ஒரு நபர் கர்த்தராகிய இயேசு கிறிஸ்து. தேவனை அவருடைய முழு இருதயத்தோடும், மனதோடும், ஆத்துமாவோடும் பரிபூரணமாக நேசித்து, பூமியில் பாவமற்ற ஒரு பரிபூரண வாழ்க்கை வாழ்ந்த ஒரே நபர் அவர் மட்டுமே.

எனவே இது தாவீதினால் தீர்க்கதரிசனமாக பேசப்பட்ட மேசியாவின் வாயிலிருந்து வந்த தீர்மானம். ஆண்டவராகிய இயேசு பூமியில் வந்தபோது தமது வார்த்தைகள் மற்றும் செயல்களால் இதை தொடர்ந்து அறிவித்தார். அவர் வேறு எவரையும் விட தேவனை மகிமைப்படுத்தினார். பிதாவின் சித்தத்தை எல்லாவற்றிற்கும் மேலாக மதித்தார். சிலுவையில் மரண அவஸ்தையுடனே அவர் பலத்த எதிர்ப்பை எதிர்கொண்டபோதிலும், அவர் ஒருபோதும் பின்வாங்கவோ அல்லது தம்மைத்தாமே பழித்துக் கொள்ளவோ இல்லை. எல்லாக் காரியங்களிலும், பிதாவின் சித்தத்தைச் செய்வதன் மூலம் அவர் தேவனை உயர்த்தினார். அவருடைய கீழ்ப்படிதலின் மூலம் கர்த்தர் எப்போதும் சிங்காசனத்தில் வீற்றிருக்கிறார் என்பதை அவர் உறுதிப்படுத்தினார்.

தாவீதும் தன் வாழ்நாளில் தேவனுக்குக் கீழ்ப்படியாததினால் நேரிட்ட பயனற்ற தன்மையை கண்டான். அது வேறு யாராக இருந்தாலும் சரி, அவனாக இருந்தாலும் சரி, அவர்கள் தேவனுக்கு ஈடாக முடியவில்லை. தன்னால் முடிந்த அளவுக்கு, தேவனுக்கு முன்பாக குற்றமற்றவனாக வாழ முயற்சித்தான்.

7. தீர்மானத்தின் விவரம் சொல்லுவேன்; கர்த்தர் என்னை நோக்கி: நீர் என்னுடைய குமாரன், இன்று நான் உம்மை ஜநிப்பித்தேன்;

நம் ஆண்டவர் இயேசுவின் பூமிக்குரிய வாழ்க்கை முழுவதும், இந்த தீர்மானத்தை செயலில் காண முடியும். அவர் முழு அதிகாரத்துடன் எல்லாவற்றையும் செய்தும், வாழ்ந்தும் வந்தார். மேசியாவைக் குறித்தான இத்தீர்க்கதரிசனம் தாவீதினால் பேசப்படுவதை நாம் காண முடிகிறதால், கர்த்தராகிய இயேசு கிறிஸ்து ஆதியிலிருந்தே தேவ ஆட்டுக்குட்டியாக தேர்ந்தெடுக்கப்பட்டார் என்பது மீண்டும் உறுதியாகிறது. தம்முடைய ஜீவனுக்காக தேவன் விடுத்த பரிசுத்த அழைப்புக்கு ஏற்ப நிலைத்திருந்து, கர்த்தராகிய இயேசு சிலுவையில் மரணம் பரியந்தம் தம்முடைய பிதாவின் சித்தத்தை நிறைவேற்றினார்.

'தீர்மானம்' என்பது வேதாகம கலைச்சொற்களில் நாம் புரிந்து கொள்ள வேண்டிய மிக முக்கியமான வார்த்தை. தேவன் எதையாவது அறிவிக்கும் போது, அவர் அதை நிரந்தரமாக்குகிறார் அல்லது நிலைநாட்டுகிறார். ஒரு பிரகடனம் செய்யப்பட்டப்பின் அதிலிருந்து பின்வாங்க முடியாது. ஆண்டவர்

இயேசுவின் பிறப்பு ஒரு கன்னிப் பிறப்பு. அந்த வித்து காபிரியேல் தூதன் மரியாளிடம் சொன்ன தேவனுடைய வார்த்தை. இந்த வார்த்தை மாம்சமாகி, நம்முடைய கர்த்தராகிய இயேசு கிறிஸ்து உலக இரட்சகராக மரியாளின் வயிற்றில் பிறந்தார். எனவே, அவர் தேவகுமாரனாயிருக்கிறார் மற்றும் மனுஷகுமாரனுமாயிருக்கிறார். அவர் உரைக்கப்பட்ட வார்த்தையிலிருந்து உருவாக்கப்பட்டு ஒரு மனித இனம் மூலம் பிறந்தார். அதுவே அவரை முழுமையான தெய்வீகமானவராகவும், முழுமையான மனிதராகவும் ஆக்குகிறது. அவரது கருத்தரிப்பில் அல்லது பிறப்பில் யோசேப்பின் விந்தணுவிற்கோ அல்லது மரியாளின் கருமுட்டைக்கோ எந்த பங்கும் இல்லை.

ஆண்டவராகிய இயேசு இந்த நல்ல தீர்மானத்தை இறுதிவரை கடைப்பிடித்தார். பொந்தியு பிலாத்து அவரை கேள்வி கேட்டபோதும் அவர் உறுதியாக இருந்தார். சர்வ வல்லமையுள்ள நம் தேவன் நம் வாழ்க்கைக்காக தீர்மானித்திருக்கிற அனைத்தையும் இறுதிவரை பற்றிக்கொள்ள நம் ஆண்டவரிடமிருந்து கற்றுக்கொள்வோம். நம்மைப் பற்றிய அவரது தீர்மானங்கள் ஆதியாகமத்தில் தொடங்கி வெளிப்படுத்துதல் புத்தகம் வரை காண இயலும். இதை அறிய, நாம் அவருடைய வார்த்தையை முழு ஊக்கத்தோடு படிக்க வேண்டும். அதற்கு நம் வாழ்நாள் போதாது.

8. என்னைக் கேளும், அப்பொழுது ஜாதிகளை உமக்குச்
சுதந்தரமாகவும், பூமியின் எல்லைகளை உமக்குச்
சொந்தமாகவும் கொடுப்பேன்;

9. இருப்புக்கோலால் அவர்களை நொறுக்கி,
குயக்கலத்தைப்போல் அவர்களை உடைத்துப்போடுவீர் என்று
சொன்னார்.

இந்த வசனங்கள் சர்வ வல்லமையுள்ள தேவன் தம்முடைய குமாரனாகிய கர்த்தராகிய இயேசுவுக்கு வழங்கிய முழுமையான வல்லமையை அறிவிக்கின்றன. தாவீது இங்கே தீர்க்கதரிசனம் உரைத்தபடியே, சகல அதிகாரமும், வல்லமையும், மகிமையும், துரைத்தனங்களும் நம்முடைய கர்த்தருடைய கரங்களில் ஒப்படைக்கப்பட்டுள்ளன. கர்த்தராகிய இயேசு தாமே உயிர்த்தெழுந்த பின்பு பரலோகத்திற்கு எடுத்துக்கொள்ளப்பட்டபோது

இதை அறிவித்தார் (மத்தேயு 28:18). பிணியாளிகளை சொஸ்தமாக்குவது, மரித்தோரை உயிர்த்தெழச் செய்வது, மாய்மாலமான பரிசேயர்களை எதிர்கொள்வது போன்ற அவருடைய செயல்கள் இந்த அதிகாரத்தை நிரூபிக்கின்றன.

கர்த்தராகிய இயேசு மனிதகுலத்தின் இடத்தை சிலுவையில் எடுத்துக் கொண்டபோது, அவர் பூமியனைத்தையும் தன் சுதந்தரமாகக் கேட்டார். நாம் அனைவரும் அவருக்கு முற்றிலும் முழுமையாகவும் கடன்பட்டிருக்கிறோம். பூமியும் அதின் நிறைவும் கர்த்தருடையது. இந்த சத்தியத்தை ஏற்றுக்கொள்ளாதவர்களுக்காகவே, ஒன்பதாவது வது வசனம் தவிர்க்க முடியாத தெளிவான சாட்சியாக இருக்கிறது.

அப்போஸ்தலனாகிய பவுல், ரோமருக்கு எழுதும்போது, ரோமர் 9:21-ல் கனமும் கனவீனமுமான குயவனின் பாத்திரங்களைப் பற்றி பேசுகிறான். யார் நிராகரித்தாலும் சத்தியம் சத்தியமாகவே இருக்கும். எல்லா அதிகாரமும் நம்முடைய கர்த்தராகிய இயேசுவின் கைகளில் கொடுக்கப்படுகிறது. அவரே சபை எல்லாவற்றிற்கும் தலையாயிருக்கிறார். அவர் இப்போது முழு பிரபஞ்சத்திலும் ஆளுகை செய்கிறார். அவரை எதிர்ப்பவர்கள் இந்த அத்தியாயத்தில் முன்னர் விளக்கப்பட்ட பிரபுவின் உவமையில் விவரிக்கப்பட்ட அதே முடிவை அடைவார்கள்.

10. இப்போதும் ராஜாக்களே, உணர்வடையுங்கள். பூமியின் நியாயாதிபதிகளே, எச்சரிக்கையாயிருங்கள்.

11. பயத்துடனே கர்த்தரைச் சேவியுங்கள், நடுக்கத்துடனே களிகூருங்கள்.

12. குமாரன் கோபங்கொள்ளாமலும் நீங்கள் வழியிலே அழியாமலும் இருக்கும்படிக்கு, அவரை முத்தஞ்செய்யுங்கள்; கொஞ்சக்காலத்திலே அவருடைய கோபம் பற்றியெரியும்; அவரை அண்டிக்கொள்ளுகிற யாவரும் பாக்கியவான்கள்.

இந்த சங்கீதத்தில் கூறப்பட்டுள்ள சகல சத்தியங்களுக்கும் இது ஒரு சிறந்த முடிவுரை. ஒரு மனிதன் இவ்வுலகில் எவ்வளவு செல்வாக்கு மிக்கவனாக

இருந்தாலும் தேவனை எதிர்த்துப் போராடுவது வீண். ஒன்று கூடி அவருக்கு எதிராக சதி செய்வதிலும் எந்த பயனும் இல்லை. அது அவரை பாதிக்காது. உண்மை என்னவென்றால், அவருடன் சண்டையிடுபவர்கள் இறுதியில் தோல்வியடைகிறார்கள். இதை வெளிப்படையாக சொல்வதன் மூலம், தேவனை விஞ்ச முயற்சிக்கிற கலகத்தின் மூடத்தனத்திலிருந்து விலக, கர்த்தர் நமக்கு அறிவுறுத்துகிறார். அவரே உயர்ந்தவர்.

இது தேவபக்தியற்றவர்களுக்கும், பாவிகளுக்கும் மட்டும் கொடுக்கப்பட்ட கட்டளை அல்ல. தங்களை கிறிஸ்தவர்கள் என்று அழைத்துக்கொண்டு மோசமான சாட்சிகளாய் வாழும் விசுவாசிகளுக்கும் இது பொருந்தும். கர்த்தராகிய இயேசு நம்மைத் தம்முடைய பிதாவுக்கு ராஜாக்களாகவும், ஆசாரியர்களாகவும் ஏற்படுத்தினார் என்று வெளிப்படுத்தின விசேஷம் 1:6 கூறுகிறது. இது மனிதகுலத்திற்கு வழங்கப்பட்ட ஒரு வலுவான அறிவுரை.

பயத்தோடு கர்த்தருக்கு ஆராதனை செய்து, நடுக்கத்தோடு களிகூர வேண்டும் என்பதே நமது அழைப்பு. இங்கே பயம் என்ற வார்த்தை தேவனுடனான நெருங்கிய உறவிலிருந்து எழும் தேவனுக்கேற்ற பயபக்தியைக் குறிக்கிறது. நாம் தேவனை சேவித்து வாழும்போதும், அவருடைய சித்தத்தைச் செய்ய விரும்பும்போதும், அவர் எப்போதும் நமது இருதயங்களை அவருடைய சமாதானத்தாலும், விவரிக்க முடியாத மகிழ்ச்சியினாலும் நிரப்புகிறார். இந்த மகிழ்ச்சி வெளியிலிருந்து நுழையும் சூழ்நிலைக்கு ஏற்ற மகிழ்ச்சியாக இல்லாமல், நம் இருதயத்தின் உள்ளில் இருந்து எழுகிறது. பொருள் சார்ந்த சில விஷயங்கள் நம்மை மகிழ்விக்கலாம். ஆனால், இந்த மகிழ்ச்சி நீண்ட காலம் நீடிக்காது. உள்ளிருந்து பாயும் மகிழ்ச்சியோ வெளி காரணங்களால் பாதிப்படையாது. அது நாம் இரட்சிப்படையும் போது நமக்குள் வைக்கப்பட்ட ஆவியின் கனி. நீங்கள் மகிழ்ச்சியாக இருந்தபோது எப்போதாவது நடுங்கியதுண்டா? நடுக்கம் பொதுவாக பயத்துடன் வருகிறது. நாம் எப்போது மகிழ்ச்சியில் நடுங்குகிறோம்? நம் கற்பனைக்கு அப்பாற்பட்ட வகையில் நமது எதிர்பார்ப்புகள் நிறைவேறும்போது தான்! நம்முடைய தேவன் நாம் வேண்டிக்கொள்ளுகிறதற்கும் நினைக்கிறதற்கும் மிகவும் அதிகமாய் **நமக்குள்ளே கிரியைசெய்கிற வல்லமையின்படியே நமக்கு செய்ய வல்லவராயிருக்கிறார்** (எபேசியர் 3:20). நம்மால் புரிந்துகொள்ள இயலாத களிகூருதலே நாம் பயத்தோடு தேவனைச் சேவிப்பதற்கான பலன்.

ஒரு மனிதனுக்கு உண்மையான ஞானம் என்பது தன்னைப் படைத்தவரை விசுவாசித்துக் கீழ்ப்படிவதும். அவருடைய குமாரனாகிய கர்த்தராகிய இயேசு கிறிஸ்துவின் மூலம் அவர் வழங்கிய இரட்சிப்பை ஏற்றுக்கொள்வதுமே ஆகும். இந்த விலைமதிப்பற்ற பலியை நிராகரிப்பதன் விளைவு நித்தியமும் நரகத்தில் இருப்பது. ஆகையால், கர்த்தராகிய இயேசுவுக்கு உங்களை ஒப்புக்கொடுங்கள். அவர் நமக்காக நன்மைக்கேதுவான நினைவுகளை மட்டுமே வைத்திருக்கிறார் - நமக்கு நம்பிக்கையையும் அவருடைய நன்மையால் நிரப்பப்பட்ட எதிர்காலத்தையும் கொடுக்கும் நினைவுகள். மத்தேயு 21:44ல் கர்த்தராகிய இயேசு இதைத் தெளிவுபடுத்துகிறார், 'இந்தக் கல்லின் (மூலைக்கல், அதாவது கர்த்தராகிய இயேசு) விழுகிறவன் நொறுங்கிப்போவான். இது எவன் மேல் விழுமோ அவனை நசுக்கிப்போடும்'. நொறுக்கப்படுவதற்கும் நசுக்கிப்போடுவதற்கும் இடையிலான தீவிரத்தின் அதிகரிப்பை நீங்கள் புரிந்து கொள்ள முடியுமா? பூரணம் நம் ஆண்டவராகிய கிறிஸ்துவில் மட்டுமே காணப்படுகிறது என்ற உண்மையை அறியாமல், பலர் பூமியில் நொறுங்கின வாழ்க்கையை வாழ்கின்றனர். ஆனால் சரீரப்பிரகாரமான மரணத்திற்குப் பிறகு (கொஞ்சகாலத்திலே அவருடைய கோபம் பற்றி எரியும்போது), கர்த்தராகிய கிறிஸ்துவை நிராகரிப்பதற்கான ஒரே பலன் நசுக்கப்படுவதாகும் (நித்தியமாய் நரகத்தில்). தேவன் சத்தியத்தை வலியுறுத்துவதில் இவ்வளவு தெளிவாக இருக்கும்போது, அதை நாம் சாதாரணமாக எடுத்துக் கொள்ளக்கூடாது.

சத்தியத்தை நம்பி, தேவனை மட்டுமே விசுவாசித்து, கீழ்ப்படிகிற ஒவ்வொருவருக்கும் நிச்சயமான பலன் உண்டு. அவர்கள் ஆசீர்வதிக்கப்பட்டவர்கள்.

சங்கீதம் 3

முன்னுரை:

தாவீது ராஜா தன் குமாரனாகிய அப்சலோமிடமிருந்து ஓடிப்போனபோது, அவன் இந்த சங்கீதத்தை எழுதினான். அதைப்பற்றி இங்குக் காணலாம்.

தாவீது ஒரு இளம் மேய்ப்பன் (அநேகமாக ஒரு இளைஞன்). தீர்க்கதரிசி சாமுவேலால் இஸ்ரவேலின் அடுத்த ராஜாவாக (சவுலுக்குப் பிறகு) அபிஷேகம் செய்யப்பட்டான். அபிஷேகிக்கப்பட்ட பிறகு, கர்த்தருடைய ஆவியானவர் அவன் மீது தங்கியிருந்தார். அவன் வாசிப்பதில் தேறினவன், அவன் பராக்கிரமசாலி, யுத்தவீரன், காரியசமர்த்தன், சவுந்தரியமுள்ளவன். கர்த்தர் அவனோடேகூட இருந்தார் (1 சாமுவேல் 16:18). ஆகையால், சவுல் பொல்லாத ஆவியால் துன்புறுத்தப்பட்டபோது, தன் வேலைக்காரனின் சிபாரிசின் பேரில், அவனுக்காகச் சுரமண்டலம் வாசிக்கும்படி தாவீதை ஏற்படுத்தினான். சவுல் தாவீதை தன் ஆயுததாரியாக நியமித்தான். இதற்குப் பிறகு, அவன் கோலியாத்தை வீழ்த்தினான். விரைவில் இஸ்ரவேல் மக்கள் மத்தியில் அவன் புகழ் ஓங்கியது, அவர்கள் எல்லாரும் தாவீதை நேசித்தார்கள். அவனைப் பார்த்து சவுல் பொறாமைப்படவும், அவனைக் கொலை செய்ய வகை தேடவும் அதிக காலம் எடுக்கவில்லை. ஆயினும் தாவீது தேவனுக்குப் பயந்து, அவனுக்கு வாய்ப்பு இருந்தபோதிலும், கர்த்தரால் அபிஷேகம் செய்யப்பட்டவருக்கு எதிராக ஒருபோதும் என் கையை போட மாட்டேன் என்று தன் மனதில் தீர்மானம் பண்ணினான். அவன் வனாந்தரத்திற்குச் சென்று சுமார் பதிமூன்று ஆண்டுகள் சவுலிடமிருந்து மறைந்து அங்கே வாழ வேண்டியிருந்தது. தாவீது அவ்விடத்தைவிட்டுத் தப்பி, அதுல்லாம் என்னும் கெபிக்குப் போனான். அதை அவன் சகோதரரும் அவன் தகப்பன் வீட்டார் அனைவரும் கேட்டு, அங்கே அவனிடத்துக்குப் போனார்கள். ஒடுக்கப்பட்டவர்கள், கடன்பட்டவர்கள், முறுமுறுக்கிறவர்கள் யாவரும் அவனோடே கூடிக்கொண்டார்கள். ஏனென்றால், சவுல் இவர்களையும் குறிவைத்துக்கொண்டு தேடி வருவான் என்பதால்.

வனாந்தரத்திலும் பெலிஸ்தரின் தேசத்திலும் நீண்ட காலம் வாழ்ந்த தாவீது, சவுலின் மரணத்திற்குப் பிறகு, முப்பது வயதில் யூதாவின் ராஜாவானான். அவன் முழு இஸ்ரவேல் தேசத்தின் ராஜாவாக நியமிக்கப்படுவதற்கு முன்பு யூதாவை ஏழரை ஆண்டுகள் ஆட்சி செய்தான் (சவுலின் மகன் இஸ்போசேத் தனது சொந்த மனிதர்களால் கொல்லப்படும் வரை இஸ்ரவேலை ஆண்டான்). தாவீது எபிரோனில் (யூதா) இருந்தபோது, அவனுக்கு ஆறு மனைவிகள் மூலம் ஆறு மகன்கள் இருந்தனர் - அம்னோன் மூத்தவன், மற்றும் வரிசைப்படி அப்சலோம் மூன்றாவது குமாரன். தாவீது இஸ்ரவேல் தேசத்தை ஆண்டபோது, தாவீதின் குமாரரோ பிரதானிகளாயிருந்தார்கள் (2 சாமுவேல் 8:18). தாவீது இதுவரை தன் குடும்பத்தில் எந்தப் பிரச்சினையையும் சந்தித்ததில்லை.

தாவீது இஸ்ரவேல் அனைத்திற்கும் ராஜாவான பிறகு, பல போர்களில் ஈடுபட்டு பெரும் வெற்றிகளைப் பெற்றான். ஆனால் ஒரு கட்டத்தில், ராஜாக்கள் தங்கள் படைகளைப் போருக்கு வழிநடத்த வேண்டியிருந்தபோது, தாவீது தன் அரண்மனையிலேயே தங்கி, அம்மோனியருக்கு எதிரான போருக்கு யோவாபை தலைமை தாங்க நியமித்தான். இதில் அவனது வெற்றி உச்சத்திலிருந்தது. நடந்த நிகழ்வு சுருக்கமாக, அவன் ஏத்தியனான உரியாவின் மனைவி பத்சேபாளுடன் விபச்சாரம் செய்தான். மேலும் இந்த செயலின் காரணமாக பத்சேபாள் கர்ப்பமானதைத் தொடர்ந்து உரியாவை போர்முனையில் கொலை செய்தான். தான் இந்த விஷயத்தை நன்றாகக் கையாண்டதாக நினைத்து பத்சேபாளைத் தன் மனைவியாக அரண்மனைக்கு வரவழைத்து கொண்டான். ஆனால் கர்த்தர் தாவீதின் பாவத்தைத் தீர்க்கதரிசியாகிய நாத்தான் மூலமாக வெளிப்படுத்தி அவனைக் கடுமையாகக் கண்டித்தார். இந்த விபச்சாரச் செயலால் கருவுற்ற குழந்தையைத் தேவன் எடுத்துக் கொண்டார். பின்னாளில் இந்த தம்பதியருக்குப் பிறந்த இரண்டாவது குழந்தை தான் சாலமோன்.

சிறிது நாட்களுக்குப் பிறகு, அவனுடைய குடும்பத்துக்குள்ளேயே உண்மையான பிரச்சனை ஆரம்பித்தது. தாவீது வேறொரு மனிதனின் வாழ்க்கையில் நுழைந்து அவனது மனைவியுடன் விபச்சாரம் செய்ததால், பாவம் அவன் வீட்டைப் பாழாக்கியது. அவன் தேவனுக்கு முன்பாக மனந்திரும்பி அவருடைய மன்னிப்பைப் பெற்றான். எனினும், அவனது மூடத்தனத்தின் விளைவுகள் அரங்கேறின. தாவீதின் குமாரனாகிய அப்சலோமுக்குத் தாமார் என்னும் பேருள்ள சவுந்தரியமுள்ள ஒரு சகோதரி இருந்தாள்; அவள்மேல்

தாவீதின் குமாரன் அம்னோன் மோகம்கொண்டான். அநேகமாக அவளை அவன் திருமணம் செய்திருக்கலாம். ஆனால், தன் உறவினரான யோனதாப் கொடுத்த வஞ்சகமான அறிவுரையைக் கேட்டு, தாமாரைத் தன் வீட்டுக்கு வரவழைத்து, வியாதியுள்ளவன் என்ற பாசாங்கில் தனக்குப் பணிவிடை செய்ய அழைத்துவந்து, அவளைப் பலவந்தமாய்ப் பிடித்து, அவளைக் கற்பழித்து, அவமானகரமான முறையில் வீட்டிற்குத் திருப்பி அனுப்பினான். தன் சகோதரியாகிய தாமாரை அம்னோன் கற்பழித்த காரியத்தினிமித்தம் அப்சலோம் அவனைப் பகைத்தான். ஆனால் அவன் உடனடியாக அவனுக்கு வெளிப்படையாக எந்த தீங்கும் செய்யவில்லை. தாவீது இந்த விஷயத்தைப் பற்றிக் கேள்விப்பட்டான், ஆனால் எதுவும் செய்யவில்லை. ஏனென்றால், **தாவீதும் ஒழுக்கத்திற்கு ஒரு சிறந்த முன்மாதிரி அல்ல.** இரண்டு வருஷம் மட்டும் அப்சலோம் அமைதியாக இருந்தான். கொலை செய்வதைப் பற்றி சிந்திக்கும் அளவுக்கு அவனுடைய இருதயத்தில் கசப்பை வளர்த்தான். இரண்டு ஆண்டுகளுக்குப் பிறகு, அவன் அம்னோனை ஒரு சதித்திட்டத்தில் சிக்க வைத்து அவனைக் கொன்றான். தாவீது உடைந்து போனான்! அப்சலோமோ அம்மியூதின் குமாரனாகிய தல்மாய் என்னும் கேசூரின் ராஜாவினிடத்திற்கு (தன் தாய்வழி தாத்தா) ஓடிப்போய் அங்கே மூன்று ஆண்டுகள் தங்கியிருந்தான். அப்சலோம் மீது தாவீதுக்கு கோபம் இருந்தாலும், அவனது இதயம் அவனுக்காக ஏங்கியது. இதைக் கவனித்த படைத்தலைவனான யோவாப், அப்சலோமை கேசூரிலிருந்து திரும்ப கொண்டு வர திட்டம் தீட்டினான். ஆனால், அப்சலோமின் முகத்தை தாவீது ஏற்றெடுத்தும் பார்க்கவில்லை. ஆனால், யோவாப் மூலம் தாவீதைச் சந்திக்க அப்சலோம் ஒரு திட்டம் போட்டான். அதனால், இருவரும் சமாதானமானார்கள். ஆனால் இந்த நல்லிணக்கம் வெறும் கண் துடைப்பு மட்டுமே.

அப்சலோம் தந்திரமாக இஸ்ரவேல் மக்களின் இருதயங்களை வென்று, அன்பும் அக்கறையும் கொண்டவனாக நடித்து, அதன் மூலம் இஸ்ரவேல் மனுஷருடைய இருதயத்தைக் கவர்ந்துகொண்டான். அவர்கள் இருதயங்களை வெல்ல மிகவும் கடினமாக உழைத்தான் (வஞ்சகத்தின் மூலம்). அந்த வஞ்சக முயற்சியில் ஒரு கட்டத்தில் வெற்றியும் கண்டான். நாற்பது வயதில், எப்ரோனில் கர்த்தருக்குப் பண்ணின பொருத்தனையை செலுத்தும் போலியான ஏற்பாடு செய்து அன்று தன்னை புதிய ராஜாவாக அறிவித்தான் (அவனது தந்தையான தாவீது ராஜா இன்னும் உயிருடன் மற்றும் நன்றாக

இருந்தபோது). அவனது முக்கிய ஆலோசகர் அகித்தோப்பேல் (பத்சேபாவின் தாத்தா) சொல்லும் ஆலோசனையெல்லாம் தேவனுடைய வாக்கைப்போல இருந்தது. ஆனால், தன் பேத்தியாகிய பத்சேபாளுடன் தாவீது விபச்சாரம் செய்ததால், அகித்தோப்பேல் அவனை பழிவாங்க ஏங்கினான். எனவே அவன் அப்சலோமுடன் கூட்டுச் சேர்ந்து, தாவீதைக் கவிழ்க்க அவனுடன் எபிரோனுக்குச் சென்றான்.

இந்த விஷயம் தாவீதுக்கு அறிவிக்கப்பட்டபோது, அவன் பதிலடி கொடுக்கவில்லை. தான் செய்த தவறின் விளைவுதான் தனக்கு உண்மையாகவும் தன் பராக்கிரமசாலியாகவும் இருந்த உரியாவின் குடும்பத்தை அழித்தது என்பதை அறிந்து, தன்னைத்தானே தாழ்த்திக்கொண்டான். அவன் பழிவாங்க விரும்பவில்லை, அவன் தான் செய்ததை நியாயப்படுத்தவில்லை. மாறாக, தாவீது எருசலேமிலே தன்னிடத்திலுள்ள தன்னுடைய எல்லா ஊழியக்காரரையும் (சுமார் அறுநூறு பேர்) நோக்கி, "எழுந்து ஓடிப்போவோம், இல்லாவிட்டால் நாம் அப்சலோமுக்குத் தப்ப இடமில்லை; அவன் தீவிரித்து நம்மிடத்தில் வந்து, நம்மைப் பிடித்து, நம்மேல் பொல்லாப்பு வரப்பண்ணி, நகரத்தைப் பட்டயக்கருக்கினால் சங்காரம்பண்ணாதபடிக்குத் தீவிரமாய்ப் புறப்படுங்கள்" என்றான். வீட்டைக்காக்க ராஜா மறுமனையாட்டிகளாகிய பத்து ஸ்திரீகளைப் பின்வைத்தான். அவன் இன்னும் உடைந்த மற்றும் நொறுங்குண்ட இதயத்துடன் தேவனைப் பின்தொடர்ந்தான். கர்த்தருடைய கண்களில் எனக்குக் கிருபை கிடைத்ததானால், நான் வாசஸ்தலத்தையும் பார்க்கிறதற்கு, என்னைத் திரும்ப வரப்பண்ணுவார் என்றான். அப்சலோமிற்கு முன்பாகவோ அல்லது தேவனுக்கு முன்பாகவோ தன்னை நியாயப்படுத்த அவன் ஒருபோதும் முயற்சி செய்யவில்லை.

அதன்பிறகு, சுருக்கமாக சொல்லவேண்டுமானால், அப்சலோம் அனைத்து இஸ்ரவேலரையும் அணிதிரட்டி, அதே இரவில் தாவீதைக் கொல்ல அவனைப் பின்தொடர வேண்டும் என்று அகித்தோப்பேல ஆலோசனை கூறினான். அகித்தோப்பேல் தன் யோசனையின்படி நடக்கவில்லை என்று கண்டபோது, நான்றுகொண்டு செத்தான். அப்சலோம் அகித்தோப்பேலின் ஆலோசனையை நிராகரிக்கும்படி கர்த்தர் செய்தார். மேலும் அவன் மிகவும் தாமதமாக தாவீதுடன் சண்டையிட்டான் (தாவீது திடப்படுத்திக்கொள்வதற்கு சற்று வாய்ப்பு கிடைத்தது). பின்னர் யோவாபால் போரில் கொல்லப்பட்டான். கடைசியில், தாவீதை இஸ்ரவேல் தேசத்தார் திரும்பக் கொண்டுவந்து ராஜாவாக

ஏற்படுத்தினார். இந்த நிகழ்வைப் பற்றிய கூடுதல் விவரங்கள் வசனங்களின் விளக்கத்தில் சேர்க்கப்படும்.

தாவீது தன் குமாரன் அப்சலோமுக்குத்
தப்பி ஓடிப்போகையில் பாடின சங்கீதம்.

1. கர்த்தாவே, என் சத்துருக்கள் எவ்வளவாய்ப் பெருகியிருக்கிறார்கள்! எனக்கு விரோதமாய் எழும்புகிறவர்கள் அநேகர்.

2. தேவனிடத்தில் அவனுக்கு இரட்சிப்பு இல்லையென்று, என் ஆத்துமாவைக் குறித்துச் சொல்லுகிறவர்கள் அநேகராயிருக்கிறார்கள். (சேலா.)

கதையைப் படித்த பிறகு, தாவீதின் துயரத்தையும், அதற்கான காரணத்தையும் புரிந்து கொள்ள முடியும். அப்சலோம் தன் சொந்த தகப்பனுக்குத் துரோகம் செய்தது மட்டுமல்லாமல், தாவீதுக்கு சொந்தமான உண்மையான குடிமக்களில் பலரைத் தந்திரமாகவும், வெற்றிகரமாகவும் தனக்கு சொந்தமான ஜனமாக்கிக் கொண்டான். தாவீது பத்சேபாளோடு செய்த பாவத்துக்காக தேவன் அவனை நியாயந்தீர்த்தார். அவன் இதற்கும் இன்னும் அதிகமாக நியாயந்தீர்க்கப்பட வேண்டும் என்று சிலர் நினைத்தனர். நிகழ்வுகளின் போக்கில், தேவன் இனி தாவீதுடன் இல்லை என்றும், அவனது பாவத்திற்காக அவனைத் தண்டிக்கிறார் என்றும் மக்கள் உறுதியாக நினைத்திருப்பார்கள். தாவீதுக்கு தெய்வீக அறிவுரை கொடுத்த அகித்தோப்பேல் போன்ற ஆலோசகர்களும் தாவீதுக்கு எதிராகத் திரும்பி, தங்களுடைய அருவருப்பான அறிவுரையை வெளியரங்கில் பேசினர். தாவீது தன்னை நிச்சயமாக வெறுப்பான் என்று தனது ஆதரவாளர்களுக்கு உறுதியளிக்க, அகித்தோப்பேல் அப்சலோமை நோக்கி: வீட்டைக்காக்க உம்முடைய தகப்பன் பின்வைத்த அவருடைய மறுமனையாட்டிகளிடத்தில் பிரவேசியும், என்று ஆலோசனை வழங்கினான். அப்படியே அப்சலோமுக்கு உப்பரிகையின்மேல் ஒரு கூடாரத்தைப் போட்டார்கள்; அங்கே அப்சலோம் சகல இஸ்ரவேலரின் கண்களுக்கு முன்பாக, தன் தகப்பனுடைய மறுமனையாட்டிகளிடத்தில் பிரவேசித்தான். அப்சலோம் பொதுமக்களையும் படையையும் தன்பக்கம் இழுத்துக்கொண்டான்.

"பழிவாங்குதல்" பற்றி நாம் பேசும்போது, தன்னையோ அல்லது வேறு யாரையோ பழிவாங்குவது ஒருபோதும் ஒரு மனிதனின் வேலை அல்ல என்பதைத் தேவன் மிகவும் தெளிவுபடுத்தியுள்ளார். இது காயீனின் விஷயத்தில் ஆரம்பத்திலிருந்தே நிறுவப்பட்டது. ஆதியாகமம் 4:15-ல் தேவன், "காயீனைக் கொல்லுகிற எவன் மேலும் ஏழு பழி சுமரும் என்று சொன்னார்". காயீன் தன் சகோதரன் ஆபேலைக் கொன்றதற்காக அவனுடைய தலையில் நியாயத்தீர்ப்பு தங்கியது. அந்தப் பழிவாங்குதல் தேவனுக்கே உரியது. ஆனால் காயீனைத் தண்டிக்கும் பொறுப்பைக் கையில் எடுக்கும் எவருக்கும், ஏழு மடங்கு நியாயத்தீர்ப்பு இருக்கும்! உரியாவுக்கு எதிராக தாவீது செய்த பாவத்துக்காகவும், அம்மோனின் தவறுகளுக்காகவும், தாமாரின் பாழ்க்கடிப்புக்காகவும் அவனைத் தண்டிப்பதற்காக அப்சலோம் அவனுக்கு எதிராக ஒரு நிலைப்பாட்டை எடுத்ததை நாம் இங்கே காண்கிறோம். தாவீது பத்சேபாளுடன் விபச்சாரம் செய்தபோது தாவீதின் மகன்கள் இளைஞர்களாக இருந்தனர். மேலும், அவர்களின் தந்தையின் வெட்கக்கேடான செயலால் முற்றிலும் வெட்கப்பட்டிருப்பார்கள். என்றபோதிலும் தாவீதைப் பழிவாங்க அப்சலோமுக்கு உரிமை நிச்சயமாக இல்லை.

அப்சலோம் முகாமில் தாவீதின் உளவாளியாக இருந்த ஊசாயின் ஆலோசனையின் பேரில், தாவீதை எதிர்த்துப் போரிட அப்சலோம் இஸ்ரவேல் படையைத் திரட்டினான். ஆனால், யோர்தானைக் கடந்து தாவீது தன்னைப் பாதுகாத்துக் கொள்ளச் சிறிது நேரம் எடுத்துக்கொள்ளட்டும் என்று தான் ஊசாய் இதைச் செய்தான். தாவீது ஓடிப்போன அதே இரவில், எப்ரோனிலிருந்து எருசலேமுக்குத் திரும்பிய உடனேயே, அவனைத் தாக்க வேண்டும் என்ற அகித்தோப்பேலின் ஆலோசனைக்குப் பதிலாக இந்த ஆலோசனை தேர்ந்தெடுக்கப்பட்டது.

தான் பெரும் சிக்கலில் மாட்டிக்கொண்டிருப்பதை தாவீது உணர்ந்தான். தனது எதிரிகள் எண்ணிக்கையிலும் பலத்திலும் அதிகமாக இருப்பதை அவன் அறிந்திருந்தான். அவன் தன்னைத் தாழ்த்தி, தன்னை இதற்கு நீங்கலாக்கிவிடும் படிக்குத் தேவனை நோக்கிக் கெஞ்சினான். பத்சேபாள் உரியா விஷயத்தில் தான் செய்த பொறுப்பற்ற செயலின் காரணமாகவே இத்தனை துயரங்களையும் தனக்குத் தானே வரவழைத்துக் கொண்டதையும் அவன் அறிந்திருந்தான். இந்த விஷயத்தில் தேவன் இல்லாமல் தன்னுடைய சொந்த ஞானத்தின்படி செல்வது பயனற்றது என்பதை அவன் அறிந்திருந்தான்.

தான் இன்னும் நேசித்த தன் மகன் அப்சலோமிடமிருந்து தன்னை காப்பாற்றும் பொறுப்பைத் தேவன் கையில் விட்டுவிட்டான். தேவனைச் சார்ந்திருக்கும் ஒரு கதாபாத்திரத்தின் அடையாளம் இதுதான். தாவீது இரக்கமும், கிருபையும் உள்ள சேனைகளின் தேவனிடத்தில் விசுவாசம் வைத்ததால் இந்தத் துன்பங்கள் அனைத்தையும் கடந்து வாழ்ந்தான். அவன் தனது கவலைகளைத் தேவனுக்கு முன்பாக மட்டுமே வைத்தான், எந்த மனிதனுக்கும் முன்பாக அல்ல. அவன் தேவனிடமிருந்தே வழிகாட்டுதலையும் தப்பிக்கும் போக்கையும் நாடினான். தான் செய்த தவறுக்காக தேவன் தன்னை ஏற்கனவே மன்னித்துவிட்டார் என்று அவன் உறுதியாக நம்பினான், விசுவாசத்துடனும் இருந்தான். ஆனால் தனது மூடத்தனத்தின் விளைவுகளைத் தேவனுடைய உதவியாலும், இரக்கத்தாலும் மட்டுமே மேற்கொள்ள முடியும் என்பதை அவன் அறிந்திருந்தான். தேவன் தனக்குக் கடன்பட்டிருக்கிறார் என்ற மனப்பான்மையை அவன் ஒருபோதும் வெளிக்காட்டவில்லை. மாறாக, அவன் தன் வேண்டுகோளைத் தேவனுக்கு அறிவித்து, கீழ்ப்படிதலுள்ள இருதயத்தோடே விடுதலைக்காகப் பொறுமையுடன் காத்திருந்தான். இது தேவனுக்கு மிகவும் பிரியமாயிருந்தது, அவர் அவன் சார்பாகச் செயல்பட்டார்.

3. ஆனாலும் கர்த்தாவே, நீர் என் கேடகமும், என் மகிமையும், என் தலையை உயர்த்துகிறவருமாயிருக்கிறீர்.

தாவீதுக்கு இந்த வெளிப்பாடு எங்கிருந்து வந்தது என்று நீங்கள் நினைக்கிறீர்கள்? ஆதியாகமம் 15:1-ல் ஆபிரகாமுக்கு தேவன் கொடுத்த வாக்குத்தத்தத்திலிருந்து தான். கர்த்தருடைய வார்த்தை ஆபிரகாமுக்குத் தரிசனத்திலே உண்டாகி, அவர்: நான் உனக்குக் கேடகமும், உனக்கு மகா பெரிய பலனுமாயிருக்கிறேன் என்றார். தேவன் இந்த ஆசீர்வாதங்களை மனிதர்களுக்குச் சொன்னார், ஏனென்றால் மனிதர்கள் பிழையின்றி வாழ்ந்ததாலோ அல்லது மனிதர்கள் இதற்குத் தகுதியானவர்கள் என்பதாலோ அல்ல. ஆபிரகாமின் வரலாற்றை நாம் படிக்கும்போது, அவனது குறைபாடுகள் நம்மை உற்று நோக்கி பார்க்கிறது. வேதாகமம் மிகவும் வெளிப்படையானது. மனிதர்களின் யதார்த்தத்தையும், பலவீனத்தையும் நமக்கு வெளிப்படுத்தி அதன் மூலம், பரிசுத்த ஆவியானவர் நமக்குப் போதிக்கிறார். மற்றவர்களின் உதாரணங்கள் மூலம் நமக்குச் சிறந்த ஆலோசனையை வழங்குகிறார். மேலும், நம்முடைய சர்வவல்லமையுள்ள தேவனின் சிறந்த பண்புகளைத்

காண அவர் நம் கண்களைத் திறக்கிறார். பரிசுத்த வேதாகமத்தில் உள்ள பரிசுத்தவான்களுக்கு அருளப்பட்ட ஆசீர்வாத வாக்குத்தத்தங்களை நமக்கு உரிமையாக்கிக் கொள்ள வேண்டிய பொறுப்பு நம்முடையது. தாவீது இங்கு அதைச் செய்தான்.

உபாகமம் 17:16 லிருந்து 20 வரை இஸ்ரவேலின் மீது ராஜாக்களாக நியமிக்கப்படப்போகிறவர்களுக்குக் கொடுக்கப்பட வேண்டிய அறிவுறுத்தல்களைப் பற்றி பேசி (ராஜாக்களை நியமிக்கும் எண்ணம் வருவதற்கு முன்பே), அவர்களுக்குக் குறிப்பிட்ட அறிவுறுத்தல்களை வழங்கினார். அவர்கள் மனைவிகளையோ, குதிரைகளையோ பெருக்கக் கூடாது. தாவீது முதல் போட்டியில் மிகவும் தோல்வியடைந்தான். அவனுக்கு மொத்தம் எட்டு மனைவிகளும், குறைந்தது பத்து மறுமனையாட்டிகளும் இருந்தனர். அதுவே தேவனுக்கு முன்பாக அவனுடைய மனசாட்சியை உறுத்தியிருக்கும். இருப்பினும், தேவன் தன்னை மன்னித்துவிட்டார் என்று அவன் நம்பினான். ஆனாலும் அதன் விளைவுகளை அவன் எதிர்கொள்ள வேண்டியிருந்தது. ஆகவே அவன் எந்த அம்சத்திலும் தன்னை நியாயப்படுத்திக் கொள்ளவில்லை. அவன் எப்போதும் தேவனுடைய இரக்கத்தைச் சார்ந்திருந்தான். இரட்சிப்பு மற்றும் விடுதலைக்காக அவரை எதிர்பார்த்தான். ராஜாக்கள் தேவபக்தியுள்ளவர்களாக இருப்பதற்காக ராஜாக்களாக நியமிக்கப்பட்டவர்கள் நியாயப்பிரமாண புத்தகத்தின் ஒரு நகலை தங்கள் கைப்பட எழுதிக் கொள்ள வேண்டுமென்பது முன்னறிவிக்கப்பட்டிருந்தது. அதை தியானிக்கும்படி கட்டளையிடப்பட்டனர். ஆகவே அந்தச் சமயத்தில் கிடைத்த வேதவசனங்களை தாவீது படித்திருந்தான். முன்னோர்களுக்குத் தேவன் கொடுத்த வாக்குறுதிகளைப் பற்றி அவன் அறிந்திருந்தான். அந்த வாக்குறுதிகளை தனக்கு உரிமையாக்கிக் கொள்ள அவன் ஒருபோதும் தயங்கியதில்லை.

தாவீதுக்கு கிருபையால் (புதிய உடன்படிக்கை) விசுவாசத்தைக் கொண்டு இரட்சிக்கப்படுதலைப் பற்றிய வெளிப்பாடு இருந்தது. அவனுடைய பல சங்கீதங்கள் இதைத் தெளிவாக விவரிக்கின்றன. உண்மையான நம்பிக்கை அல்லது மனந்திரும்புதல் இல்லாமல் மிருக ஜீவன்களை பலியாக செலுத்துவதில் எந்த பயனும் இல்லை என்பதை அவன் அறிந்திருந்தான். எனவே, அவன் தைரியமாக இதை பிரடகனப்படுத்தி வாழ்ந்தான். தேவன் தன் மீது வைத்திருக்கும் நிபந்தனையற்ற அன்பை உறுதி செய்து கொண்டான்.

மேலும் 'கர்த்தாவே, நீர் என் கேடகம்' என்றும் அறிவித்தான். தாவீது உறுதியாக நின்று தேவனோடு அவன் கொண்டிருந்த உடன்படிக்கையின்படி செயல்பட்டான். அவன் விருத்தசேதனத்தில் உறுதியாக விசுவாசம் வைத்தான் (அவன் பழைய உடன்படிக்கையின் கீழ் இருந்ததால்) மற்றும் புதிய உடன்படிக்கையில் இளைப்பாறினான் (அதைப் பற்றி தேவனிடமிருந்து ஒரு வெளிப்பாடு பெற்றிருந்ததால்). விருத்தசேதனம் என்பது மனிதனின் மாம்சத்தில் செய்யப்பட்ட ஒரு வெளிப்புற அடையாளமாகும். இது ஆபிரகாமைப் போலவே அவனுக்கும் விசுவாசம் இருப்பதாக அறிவிக்கிறது. மனிதன் தனது விசுவாசத்தைத் தேவன் மீதும், அவரது வல்லமையின் மீதும் மட்டுமே வைக்க வேண்டும் என்பதை நினைவூட்டுவதே இதன் நோக்கம். விருத்தசேதனம் என்கிற உடல் அடையாளம் தானாகவே மிகவும் தனிப்பட்டதாகும்.

தேவன் தன்னுடைய எதிரிகளிடமிருந்து தன்னை விடுவிப்பது மட்டுமல்லாமல், அவர்களுக்கு முன்பாக தன்னை கனப்படுத்துவார் என்பதில் தாவீது மிகவும் உறுதியாக இருந்தான். தாவீது இந்த உண்மையை தன் வாழ்க்கையில் நடந்த எல்லாவற்றிலிருந்தும் கற்றுக்கொண்டான். அவன் தன்னுடைய வாழ்க்கையில் மீண்டும் தேவனுடைய நன்மையைத் தியானித்தவர்களில் ஒருவனாகத் திகழ்ந்தான்.

தாவீது இந்த சங்கீதத்தை எழுதியபோது மிகுந்த துயரத்தில் இருந்தான். தாவீது தன் முகத்தை மூடி, வெறுங்காலால் நடந்து அழுதுகொண்டு சென்றான். அவனைப் பின்தொடர்ந்து வந்த அனைவரும் அவன் இந்த நிலையில் இருப்பதைக் கண்டு மிகவும் வருந்தினர். ஆயினும், தேவனுடைய வார்த்தையிலிருந்து கர்த்தருடைய வாக்குத்தத்தங்களைத் ஏற்றுக்கொண்டு தன்னை (அவனது தற்குறியை) திடப்படுத்திக் கொண்டான். அவன் தன்னைத்தானே சபித்துக் கொண்டதே இல்லை. தேவனுடைய நீதியான செயல்கள் நிறைவேறுவதை அவன் கண்களால் காண்பதற்கு முன்னரே அவற்றை அறிக்கை செய்தான். கர்த்தருடைய இரக்கத்தையும் உண்மையையும் அவன் தன் இருதயத்தில் நிச்சயப்படுத்தியிருந்தான்!

நம்முடைய மூடத்தனத்தின் காரணமாகவே நம்முடைய பெரும்பாலான துயரங்கள் எழுகின்றன என்பதைச் சொல்லத் தேவையில்லை. ஆனால் தாவீதின் மனப்பான்மையை நாம் எத்தனை முறை கொண்டிருக்கிறோமா? பெரும்பாலான நேரங்களில், நாம் நம் சொந்த மனசாட்சி மூலம் நம்மை

நியாயப்படுத்துகிறோம், தேவனுக்கு எதிராக எரிச்சலடைகிறோம், நம்மைப் புண்படுத்தும் நபரைப் பின்தொடர்கிறோம், நம்மை நீதிமானாக்கக் கர்த்தரைத் தேடுவதைத் தவிர்க்கிறோம். நாம் கடந்து செல்லும் அனைத்திலும் ஒரு நல்ல அணுகுமுறையை அணுகக் கற்றுக்கொள்வோம்.

4. நான் கர்த்தரை நோக்கிச் சத்தமிட்டுக் கூப்பிட்டேன்; அவர் தமது பரிசுத்த பர்வதத்திலிருந்து எனக்குச் செவிகொடுத்தார். (சேலா.)

5. நான் படுத்து நித்திரை செய்தேன்; விழித்துக்கொண்டேன்; கர்த்தர் என்னைத் தாங்குகிறார்.

தாவீதும் அவனுடைய ஜனங்களும் நகரத்தை விட்டுப் புறப்பட்டபோது, ஆசாரியர்களான சாதோக்கும், அபியத்தாரும் உடன்படிக்கைப் பெட்டியைத் தங்களோடு தூக்கிக்கொண்டு தாவீதைப் பின்தொடர்ந்து யோர்தானின் கரைவரை சென்றார்கள். ஆனால் தாவீது அவர்களைத் தன்னைப் பின்தொடர வேண்டாம் என்று தடைசெய்து, உடன்படிக்கைப் பெட்டியுடன் நகரத்திற்குத் திரும்பும்படி ஆசாரியர்களுக்குக் கட்டளையிட்டான். பெட்டி அந்நாட்களில், கர்த்தர் சரீர பிரகாரமாக மக்களுடன் பிரசன்னமாக இருந்ததற்கு அடையாளமாக இருந்தது. பெட்டியைத் திரும்ப எடுத்துச் செல்லும்படி ஆசாரியர்களிடம் தாவீது சொன்னது மனத்தாழ்மை மற்றும் மிகுந்த விசுவாசத்தின் ஒரு படியாக இருந்தது. தன்னை நீதிமானாக்கத் தேவனை மட்டுமே சார்ந்திருந்து அவருக்காகக் காத்திருந்தான். கர்த்தர் அவன்மேல் பிரியமாக இருந்தாரானால், தன்னை மீண்டும் உடன்படிக்கை பெட்டிக்கு முன்பாக ஆராதிக்க நகரத்திற்கும் அவருடைய பரிசுத்த ஸ்தலத்திற்கும் அழைத்து வருவார் என்றான்.

தாவீது தேவனை நோக்கிக் கூப்பிட்டபோது அவனுக்குச் செவிகொடுத்தார் என்று கூறுகிறான். இதை அவன் அறிக்கை செய்கையில், அவன் எருசலேமுக்கு வெகு தொலைவில் இருந்தான். ஆனாலும் அவன் தன்னுடைய உண்மையான நிலைமையை அறிக்கை செய்வதை விட, தேவன் தனக்காகச் செய்து முடிக்கப்போவதை அறிக்கை செய்தான். இது விசுவாசத்தின் மொழி. அவன் மறுதலிக்கவில்லை, மாம்சத்தின்படியும் இருக்க விரும்பவில்லை. சர்வ வல்ல தேவனுடைய இரக்கத்தின் மேல் அவன் உறுதியாக விசுவாசம் கொண்டிருந்தான்.

பரிசுத்த பர்வதம் சீயோன் மலை. இது புதிய உடன்படிக்கையின் கீழ் கிருபையின் மலை என்றும் அழைக்கப்படுகிறது. தாவீது தனது யோசனைகளில் மிகவும் தீவிரமாய் இருந்தான். தேவனை அடைய ஒரே வழி மேசியா (கிருபை) தான் என்றும், நியாயப்பிரமாணத்தின் வழியாக அல்ல என்று அவன் நம்பினான். ஆகவே, சீயோன் மலையிலிருந்து தேவன் அவனுக்குச் செவிகொடுத்தார் என்று அவன் கூறும்போது, தேவன் தம்முடைய கிருபையின்படி அவனுக்குப் பதிலளித்தார் என்று அவன் அறிவிக்கிறான். தேவனின் இரக்கம் நமக்கு மிகவும் தகுதியான தண்டனையிலிருந்து நம்மைப் பாதுகாக்கிறது. மேலும் அவருடைய கிருபை அவருடைய நன்மையை நாம் அணுக உதவுகிறது (இது நமது செயல்களுக்கான வெகுமதி அல்ல). நம்முடைய கர்த்தராகிய இயேசு கிறிஸ்துவின் அன்பையும், தியாகத்தையும் நமது முழு இருதயத்தோடு ஒப்புக்கொண்டு அறிக்கையிடுவதை தவிர நாம் செய்யும் எதுவும் அவருடைய இரக்கத்தையும் கிருபையையும் பெற நம்மைத் தகுதிப்படுத்த முடியாது. ஆகவே உடன்படிக்கைப் பெட்டி தன்னோடு இல்லாத சமயத்திலும்கூட, தேவன் என் குரலைக் கேட்டார் என்ற விசுவாசம் தாவீதுக்கு இருந்தது. 'செவிகொடுத்தார்' என்பது தேவன் அவனுடைய வேண்டுகோளை ஏற்று அவனை அவன் இடுக்கண்களுக்கெல்லாம் நீங்களாகி இரட்சித்தார் என்பதைக் குறிக்கிறது. இது ஒரு 'செயலில்' கேட்கும் முறையாகும்.

கர்த்தர் தனக்குச் செவிகொடுத்தார் என்று தாவீது எப்படி அவ்வளவு உறுதியாக நம்பினான்? இரண்டு வெளிப்படையான காரணங்களுக்காக: முதலில், நான் படுத்து நித்திரை செய்தேன்; விழித்துக்கொண்டேன்; கர்த்தர் என்னைத் தாங்குகிறார். நம்மில் பெரும்பாலானோர் அற்ப விஷயங்களுக்கே நித்திரையைத் தொலைத்து விடுகிறோம். ஒரு சிறிய குற்றமே நம் நிம்மதியைப் பெருமளவில் பறிக்க அனுமதிக்கிறோம். ஆனாலும் இந்த கட்டத்தில், தாவீதால் படுத்து நித்திரை செய்ய முடிந்தது. தேவனுடைய சமாதானம் அவனுடைய இருதயத்தில் எந்த அளவுக்கு ஆட்சி செய்தது என்பதை உங்களால் கற்பனை செய்ய முடிகிறதா? மறுநாள் காலையில் எழுந்தான். தேவன் மட்டுமே தனது ஜெபத்தைக் கேட்டார் என்று அவன் நம்பியதற்கான காரணம் இதுதான். ஏனெனில், தேவனே அவனுக்கு நித்திரையை அளித்து இரவு முழுவதும் அவனைத் தாங்கியிருப்பார். அவன் தூங்கும்போது அவனது எதிரிகள் அவனைக் கொன்று மறுநாள் காலையில் அவன் எழுந்திருக்கச்

செய்திருக்க மாட்டார்கள். சொல்லப்போனால், தாவீதை அன்றிரவே துரத்திக்கொண்டு போய்க் கொல்லும்படி அப்சலோமுக்கு அகித்தோப்பேல் சொல்லியிருந்தான். தனக்கு வரப்போகும் ஆபத்தைப் பற்றி தாவீது மாயத்தோற்றம் கொள்ளவில்லை. தாவீதுக்கு மிகவும் முக்கியமானதாகத் தோன்றிய ஒரு உண்மையை (அவன் தூங்கி மீண்டும் எழுந்தான்) நம்மில் பெரும்பாலோர் கவனிக்கத் தவறிவிடுகிறோம். இந்த விஷயங்களை நாம் உணர வேண்டும், அது நம் வாழ்வில் தேவனுடைய கிரியையை மேன்மைப்படுத்தும்.

இரண்டாவதாக, அகித்தோப்பேல் அப்சலோமுக்கு ஆதரவாக இருந்ததை தாவீது கேள்விப்பட்டபோது, அகித்தோப்பேலின் ஆலோசனையை அவமாக்கிப் போடும்படி தேவனிடம் அவன் ஜெபித்தான். அப்சலோம் அகித்தோப்பேலின் ஆலோசனையை விட ஊசாயின் ஆலோசனைக்கு முக்கியத்துவம் கொடுத்தபோது, அந்த ஜெபத்திற்குப் பதில் கிடைத்ததை காணலாம். எருசலேமில் நடக்கிற எல்லாவற்றையும் ஊசாய் தாவீதுக்குத் தெரியப்படுத்தினான். இந்த அவமரியாதையையும் அவமானத்தையும் தொடர்ந்து, அகித்தோப்பேல் வீட்டிற்குச் சென்று தூக்கிட்டுத் தற்கொலை செய்து கொண்டான். நிச்சயமாகவே, அகித்தோப்பேலின் ஆலோசனை நிராகரிக்கப்பட்டது, தாவீதின் செவிகளுக்கு எட்டியிருக்கும். தேவன் அவனுடைய ஜெபங்களுக்குப் பதிலளித்தார் என்பதை அவன் அறிந்திருந்தான்.

6. எனக்கு விரோதமாகச் சுற்றிலும் படையெடுத்து வருகிற பதினாயிரம்பேருக்கும் நான் பயப்படேன்.

என்னே ஒரு கூற்று! நம்மில் எத்தனை பேர் இப்படி அறிக்கை செய்ய முடியும்? நம்மில் பெரும்பாலானோர் சோதனைகள் மற்றும் துன்புறுத்தல்களிலிருந்து விலகி இருக்க ஜெபிக்கிறோம். நம் வாழ்வில் அமைதி மிகவும் அவசியம் என்பது உண்மைதான். ஆனால் சோதனைகளும் துன்புறுத்தல்களும் நம்மை ஒரு நாள், தாவீதைப் போல இந்த சத்தியத்தைத் தைரியமாக அறிவிக்கக்கூடிய இடத்திற்குக் கொண்டு வருகின்றன. இறுதியாக நாம் அந்த இடத்தை அடையும் போது, சாத்தான் முற்றிலும் நிராயுதபாணியாகிறான். ஏனென்றால், அவனுடைய முக்கிய நோக்கம் நம்மில் பயத்தைத் தூண்டி நம்மைத் தடுமாறச் செய்வதாகும்.

தாவீது பலமுறை இந்த நிலையில் இருந்திருக்கிறான். தன் தகப்பனின் சில ஆடுகளைக் காவல் காக்கும்போது, சிங்கங்களையும் கரடிகளையும் எதிர்த்துப் போராட வேண்டியிருந்தது. அவன் தேவனைச் சார்ந்திருக்கவும், அவருடைய ஆவி தன்மேல் தங்கியிருக்கிறது என்ற உண்மையை நம்பவும் கற்றுக்கொண்டான். **அவன் தேவனுடைய அபிஷேகத்தைப் பயிற்சி செய்தான்.** அவன் கோலியாத்தை எதிர்கொண்டபோது, மூர்க்கமான விலங்குகளின் மீது தேவன் அவனுக்கு ஏற்கனவே அளித்த வெற்றியை நினைவுகூர்ந்தான். அதேபோல், கோலியாத்தின் மீதான அவனது வெற்றி, சவுல் அவனைக் காரணமில்லாமல் பின் தொடர்ந்தபோது தேவனுடைய உண்மையிலும், அவருடைய வல்லமையிலும் அவனது விசுவாசத்தைப் பலப்படுத்தியது. **தாவீதின் பெலன் தன் வாழ்க்கையில் தேவன் செய்த செயல்களை நினைவு கூறுவதிலிருந்து வந்தது.** அதுவே அவனை ஒரு தாழ்மையான நபராக மாற்றியது. மற்றும், சூழ்நிலைகள் எவ்வளவு பயங்கரமானதாக இருந்தாலும் கர்த்தருக்குள் தன்னை பலப்படுத்த மீண்டும் அவனுக்கு உதவியது.

இந்த அறிவிப்பை அவன் பல சங்கீதங்களில் திரும்பத் திரும்ப எடுத்துரைக்கிறான். தேவனுடைய நன்மை மீது அவனுக்கு இருந்த விசுவாசம் உச்சத்தை எட்டியது. அவன் ஒருவருக்குத் தீங்கிழைத்த போது, அதற்கு ஈடாக எவ்வளவு விலை கொடுத்த போதும் கூட, தேவனுக்கு முன்பாகத் தன்னைத் தாழ்த்திக் கொண்டான். மன்னிப்பைப் பெற்றதாக உறுதியாக நம்பும் வரை மனந்திரும்பி உடைந்து தேவனுக்காகக் காத்திருந்தான். நியாயமற்ற காரணங்களுக்காக மக்கள் அவனுக்கு எதிராக வந்தபோது, இனிமேலும் தேவனே அவர்களைப் பழிவாங்குவதற்காகக் காத்திருந்தான். எது எப்படியோ, தேவன் அவனுடைய வழிகாட்டியாக இருந்தார்.

தாவீது எந்த நேரத்திலும் தனது துயரங்களிலிருந்து தன்னை காப்பாற்ற மனிதர்களை நம்பியதில்லை. தாவீது ஒரு மனிதனின் அங்கீகாரத்தை நம்பியிருப்பதை நம்மால் ஒருபோதும் காணமுடிவதில்லை. ஒவ்வொரு ஆலோசனையையும் தேவனிடமிருந்து நேரடியாகப் பெற்றுக் கொள்ள அவனது இதயம் எப்போதும் தேவனையே சார்ந்திருந்தது. அவனது வாழ்க்கையை நாம் படிக்கும் போது இதை மிகத் தெளிவாகக் காணலாம். அதனால்தான் தேவன் அவனை தன் இருதயத்திற்கு ஏற்ற மனுஷன் என்று அழைத்தார்.

7. கர்த்தாவே, எழுந்தருளும்; என் தேவனே, என்னை இரட்சியும். நீர் என் பகைஞர் எல்லாரையும் தாடையிலே அடித்து, துன்மார்க்கருடைய பற்களைத் தகர்த்துப்போட்டீர்.

தாவீது அப்சலோமிடமிருந்து தப்பி ஓடி, தன் ஜனங்களோடு மலைக்கு ஏறிய பிறகு, தேவனைத் தொழுது கொண்டான். தேவனுக்கு ஸ்தோத்திரத்தையும், நன்றி பலிகளையும் செலுத்தும் போது சத்துரு முடக்கப்படுவான் என்ற உண்மையை தாவீது அறிந்திருந்தான். நாம் பிரச்சினைகளில் கவனம் செலுத்துவதை விட்டு, அதற்குப் பதிலாகத் தேவனில் கவனம் செலுத்தும்போது, நம் வழியில் வரும் எதையும் எதிர்த்துப் போராட அவருடைய கிருபையை மிகவும் திறமையாகப் பெற முடியும். பயம் மற்றும் கவலை, சாத்தான் தேர்ந்தெடுத்த இரண்டு ஆயுதங்கள். இதுவரை யாருக்கும் உதவியாகவோ அல்லது ப்ரயோஜனமாகவோ இவ்விரண்டும் இருந்ததில்லை. இவை நாம் நம்மை நாமே பூட்டி வைக்கும் உண்மையான பாதாள சிறைச்சாலை. அது மிகவும் விரும்ப தகாத இடமாக இருப்பதை நன்கு அறிந்திருந்தாலும், இவ்விரண்டிலும் நம்மை நாமே பூட்டிக்கொள்கிறோம். இந்த தீங்கு விளைவிக்கும் உணர்வுகளிலிருந்து விலகி இருப்பதற்கான பெலனைத் தேவன் நிச்சயமாக நமக்குக் கொடுத்துள்ளார். நாம் விரும்பினால், அவருடைய கிருபையை நாம் பயன்படுத்திக் கொள்ள வேண்டும். உறுதியாக இவ்விரண்டிலுமிருந்து பின்வாங்க வேண்டும். பயம் மற்றும் கவலையின் இடத்திற்குள் நுழைய மறுக்க வேண்டும். அந்த இடத்திற்குள் நுழைந்து வெளியே வர முயற்சிப்பதற்குப் பதிலாக நாம் வாசலில் நுழைவதிலிருந்தே விலகிச் செல்ல வேண்டும். தேவனிடம் உதவி தேடுங்கள். தேவனை ஆராதிப்பதன் மூலமும் மகிமைப்படுத்துவதன் மூலமும் அவரை மையப்படுத்துவதில் தொடங்கி, செய்ய வேண்டியதைச் செய்யுங்கள். எல்லாவற்றையும் அவருடைய பாதங்களுக்குக் கீழ்ப்படுத்தி, எல்லாவற்றையும் எல்லாவற்றாலும் நிரப்புகிறவருடைய நிறைவாகிய சரீரமான சபைக்கு அவரை எல்லாவற்றிற்கும் மேலான தலையாகத் தந்தருளினார். (எபேசியர் 1:22, 23).

தேவன் தன்னை மிருகங்களிடமிருந்தும் மனிதர்களிடமிருந்தும் விடுவித்த எல்லா செயலையும் தாவீது ஒருபோதும் மறக்கவில்லை என்பதால், தாவீதுக்கு இந்த வெளிப்பாடு இருந்தது. நீர் என் பகைஞர் எல்லாரையும் தாடையிலே

அடித்தீர் என்று அவன் பொருத்தமாகச் சொல்கிறான். அது உண்மையில் அபிஷாலோமுக்கு வருத்தமாக இருக்கிறது! அப்சலோமின் குடும்பம் நொறுங்கிப்போனது. அதற்குப் பின்பு அவனுடைய வம்சாவளியைப் பற்றின எந்தக் குறிப்பும் இல்லை. அகித்தோப்பேல் நாண்டுகொண்டு செத்தான்! இந்த நிகழ்வு தாவீதுடன் சண்டையிடுவதை மறுபரிசீலனை செய்ய அவனுடைய எதிரிகள் அனைவருக்கும் கற்றுக் கொடுத்திருக்கும்.

பற்கள் நம் வாயில் மிக முக்கியமான கட்டமைப்புகள், நிரந்தரமானவை. ஒருமுறை தகர்ந்துவிட்டால், அவை மீண்டும் வளர முடியாது என்பதை நாம் நன்கு அறிவோம். இது ஒரு நபரைச் சிதைப்பது மட்டுமல்லாமல், பற்கள் இல்லாமல் திருப்திகரமாக உணவைச் சாப்பிட முடியாது என்பதால் அவர்களை உடல் ரீதியாகப் பலவீனமாக்குகிறது. ஒருவேளை தாடையிலே அடிக்கப்பட்டதால் பற்களும் பிடுங்கி எறியப்பட்டிருக்கலாம்! சரி, இனி அந்த ஒரு அடி எல்லோருக்கும் நினைவில் இருக்கும். சுவாரஸ்யமான ஒன்றை இங்கே கூறுகிறேன். பற்களுக்கு ஏற்படும் காயம் ஒரு மருத்துவ-சட்ட வழக்கு மற்றும் சட்டத்தின் கீழ் தண்டனைக்குரியது. அதன் மோசமான தன்மை காரணமாக இது கடுமையான காயமாகக் கருதப்படுகிறது. அதைச் சரிசெய்வது மிகவும் செலவு வைக்கக் கூடியது மற்றும் நிபுணத்துவம் தேவை. எனவே எதிரியின் பற்கள் தேவனால் தகர்க்கப்பட்டது என்றால், எதிரி கடுமையாக நடத்தப்பட்டான் என்பதை நாம் உறுதியாக அறிவோம்.

"பழிவாங்குதல் எனக்குரியது, நானே பதிற்செய்வேன்" என்று சர்வவல்லமையுள்ள தேவன் தெளிவாகச் சொல்லும்போது, பழிவாங்குதலை அவருடைய கரங்களில் விட்டுவிடுவது எப்போதும் ஞானமானது. காரியங்களை நம் கைகளில் எடுப்பது மூடத்தனம். தாவீது தன்னைப் பாதுகாத்து பரிசுத்த நகரத்திற்குத், ராஜாவாகத் நிலைக்கு கொண்டு வரும் பொறுப்பை எவ்வாறு தேவனிடம் ஒப்புக் கொடுத்தான் என்பதை இந்த சம்பவத்திலிருந்து கற்றுக்கொள்வோம். உரியாவின் விஷயத்தில் தாவீது தேவனுக்கு விரோதமாகப் பெரிய பாவம் செய்திருந்தான். ஆனால் இந்த விஷயத்தில் தேவன் அவனை எப்படிக் கையாண்டார் என்பதை அறிவோம். தாவீதைப் பழிவாங்க அப்சலோம் மறுபடியும் இருக்கவில்லை. அப்சலோம் அழிக்கப்பட்டான், மறுபடியும் தன் தகப்பனுக்கு முன்பாக நிற்க அவனுக்கு வாய்ப்பு கிடைக்கவில்லை. அப்சலோம் தொடர்ந்து ராஜாவாக இருந்திருந்தாலும், தாவீது தொடர்ந்து நாடோடியாகவே வாழ்ந்திருந்தாலும், தான் தேவனை நேசிப்பதை தாவீது தெளிவுபடுத்துகிறான்.

'உன்னை ஆசீர்வதிக்கிறவர்களை ஆசீர்வதிப்பேன், உன்னைச் சபிக்கிறவனைச் சபிப்பேன்' என்று ஆபிரகாமிற்கு மிக முக்கியமான ஆசீர்வாதத்தை அருளினார். இந்த ஆசீர்வாதத்தின் நன்மை விசுவாசத்தினால் நீதிமான்களாக்கப்பட்ட ஒவ்வொருவருக்கும் உள்ளது. ஒருவன் நமக்கு எதிராகத் தன்னை நிறுத்திக் கொண்டால், அவன் உண்மையில் தேவனோடு எதிர்த்து நிற்கிறான். நாம் யாருக்கும் அநீதி இழைக்காமல் இருந்தால், நம்முடைய எதிராளிகள் தோல்வியையும் அழிவையும் சந்திக்க நேரிடும்! அதனால்தான் கர்த்தராகிய இயேசு நம்முடைய எதிரிகளுக்காக ஜெபிக்கவும், நம்மைச் சபிக்கிறவர்களை ஆசீர்வதிக்கவும் சொன்னார். எப்படியாவது அவர்கள் மனம் மாறி, மனந்திரும்பி, தேவனிடம் மன்னிப்பு கேட்டு, வரவிருக்கும் அழிவிலிருந்து தவிர்க்கப்படுவார்கள் என்ற நம்பிக்கையில் அப்படிச் சொன்னார்.

8. இரட்சிப்பு கர்த்தருடையது; தேவரீருடைய ஆசீர்வாதம் உம்முடைய ஜனத்தின்மேல் இருப்பதாக. (சேலா.)

இது சத்தியத்தின் உரத்த அறிவிப்பு. இந்த விஷயத்தில் நாம் முழுமையான உறுதியைக் கொண்டிருப்பது மிகவும் முக்கியம். இந்த தனிப்பட்ட உறுதி தேவன் மீதான நமது விசுவாசம், நம்பிக்கை மற்றும் நம்பிக்கையின் குறிகாட்டியாகும். இந்த உண்மையை சந்தேகத்தின் நிழலுக்கு அப்பால் நம்மால் அறிவிக்க முடிந்தால், நாம் சரியாக செய்கிறோம் என்பதாகும்.

இரட்சிப்பு என்பது பல விஷயங்களை உள்ளடக்கிய ஒரு வார்த்தை. **எதிரியிடமிருந்து விடுதலை** (இங்கே பயன்படுத்தப்பட்டபடி) என்பது மட்டுமின்றி, **குணப்படுதல்** (சுகம் என்றால் அது சரீரத்துடன் மட்டுமே நின்றுவிடும், ஆனால் குணமடைதல் என்பதில் காயங்களும் ஆறும், இது ஆத்துமாவிலும் நடக்கும்), **தேவனுடைய பரிபூரணம்** (சம்பூரணம் என்று வாசகர்கள் எடுத்துக் கொள்ள வேண்டாம். இரட்சிப்பு என்பது பரிபூரணம். பரிபூரணத்தின் ஒரு சிறு பகுதி தான் இந்த சம்பூரணம், இயேசு ஜீவன் உண்டாயிருக்கவும் பரிபூரணமடையவும் வந்தார்) மற்றும் **மன்னிப்பு** ஆகியவற்றையும் உள்ளடக்கியது. வேறு வார்த்தைகளில் கூறுவதானால், தேவன் நமக்காகச் செய்த மற்றும் தொடர்ந்து செய்யும் அனைத்தையும் விவரிக்கும் சொல் தான் இந்த இரட்சிப்பு என்கிற வார்த்தை. தேவன்

ஒளியாய் இருக்கிறார், அவருக்குள் எவ்வளவேனும் இருள் இல்லை என்று நாம் தைரியமாகவும், நம்பிக்கையுடனும் சொல்லும்போது, இரட்சிப்பு தேவனுடையது என்று நாம் அறிவிக்கிறோம். இன்று உலகில் நடக்கும் அனைத்து தீமைகளுக்கும் தேவன் ஒருபோதும் பொறுப்பல்ல.

ஏதேன் தோட்டத்தில் மனிதன் தேவனுடைய ஞானத்தை விடத் தனது ஞானத்தைத் தேர்ந்தெடுத்ததால், எல்லா தீமைகளும் உலகில் பிரவேசித்தன. மனிதக்குலம்தான் எல்லாத் துயரங்களுக்கும் கதவைத் திறந்து, அதை உள்ளே வரவழைத்து, முழு மனதுடன் அணைத்துக் கொண்டது. இன்றும்கூட, மனிதக்குலம் தேவனுடைய வழிக்குப் பதிலாகக் காரியங்களைத் தங்கள் வழியில் செய்ய முடிவு செய்யும்போது, நன்மை தீமை அறியத்தக்க விருட்சத்தில் பங்கெடுத்துக் கொண்டு, வாழ்க்கையை வாழ்வதிலும், அதில் பங்கேற்பதிலும் குறியாக இருக்கிறார்கள். ஆயினும்கூட, தேவன் தம்முடைய குமாரன் மூலமாக நமக்கு ஒரு மீட்பின் வழியை ஏற்பாடு செய்தார். சாத்தான் ஒருபோதும் மனுக்குலத்திற்கு இரட்சிப்பை வழங்க முடியாது; அவனால் எந்த வகையிலும் நம்மை மீட்க முடியாது; திருடுவதும், கொல்வதும், அழிப்பதும்தான் அவனது ஒரே நோக்கம். அவன் தன்னைப் பின்பற்றுபவர்களுக்கும் அதே தீமையைப் பரிசளிக்கிறான்; அவனால் ஒரு போதும் எந்த நன்மையும் செய்ய முடியாது.

இரட்சிப்பு கர்த்தருடையது; தேவரீருடைய ஆசீர்வாதம் அவருடைய ஜனத்தின்மேல் எப்போதும் இருக்கிறது. தேவனுடைய பிள்ளைகளாகிய நாம் எப்பொழுதும் ஆசீர்வதிக்கப்பட்டவர்கள் தான். அதுதான் உண்மை. சூழ்நிலைகள் எதிராக இருந்தாலும், நாம் ஆசீர்வதிக்கப்பட்டவர்கள் என்ற சத்தியம் எப்பொழுதுமே நிலைத்திருக்கிறது. இந்த எளிய உண்மையை நோக்கி நம் மனதைப் புதுப்பித்துக் கொள்வது அவசியம், நாம் அதைத் தழுவி நிற்கும்போது அது நிச்சயம் வெளிப்படும். உதாரணமாக, போத்திபாரின் அடிமையாகவும், அநியாயமாகச் சிறையில் அடைக்கப்பட்டபோதும் யோசேப்பு காரியசித்தியுள்ளவனானான் என்று கூறப்பட்டுள்ளது. இது மூல வேதாகமத்தில் அவன் மிகவும் செழிப்பான மனிதனாக இருந்தான் என்பதாக வார்த்தை விவரிக்கிறது. 'பாக்கியவான்கள்' யார் என்றால், நம்மிடம் என்ன இருக்கிறது என்பதன் மூலம் அது வரையறுக்கப்படுவதில்லை. நாம் ஆசீர்வதிக்கப்பட்டவர்கள் என்பதை அறிந்திருந்தால், எந்த சூழ்நிலையிலும், பாலைவனத்தில் ஒரு பனை மரத்தைப் போல செழிக்க முடியும். நம்முடைய பொருட்செல்வங்கள் நாம் ஆசீர்வதிக்கப்பட்டதற்கான

வெளிப்பாடு என்று நம்பினால் அது முற்றிலும் தவறான புரிதல். நாம் ஏற்கனவே ஆசீர்வதிக்கப்பட்டிருக்கையில், இவையெல்லாம் கூட கொடுக்கப்பட்டிருக்கிறது. தேவ ஆசீர்வாதத்தின் கூடுதல் பயன் தான் இந்த பொருட்செல்வங்கள். பொருட்செல்வங்கள் தான் தேவ ஆசீர்வாதம் என்பது தவறு. வார்த்தை இதைத் தான் நமக்குப் போதிக்கிறது.

சங்கீதம் 4

முன்னுரை:

இந்தச் சங்கீதம் முந்தின சங்கீதத்தின் தொடர்ச்சியாக எழுதப்பட்டிருக்கலாம். அப்சலோம் செய்த துரோகம் இன்னும் பசுமையாக இருந்தது. இதெல்லாம் நடந்தபோதும் தேவனுடன் தான் நடந்துகொண்ட விதத்தைப் பற்றிய தனது நுண்ணறிவையும் அனுபவத்தையும் தாவீது பகிர்ந்து கொள்கிறான். மனிதனுடைய பெருமையின் பயனற்ற தன்மையையும், அப்சலோமிடமிருந்து தப்பி ஓடுகையில் அவன் அனுபவித்த சமாதானத்தையும் அவன் இங்கு விவரிக்கிறான். மேலும் நமக்கு எந்த அநீதி இழைக்கப்பட்டாலும் நம்முடைய கோபத்தை எந்த பாதையில் எடுத்துச் செல்ல வேண்டும் என்ற அறிவுரையை நமக்கு வழங்குகிறான்.

நெகினோத்தென்னும் வாத்தியத்தில் வாசிக்க
இராகத்தலைவனுக்கு ஒப்புவிக்கப்பட்ட தாவீதின் சங்கீதம்.

1. என் நீதியின் தேவனே, நான் கூப்பிடுகையில் எனக்குச் செவிகொடும்; நெருக்கத்தில் இருந்த எனக்கு விசாலமுண்டாக்கினீர்; எனக்கு இரங்கி, என் விண்ணப்பத்தைக் கேட்டருளும்.

பழைய உடன்படிக்கைப் பரிசுத்தவான் தாவீதின் கிருபையின் உடன்படிக்கை ('என் நீதியின் தேவன்') அறிக்கையை நாம் இங்கே பார்க்கிறோம். இன்று, விசுவாசிக்கிற நாம் தேவனுக்கு முன்பாக நிற்க முடியும். ஏனென்றால், அவர் தம்முடைய நீதியை நமக்கு அருளியிருக்கிறார். நம்மில் யாரும் அவரை வேறுவிதமாக அணுக முடியாது. உண்மையில், தேவன் நமக்கு எதிலுமே கடன்பட்டிருக்கவில்லை. ஆனால் அவர் நம்மை நேசிக்கிறபடியால், நம்முடைய பாவங்களிலிருந்து மீட்பை அளித்து, தம்முடைய குமாரனின்

நீதியை நமக்கு அருளினார். அது நாம் அவருக்கு முன்பாக நீதிமானாக நிற்க நம்மை தகுதிப்படுத்துகிறது. அதனால்தான் நாம் தைரியமாக அவருடைய சமுகத்தில் பிரவேசித்து, நமது கோரிக்கைகளை அவருக்கு முன்பாக வைக்க முடிகிறது. ஆகவே நாம் அவரிடம் கேட்கிறோம்! இந்த முறையில் தாவீது தேவனை அணுகி, தேவனே தனது நீதி என்று அறிவித்தான்.

தாவீது தனது பெரும்பாலான சங்கீதங்களில் தேவன் தனக்கு அளித்த இரட்சிப்பை அடிக்கடி நினைவுகூர்ந்து அதைத் தெரிவிக்கிறான். தேவன் தினந்தோறும் தன்னை நடத்தி வந்த விதத்தை அவன் எப்பொழுதும் கவனத்தில் கொண்டிருந்தான். இது உண்மையில் தேவனுடைய பிள்ளைகளுக்கு வலுவான ஆதாரமாகும். மற்ற சங்கீதங்களிலும் தேவன் அவனுடைய எல்லா உபத்திரவங்களிலிருந்தும் தன்னை நீங்கலாக்கி மீட்டுக் கொண்டார் என்று மிகத் தெளிவாக அறிவிக்கிறான். இது மிகைப்படுத்தப்பட்ட கூற்று அல்ல. தேவனுடைய வார்த்தையினூடாக தாவீதின் வாழ்க்கையை நாம் உற்றுப் பார்க்கும் போது, தேவனுடன் அவனது உறவு எவ்வளவு நெருக்கமாக இருந்தது என்பதை நாம் காணலாம். தன்னுடைய எல்லா எதிரிகளிடமிருந்தும் தன்னை நீங்கலாக்கி மீட்டுக் கொண்டதற்காக அவன் தேவனுக்கு எப்போதும் நன்றியுள்ளவனாக இருந்தான்.

தேவன் தம்முடைய இரக்கத்தின்படியும், கிருபையின்படியும் எல்லா நேரங்களிலும் நம்மை நடத்துகிறார் என்பதை நாம் உணரும்போதுதான், நம் வாழ்க்கை நிலைபெறுகிறது. தேவனை அணுக மனிதனுக்கு வேறு வழியில்லை. இரட்சிக்கப்பட்ட வாழ்க்கை தேவனுடைய கிருபை மற்றும் இரக்கத்தால் நிரம்பி வழிகிறது. பெரும்பாலும், நாம் அதை மறந்து, நம் செயல்களால் நம்மை நியாயப்படுத்த மீண்டும் திரும்புகிறோம். நாம் நன்மை செய்தாலும், செய்யாவிட்டாலும் சரி, தேவனுடைய இரக்கம் மற்றும் கிருபையின் அடிப்படையில் மட்டுமே நாம் தேவனை அணுக முடியும் என்பதை எப்போதும் நினைவில் கொள்ளுங்கள். தேவனின் இந்த இரண்டு பண்புகளும் பிரிக்க முடியாதவை. அவை எப்போதும் கைகோர்த்துச் செல்கின்றன. நம் மனதைப் புதுப்பிக்கும் திறன் நமக்கு இல்லாததால், நாம் அவரது இரக்கத்தைப் பெற்று, அவரது கிருபையைப் புறக்கணிக்கிறோம். அவருடைய இரக்கம் நம்முடைய எல்லா பாவங்களுக்கும் மன்னிப்பை அளிக்கும் அதே வேளையில், அவருடைய கிருபை நாம் ஒரு பரிசுத்த வாழ்க்கையை வாழ நம்மை வழிநடத்துகிறது.

வளர்ந்து வரும் போது, நான் என் பாவங்களுக்காக மன்னிக்கப்பட்டேன் என்று நினைத்தேன். நான் அவற்றை அறிக்கைசெய்து தண்ணீரில் முழுக்கு ஞானஸ்நானம் பெற்றேன். ஆனால் அதற்குப் பிறகு, நான் செய்த எந்தப் பாவங்களுக்கும் நான் தான் பொறுப்பேற்க வேண்டும் என்று நம்பினேன். பரிசுத்த ஆவியின் ஞானஸ்நானத்தை நான் அறியாதவளாக இருந்தேன். பின்னர், நான் அவருடைய வார்த்தையைப் படித்தபோது, தேவனால் அனுப்பப்பட்ட பிரசங்கிகளின் போதனைகளைக் கேட்டபோது, அப்பேற்பட்ட கோட்பாட்டின் தெளிவான குறைபாட்டை உணர்ந்தேன். இரட்சிப்பு அப்படி இருந்தால் (நான் முன்பு புரிந்துகொண்டபடி), பின்னர் மனிதனுக்கு இன்னும் நம்பிக்கை இருக்காது. மனிதன் இன்னும் நரகத்திற்குச் செல்வான். தேவனுடைய மீட்பின் கிரியை அது செய்ய வேண்டிய நோக்கத்தை நிறைவேற்றாது. ஏனெனில், இரட்சிப்புக்குப் பிறகும், பெரும்பாலானவர்களின் அனுபவத்தைப் போலப் பாவத்திலிருந்து முற்றிலும் விலகியிருக்க நம்மால் முடியாது. நம்முடைய பாவங்களில் ஒரு பகுதியைக் கழுவுவதற்கு மட்டுமே கர்த்தராகிய இயேசு மரித்திருந்தால் எந்த பயனும் இல்லை. நம்முடைய எல்லா (கடந்தகால, நிகழ்கால மற்றும் எதிர்கால பாவங்களை ஒன்றிணைத்து) பாவத்திற்கென்றும் ஒரேதரம் மரித்தார் என்று ரோமர் 6:10 தெளிவாகக் கூறுகிறது. நான் பிறப்பதற்கு முன்பே அவர் இறந்துவிட்டார்; அப்பொழுது என் பாவங்கள் அனைத்தும் எதிர்காலத்தில் இருந்தன. அவை அனைத்திற்கும் அவர் என்னை மன்னித்துவிட்டார் என்று நான் நம்புகிறேன். அதுவே அவருடைய இரக்கம். இப்போது நான் மன்னிக்கப்பட்டேன் என்பதை அறிந்து, அவருடைய திறந்த கரங்களை நோக்கிச் சென்று, அவருடைய எல்லா பிள்ளைகளுக்கும் நியமிக்கப்பட்ட 'புது சிருஷ்டியின் வாழ்க்கையை' வாழ எனக்கு உதவும்படிக்கு அவருடைய கிருபையைப் பெறுகிறேன். **தேவனுடைய கிருபை பாவம் செய்வதற்கான உரிமத்தை நமக்குத் தரவில்லை; அது பாவம் செய்யாதபடி நம்மைக் காக்கிறது!** (ரோமர் 2:4). கிருபை என்பது சரியாக வாழ நமக்கு அதிகாரம் அளிக்கிறது. நாம் சரியாக நம்பும்போது, நாம் சரியாக வாழ்கிறோம். இரக்கம் மற்றும் கிருபை இரண்டும் மனிதக்குலத்திற்குத் தேவன் கொடுத்த பரிசுகள். தாழ்மையான இதயத்துடன் அவற்றை ஏற்றுக்கொள்ளும் போது இது அனைவருக்கும் அருளப்படுகிறது.

2. மனுபுத்திரரே, எதுவரைக்கும் என் மகிமையை அவமானப்படுத்தி, வீணானதை விரும்பி, பொய்யை நாடுவீர்கள். (சேலா.)

இந்த வசனம் சங்கீதம் 2:1 லிருந்து 3 வரை பொழிப்புரையாகும். ஆரம்பத்திலிருந்தே, மனிதனின் எண்ணங்களும் நோக்கங்களும் எப்போதும் பொல்லாதவை என்று தேவன் கூறினார். தீர்க்கதரிசிகள் தங்கள் புத்தகங்களில் இதைப் பற்றி மீண்டும் மேற்கோள்காட்டி நம்மை எச்சரிக்கிறார்கள். கர்த்தராகிய இயேசு தம்முடைய மலைப்பிரசங்கத்திலும் இதே வரிகளைப் பேசினார். ஏதேனில் நடந்த வீழ்ச்சியில், மனிதனின் கவனம் தேவனிடமிருந்து தன்னை நோக்கித் திரும்பியது. தேவனுடைய நன்மையே அதாவது அவருடைய அன்பு, இரக்கம் மற்றும் கிருபை போன்றவை நமது கவனத்தைத் தேவனிடம் திருப்பி விடுகிறது.

தேவனுடைய மகிமை சிருஷ்டிப்பில் தெளிவாக வெளிப்படுகிறது. சிருஷ்டிப்புகள் நம்மைத் தேவனிடம் வழிநடத்துகிறது. ஜீவிக்கிற தேவன் ஒருவர் இருக்கிறார் என்பதற்கு மறுக்க முடியாத அத்தாட்சியை அது அளிக்கிறது. ஆனால் இந்த விஷயத்தைப் புரிந்துகொள்வதற்குப் பதிலாக, மக்கள் சூரியன், சந்திரன், நட்சத்திரங்கள், மரங்கள், விலங்குகள், பறவைகள், பாம்புகள் மற்றும் என்னென்னவற்றையெல்லாம் வணங்குகிறார்கள் பாருங்கள்! வேறு வார்த்தைகளில் கூறுவதானால், மனிதன் தேவனுடைய மகிமையை (அவரது படைப்பு படைப்புகளின் மூலம் வெளிப்படுத்தப்பட்ட) அவமானமாக மாற்றினான் (சிருஷ்டிகரைத் தொழுது சேவியாமல் சிருஷ்டிப்பைத் தொழுது சேவிக்கின்றனர்)! ரோமர் 1: 19 லிருந்து 23 வரை ஒப்பிட்டு பாருங்கள். தேவனுக்குப் பதிலாக மனிதர்கள் தன்னை வணங்குகிறார்கள் என்ற உண்மையைக் கண்டு சூரியனே அருவருப்படையும் என்று நான் நம்புகிறேன்.

அன்பு, செழிப்பு, வெற்றி, நட்பு, பணிவு போன்றவற்றிற்கான உலகின் வரையறை, தேவனுடைய வரையறையிலிருந்து மிகவும் வேறுபட்டுள்ளது. தேவனுடைய வார்த்தையில் உள்ள சத்தியத்தை நாம் அறியாவிட்டால், உலகின் கொள்கைகள் மற்றும் பாரம்பரியங்களால் நாமும் தவறாக வழிநடத்தப்படுவோம். இதனால் நமக்கு பெரிய இழப்பு ஏற்படுகிறது. சத்தியத்தைப் பற்றிய அறியாமை எண்ணற்ற மக்களின் வாழ்க்கையைச் சிதைத்துள்ளது. அறிவில்லாமையினால் ஜனங்கள் சங்காரமாகிறார்கள்

(ஓசியா 4:6) என்று வார்த்தை கூறுகிறது. இங்கே 'அறிவு' என்பது, தேவனின் வார்த்தையிலிருந்து மட்டுமே வரும் தேவனை மையமாகக் கொண்ட அறிவைக் குறிக்கிறது. மனிதனின் அழிவுக்கு மற்றொரு காரணம் வார்த்தையை அறிய வேண்டிய பிரகாரம் அறியாதிருப்பது. மத்தேயு 13, மாற்கு 4 மற்றும் லூக்கா 8 ஆகிய அத்தியாயங்களில் பதிவு செய்யப்பட்டுள்ள விதைக்கிறவனின் உவமையைக் குறித்துப் போதித்தபோது, கர்த்தராகிய இயேசு இதை விரிவாக விளக்கினார். தேவன் தம்முடைய வார்த்தையை உலகின் ஒவ்வொரு மூலைக்கும் அனுப்புவதை உறுதி செய்கிறார். புரிந்து கொள்ளுதலில் பற்றாக்குறை எப்போதும் மனிதர்களிடம் உள்ளது.

நாம் வளரும்போது தொலைநோக்குப் பார்வையுடன் செயல்படக் கற்றுக்கொடுக்கப்படுகிறோம். பெரும்பாலான பெற்றோர்கள் தங்கள் பிள்ளைகளுக்குப் பணத்தைச் சேமிக்கக் கற்றுக்கொடுக்கிறார்கள். ஆனால் நித்தியத்தைப் பற்றி நாம் எத்தனை முறை நினைக்கிறோம்? பெரும்பாலான கிறிஸ்தவர்கள் கூட தங்கள் முழு இருதயத்தோடும், முழு மனதோடும், முழு ஆத்துமாவோடும் தேவனை முதலில் தேடும்படி கற்பிப்பதற்குப் பதிலாக, சொத்துக்களைப் பற்றியும், உலகப்பிரகாரமான ஆசைகளைப் பற்றியும் தங்கள் பிள்ளைகளுக்குள் விதைக்கிறார்கள். நாம் எல்லாவற்றையும் நித்தியத்தின் வெளிச்சத்தில் (பரலோகம் அல்லது நரகம்) பார்த்தால், நம்மில் பெரும்பாலோர் வித்தியாசமாக வாழ்கிறோம் என்று நான் நம்புகிறேன். நமது உலக இலட்சியங்கள் மற்றும் ஆசைகள் அனைத்தின் மையம்மாகவும் தேவன் இல்லாதபோது அவை முற்றிலும் பயனற்றவை, வீணானவை மற்றும் பொய்யானவை.

சூரியன் சூரியக் குடும்பத்தின் மையம். அனைத்து கிரகங்களும் அதைச் சுற்றி வருகின்றன. இந்த முறையைத்தான் நாம் பின்பற்ற வேண்டும். எந்த இரண்டு கிரகங்களும் ஒரே மாதிரியானவை அல்ல. ஒவ்வொன்றும் அளவு மற்றும் அம்சத்தில் வேறுபட்டவை. சூரியன் தேவனுடைய நிலையையும் அவருடைய வல்லமையையும் குறிக்கிறது. கிரகங்கள் நம் வாழ்க்கையின் வெவ்வேறு அம்சங்களுடன் தொடர்புடையவை - தொழில், திருமணம், பெற்றோர் பராமரிப்பு, உறவுகள் போன்றவை. இவை ஒவ்வொன்றும் முக்கியத்துவத்தில் வேறுபடுகின்றன, எனினும் தேவனை மையமாகக் கொண்டிருக்க வேண்டும். ஒரு குறிப்பிட்ட, தனித்துவமான நோக்கத்திற்காகத் தேவன் நம் ஒவ்வொருவரையும் இந்த பூமியில் வைத்திருக்கிறார் என்று

தேவனுடைய வார்த்தை நமக்கு உறுதியளிக்கிறது. அது நமக்குச் சிறந்த இடம். துரதிர்ஷ்டவசமாக, நாமே நமக்கான எல்லா திட்டங்களையும் உருவாக்கி, தேவனை எங்கேயாவது பொருத்த முயற்சிக்கிறோம். இது சூரியன் ஒவ்வொரு கிரகத்தையும் சுற்றி வர வேண்டும் என்று எதிர்பார்ப்பது போன்றது. அது அர்த்தமற்றது இல்லையா? பெரும்பாலான கிறிஸ்தவர்கள் சந்திக்கும் தோல்விகளுக்கு இதுவே மூல காரணம். நாம் ஒவ்வொருவரும் நமது சொந்த வாழ்க்கைக்காகத் தேவனுடைய சித்தத்தை நாடினால், அவருடைய கிருபையினால் அதை நிறைவேற்ற முயற்சிப்போமானால், நமது வாழ்க்கை அவருடைய மகிமையைப் பிரதிபலிக்கும்!

உலகத் தரங்களின்படி மாபெரும் வெற்றியைப் பெற்ற பல இலட்சியவாதிகள், தங்கள் மரணத்திற்குச் சற்று முன்பு அல்லது தங்கள் வாழ்க்கையின் இறுதி நாட்களில் இந்த உண்மையை ஒப்புக்கொண்டு, தங்கள் லட்சியங்களின் பயனற்ற தன்மையையும் வீண் தன்மையையும் உணர்ந்துள்ளனர். ஆனால் திருத்திக் கொள்வதற்கான கால அவகாசம் மிகக் குறைவு, காரணம் மரணம். நாம் அவருடைய வார்த்தையைப் படித்து அதை நமக்காக ஏற்றுக்கொள்ளும்போது, தேவன் இதை நமக்கு வெளிப்படுத்தும்போது நாம் ஆசீர்வதிக்கப்படுகிறோம். தேவனை வெளிப்படுத்தவும், நாம் வாழ்வின் சாட்சியின் மூலம் பலரது வாழ்க்கையில் தாக்கத்தை ஏற்படுத்தும் மாற்றங்களைக் கொண்டுவரவும் நாம் ஆசீர்வதிக்கப்பட்டுள்ளோம். இது "பார்க்கும் விதம்" பற்றியது. தேவனுடைய வார்த்தையிலுள்ள வெளிச்சத்தின் மூலமாக நாம் எல்லாவற்றையும் பார்க்கும்போது, நாம் 'நித்திய கண்ணோட்டத்தை' (அதாவது ஞானத்தைப்) பயன்படுத்துகிறோம். அதை இந்த பூமிக்குரிய வாழ்க்கைக்கு மட்டும் நாம் அதை மட்டுப்படுத்தினால், நாம் எந்த நோக்கத்திற்காகப் படைக்கப்பட்டோமோ அந்த உண்மையான மதிப்பையும் நோக்கத்தையும் இழந்து விடுகிறோம்.

யார் ஏற்றாலும், ஏற்றுக்கொள்ள மறுத்தாலும் சத்தியம் சத்தியம்தான். இந்த வாழ்க்கை ஒரு நாள் முடிந்துவிடும். நியாயத் தீர்ப்பு நாள் தவிர்க்க முடியாதது. ஒரு கூட்டத்தார் நித்தியத்தில் நுழைவார்கள், மற்றொரு கூட்டம் எரிகிற நரகத்தில் தள்ளப்படுவார்கள். ஒவ்வொரு மனிதனுக்கும் அவனது சுய விருப்பப்படி தனது தேர்வை மேற்கொள்ளும் உரிமை வழங்கப்பட்டுள்ளது. **புத்திசாலித்தனமாகத் தேர்வு செய்யவும்!** நமது

தேர்வுகளின் விளைவுகளிலிருந்து நாம் ஒருபோதும் விலக்கப்பட முடியாது. இங்கே பூமியில் நம்முடைய வாழ்க்கை நித்தியத்தின் ஒரு பகுதிகூட அல்ல. நித்தியத்திற்கு ஒருபோதும் முடிவில்லை!

3. பக்தியுள்ளவனைக் கர்த்தர் தமக்காகத் தெரிந்துகொண்டாரென்று அறியுங்கள்; நான் கர்த்தரை நோக்கிக் கூப்பிடுகையில் அவர் கேட்பார்.

பழைய ஏற்பாட்டில் மிகவும் தைரியமாகவும், தெளிவாகவும் அறிவிக்கப்பட்ட சில புதிய உடன்படிக்கை சத்தியங்களைக் கர்த்தர் எனக்குக் காண்பிக்கும்போது அது எனக்கு மிகுந்த மகிழ்ச்சியைத் தருகிறது. இதுவே 'கிருபையினால் தேர்ந்தெடுக்கப்படுதல்' என்பதன் உண்மை. ரோமர் 8:29 மற்றும் 30-ஐ நாம் படிக்கும்போது, தேவன் தமது தேர்ந்தெடுக்கப்பட்ட மக்களுக்காக உலகத்தோற்றத்திலிருந்தே ஒரு நெறிமுறையை வகுத்திருந்தார் என்பதை நாம் அறிகிறோம்.

கர்த்தராகிய இயேசு கிறிஸ்துவின் மூலம் அவர் வழங்கிய இரட்சிப்பை ஏற்றுக்கொள்ளும் மக்களை தேவன் "அறிந்திருந்தார்"

↓

தேவன் எவர்களை முன்னறிந்தாரோ அவர்களைத் தமது குமாரனுடைய சாயலுக்கு ஒப்பாயிருப்பதற்கு முன்குறித்திருக்கிறார்;

↓

எவர்களை முன்குறித்தாரோ அவர்களை அழைத்துமிருக்கிறார்;

↓

எவர்களை அழைத்தாரோ அவர்களை நீதிமான்களாக்கியுமிருக்கிறார்;

↓

எவர்களை நீதிமான்களாக்கினாரோ அவர்களை மகிமைப்படுத்தியுமிருக்கிறார்.

தாவீதும் இதையேதான் பேசுகிறான். அவிசுவாசிகள் ஒருபுறம் இருக்க, பெரும்பாலான விசுவாசிகள் கூட இந்த அதிர்ச்சியூட்டும் சத்தியத்தை அறிந்து கொள்ளவில்லை. அநேகர் இரட்சிப்போடு நின்று விடுகிறார்கள். அதைத் தாண்டி பேரளவான வாழ்க்கைக்குள் செல்வதில்லை. தேவனுடைய வார்த்தையின் வெளிப்பாட்டின் கடலுக்கு நம் மனதைப் புதுப்பித்தால், தேவனுடைய மகிமைக்காக நம் அழைப்பைப் பிடித்துக் கொள்வதும், அதை நிறைவேற்றுவதும் நமக்குக் கடினமாக இருக்காது. ஏனெனில் இந்த நோக்கத்திற்காகவே அவர் மிகுதியான கிருபைகளை நமக்கு அருளுகிறார். அவர் தமது பங்கை முடித்துவிட்டார். நாம் நமது பங்கைச் செய்ய வேண்டும்.

தேவன் சர்வஞானி - அவர் ஆதி முதல் அந்தம் வரை அனைத்தையும் அறிந்தவர். அவரே அல்பாவும் ஒமேகாவும் ஆவார். சுவிசேஷத்தின் சத்தியம் (இரட்சிப்பு) அவர்களுக்கு முன்வைக்கப்படும்போது அதைப் பெற்றுக்கொள்ளும் எல்லா ஆத்துமாக்களையும் பற்றி அவர் நன்கு அறிந்திருக்கிறார். சிலர் உடனடியாக அதைப் பெறுவார்கள், சிலர் தாமதமாகப் பதிலளிப்பார்கள். ஆயினும் அவர் ஒவ்வொரு ஆத்மாவையும் அறிந்திருக்கிறார். ஜலப்பிரளயத்திற்கு முன்பு இருந்த திரளான மக்களில், நோவாவும் அவனது குடும்பமும் மட்டுமே விசுவாசிப்பார்கள் என்பதை அவர் அறிந்திருந்தார். இந்தப் பேழையைக் கட்ட நோவாவுக்கு ஏறக்குறைய நூறு ஆண்டுகள் ஆனது. இந்த நூறு வருட கிருபையின்காலம் மற்ற அவிசுவாசிகள் மனந்திரும்புவதற்கு வழங்கப்பட்டது. ஆனால் அவர்கள் அவ்வாறு செய்யவில்லை. ஆபிரகாமின் காலத்திலிருந்த திரளான மக்கள் மத்தியில், ஆபிரகாம் மட்டுமே விசுவாசத்தினால் பதிலளிப்பான் என்றும், மற்றவர்கள் சாத்தானால் வஞ்சிக்கப்படுவதில் மிகவும் சுறுசுறுப்பாக இருந்தனர் என்றும் தேவன் அறிந்திருந்தார். எனவே, தேவன் ஆபிரகாமைத் தேர்ந்தெடுத்தார். அதேபோல், யோசேப்பு, மோசே, யோசுவா, தானியேல், எஸ்தர், ரூத், மரியாள் மற்றும் யோசேப்பு, பேதுரு, பவுல், யோவான், நீங்கள், நான் மற்றும் பலர். அவருடைய அழைப்புக்கு நாம் பதிலளித்து அதை நிறைவேற்றுவோம் என்பதை அவர் அறிந்திருந்தார். இவர்களை வேதாகமம் 'தெரிந்துகொள்ளப்பட்டவர்கள்' என்றும் 'அவருடைய தீர்மானத்தின்படி அழைக்கப்பட்டவர்கள்' என்றும் குறிப்பிடுகிறது (ரோமர் 8:28). அவருடைய இரட்சிப்பைப் பெற்ற நாமும் அவ்வாறே அவரால் தெரிந்துகொள்ளப்பட்டவர்கள்.

தேவனுடைய பிள்ளைகளாகிய நாம், தேவன் நம்மைப் பிரித்து வைத்திருக்கிறார். நம் ஒவ்வொரு ஜெபத்தையும் கேட்கிறார் என்ற உண்மையைப்

புரிந்துகொண்டால், நாம் மிகவும் வித்தியாசமாக வாழ்வோம். அவர் நமக்குக் கொடுத்த அதிகாரம் வீணாகாது. உலகம் நம்மைப் பார்த்துப் பொறாமைப்படும் அளவுக்கு வெற்றிகரமான வாழ்க்கையை நாம் வாழ முடியும். அதற்குப் பதிலாக, பலர் தேவன் ஏற்கனவே செய்ததைத் திரும்பவும் செய்யும்படி கெஞ்சி தங்கள் நேரத்தை வீணடிக்கிறார்கள். அவர்கள் புலம்புகிறார்கள், கெஞ்சுகிறார்கள், கதறுகிறார்கள், எல்லாவற்றின் முடிவிலும் தங்கள் குரல் கேட்கப்படவில்லை என்று குறைகூறுகிறார்கள். தேவன் ஏற்கனவே வெளியிட்ட அனைத்தையும் பெற மனிதன் தன் இருதயத்தைத் திறக்கும்போது, எழுப்புதல் நிகழ்கிறது. தம்முடைய சொந்தக்குமாரனென்றும் பாராமல் நம்மெல்லாருக்காகவும் அவரை ஒப்புக்கொடுத்தவர், அவரோடேகூட மற்ற எல்லாவற்றையும் நமக்கு அருளாதிருப்பதெப்படி? (ரோமர் 8:32). இது ஒரு பொது அறிவு தான்!

குழந்தைகள் இருந்தால் சில விஷயங்களைப் புரிந்து கொள்வது எளிது. பெற்றோர்களாக, நம் குழந்தைகளுக்கு எந்த நன்மையும் குறைவு பட்டுவிடக் கூடாதபடிக்கு பார்த்துக் கொள்ள நாம் நம்மால் முடிந்த அனைத்தையும் செய்கிறோம். அவர்களுக்குத் தீங்கு நேராதபடி பார்த்துக்கொள்ளவும் நம்மால் முடிந்த மிகச் சிறந்ததைச் செய்கிறோம். ஆயினும் தேவனுடனான நமது உறவு என்று வரும்போது, எல்லாவற்றிற்கும் நாம் கண்ணீர் சிந்துகிறோம்! அது எவ்வளவு அருவருப்பானது? சில போதகர்கள் சின்ன விஷயங்களுக்கெல்லாம் கூட கண்ணீர் சிந்த மக்களை தூண்டுகிறார்கள். நம் குழந்தைகள் நம்மை அழைக்கும்போது நாம் பதிலளிக்கும் விதத்தைப் போலவே, நாம் தேவனை அழைக்கும்போதும் அவர் கேட்கிறார் என்ற புரிதலின் நிலைக்கு வருவது நல்லது.

4. நீங்கள் கோபங்கொண்டாலும், பாவஞ்செய்யாதிருங்கள்; உங்கள் படுக்கையிலே உங்கள் இருதயத்தில் பேசிக்கொண்டு அமர்ந்திருங்கள். (சேலா.)

5. நீதியின் பலிகளைச் செலுத்தி, கர்த்தர்மேல் நம்பிக்கையாயிருங்கள்.

நீங்கள் இப்போது தாவீதின் இடத்தில் இருப்பதாக உணர்கிறீர்களா? நீங்கள் மிகவும் நேசித்த ஒருவரால் நீங்கள் ஏமாற்றப்பட்டீர்களா அல்லது காட்டிக் கொடுக்கப்பட்டீர்களா? உங்கள் அன்புக்குரியவர் அவர்களை அழித்துக்கொள்ளும் ஒன்றைச் செய்கிறார் என்பதை நீங்கள் அறிவதால், உங்கள்

இதயம் அதிகமாக வலிக்கிறதா? தாவீது இங்கே எழுதிய இந்த அருமையான அறிவுரையை எடுத்துக் கொள்ளுங்கள்!

நமக்கு இழைக்கப்பட்ட அநீதியைக் கண்டு நாம் கோபப்பட்டால் அது ஆச்சரியமல்ல (நாங்கள் குற்றமற்றவர்கள் என்று நிரூபிக்கப்பட்டால்). அப்சலோம் அம்னோனைக் கொன்றுவிட்டு ஓடிப்போனபோது தாவீது கோபமடைந்தான். கர்த்தராகிய இயேசு அநீதியைக் கண்டு கோபம் கொண்டார் (காசுக்காரர்கள் மற்றும் தேவாலயத்திற்குள் வியாபாரம் செய்த மக்கள்). தேவன் நமக்குக் கொடுத்த பல உணர்வுகளில் இதுவும் ஒன்று. ஆனால் கோபம் என்பது நீதியை நோக்கி நாம் ஒரு அடி எடுத்து வைப்பதற்காகவே தவிர அநீதியை நோக்கி அல்ல. நாம் கோபத்தைக் கட்டுப்படுத்த வேண்டும், மற்றபடி அல்ல. தேவன் மட்டுமே அதற்கு நமக்கு உதவ முடியும்!

கோபம் மேலோங்க அனுமதிக்கும் போது அது செயலாற்றும்படிக்கு தூண்டி விடப்படுகிறது. அப்பொழுது, நாம் பாவத்திற்கு இடம் கொடுக்கிறோம். அது நம்மில் சீற்றத்தை வளர்க்கிறது, இது கொடூரமானது. அப்சலோம் அம்னோன்மீது கோபமாக இருந்தான், ஆனால் அவன் அம்னோனுக்கு எந்தத் தீங்கும் செய்யவில்லை. நாளடைவில் இது கோபமாக மாறியபோது, அப்சலோம் அம்னோனைக் கொன்றான். நம்முடைய கோபத்தைச் சரியான முறையில் வழிநடத்தத் தேவன் நமக்குக் கிருபை கொடுத்திருக்கிறார். தாவீதைப் பொறுத்தவரை, அது தேவனுடைய வார்த்தையைத் தியானிப்பது, படுக்கையில் படுத்துக்கொண்டு அசையாமல் இருப்பது (அதாவது அப்சலோமுக்கு எதிராகத் தேவையற்ற எந்த நடவடிக்கையும் எடுக்கவில்லை). கர்த்தராகிய இயேசு கிறிஸ்துவைப் பொறுத்தவரை, அது தம்முடைய பிதாவின் வீட்டைக் குறித்த ஒரு நியாயமான கோபமாக இருந்தது. அவர் கயிறுகளால் ஒரு சாட்டையை உருவாக்கி, காசுக்காரர்களை ஆலயத்திலிருந்து துரத்திவிட்டார். இதை அவர் ஒரு முறை அல்ல, இரண்டு முறை செய்தார். நம் ஒவ்வொருவருக்கும் தேவனுடைய வழி ஒவ்வொரு சந்தர்ப்பத்திலும் தனித்துவமானது. நாம் அவருடைய சத்தத்திற்குச் செவி சாய்ப்பவர்களாக இருந்தால், நாம் எடுக்க வேண்டிய முடிவு நமக்குத் தெரியப்படுத்தப்படுகிறது. அவர் நம்மை வழிநடத்தும்போது, நாம் அவருக்காகக் காத்திருந்து சரியான நகர்வை எடுக்கக் கற்றுக்கொள்ள வேண்டும்.

தேவனுடைய வழிகாட்டுதல் எப்போதும் நம்மைச் சரியானதைச் செய்ய வைக்கும். அவர் ஒருபோதும் நம்மை எந்தத் தீங்கிற்கு நேராக வழி

நடத்த மாட்டார். நாம் எப்போதும் சரியானதைச் செய்ய வேண்டும் என்று அவர் எதிர்பார்க்கிறார். சரியான நேரத்தில் நமக்காகப் பதில் செய்ய அவர் காத்திருக்கிறார். தேவனைப் போல் பழிவாங்கக் கூடியவர் எவருமில்லை. அவரை வெல்லக் கூடியவர் ஒருவருமில்லை. சோதனையின் காலைகளில், நாம் சங்கீதம் 1:1-ஐ நினைவில் கொள்ள வேண்டும் - துன்மார்க்கருடைய ஆலோசனையில் நடவாமலும், பாவிகளுடைய வழியில் நில்லாமலும், பரியாசக்காரர் உட்காரும் இடத்தில் உட்காராமலும், அவருக்காகக் காத்திருங்கள். அவர் உங்களுக்காக சாத்தியமற்றதை சாத்தியமாக்குவார் பாருங்கள்.

6. எங்களுக்கு நன்மை காண்பிப்பவன் யார் என்று சொல்லுகிறவர்கள் அநேகர்; கர்த்தாவே, உம்முடைய முகத்தின் ஒளியை எங்கள்மேல் பிரகாசிக்கப்பண்ணும்.

மேற்கண்ட இந்த வசனம் ஒரு விசுவாசி ஏமாற்றமடையும் போது அல்லது திகைக்கும்போது செய்யக்கூடிய மிகவும் ஆபத்தான அறிக்கையாகும். அவர்களின் நம்பிக்கை பலவீனமடையும் போது இது நிகழ்கிறது. யாராவது அதைச் சொல்வதைக் கேட்கும்போது நான் சங்கடப்படுகிறேன். ஏனென்றால் அது நரகத்தின் குழியிலிருந்து வந்த பொய் என்று எனக்குத் தெரியும். இதன் காரணமாக, நாம் விஷயங்களை நம் கைகளில் எடுத்துக்கொண்டு காரியங்களை மோசமாக்குகிறோம். பொறுமை எங்கும் இல்லை. ஆபத்தான காலங்களில் மேற்கொண்டு ஏற்படும் துயரத்திற்கு இதுவே மூல காரணம். அவிசுவாசிகள் எல்லா நேரத்திலும் இந்த மனநிலையைக் கொண்டிருக்கிறார்கள். மேலும் இந்த கோட்பாட்டின் அடிப்படையில் செயல்படுகிறார்கள்.

'சொந்தக் காலில் நில்லுங்கள்' என்ற பழமொழியைக் கேள்விப்பட்டிருக்கிறீர்களா? விசுவாசிகளாகிய நாம், நம் கைகளிலோ, பாதத்திலோ, அல்லது கால்களிலோ (அதாவது தன்னம்பிக்கை) நிற்காமல், கர்த்தராகிய கிறிஸ்துவின் அஸ்திபாரத்தின்மேல் நிற்க வேண்டும்; கர்த்தராகிய இயேசுவைத் தவிர வேறு எந்த அஸ்திபாரத்தினாலும் கடும் புயலைத் தாங்க முடியாது. நாம் அவரில் நம்பிக்கையுடன் நிற்கும்போது, அவர் நம் கால்கள், பாதங்கள், கைகள் மற்றும் நம் உடலின் ஒவ்வொரு பகுதியையும் பலப்படுத்தி,

அவருடைய சிந்தையை நம் வாழ்வில் கொண்டு வருகிறார். கல்வி கற்பது நல்லது. அறிவைப் பெறுவதும் நல்லது. ஆனால் தேவன் நம்மை வழிநடத்துவார் என்று நம்புவதற்குப் பதிலாக நமது கல்வி மற்றும் நம்முடைய அறிவில் நம்பிக்கை வைத்தால், நாம் பெரும் இழப்பில் இருப்போம். 'தேவனை நம்புவது' மற்றும் 'பொறுமை' ஆகியவை கைகோர்த்துச் செல்கின்றன. அது ஆவியின் கனி. நாம் மறுபடியும் பிறக்கும்போது அதை நம் ஆவியில் வைத்திருக்கிறோம். அதைப் பயன்படுத்த நாம் கற்றுக்கொள்ள வேண்டும். இது ஒரு ஆன்மீக தசை. இது நம் வாழ்க்கையில் மேலும் பலப்படுத்த நிலையான பயிற்சி தேவைப்படுகிறது. தேவன் பார்க்கும் விதத்தில் எல்லாவற்றையும் நாம் பார்த்தால், பொறுமையாக இருப்பது கடினம் அல்ல. ஏனென்றால் தேவன் நமக்காக நிற்பார் என்பதை நாம் அறிவோம்.

சோதனையான நேரங்களில் நமக்கு உண்மையில் தேவைப்படுவது நமது புரிதலைத் திறப்பதுதான். தேவன் இன்னும் தம்முடைய சிங்காசனத்தில் வீற்றிருக்கிறார் என்பதையும், அவர் ஒருபோதும் ஒரு போரிலும் தோற்றதில்லை என்பதையும் நாம் அறிந்து ஒப்புக் கொள்ள வேண்டும்! இந்த சத்தியத்திற்கு நாம் நம் இருதயங்களைத் திறக்கும்போது, எல்லாவற்றையும் ஜீவனுள்ள தேவனின் கரங்களில் ஒப்படைத்து, நமக்காகப் போரிட அவரை அனுமதிக்க முடியும். நமக்கு மிகவும் தேவைப்படும்போது பொறுமையாக அவர் நமக்கு உதவுகிறார். தேவன் ஒருவரால் மட்டுமே நமக்கு நன்மை செய்ய முடியும். தாவீது இங்கே பரிந்துரைப்பதை நாம் பயிற்சி செய்ய வேண்டும். ஏனென்றால் அது வெளிப்படையாக அவனது வாழ்வில் வேலை செய்தது. அது நிச்சயமாக நமக்கும் வேலை செய்யும்!

சில நேரங்களில் நம் அன்புக்குரியவர்களை இந்த சூழ்நிலையில் நாம் பார்க்கலாம். இந்த மாதிரியில் நாம் அவர்களுக்காக ஜெபிக்க வேண்டும். தேவன் நம்முடைய ஜெபங்களைக் கேட்பது மட்டுமல்லாமல், அவர்களுடைய இருளை அவருடைய ஒளியால் கலைக்கவும் தயாராக இருக்கிறார்.

இது போன்ற பல சிறிய வல்லமையுள்ள ஜெபங்களை சங்கீதம் நமக்குப் போதிக்கிறது. நாம் ஒரு குறிப்பிட்ட சூழ்நிலையை எதிர்கொள்ளும்போது தேவனிடம் சரியாக என்ன ஜெபிக்க வேண்டும் என்பதை அது நமக்குக் கற்பிக்கிறது.

7. அவர்களுக்குத் தானியமும் திராட்சரசமும் பெருகியிருக்கிறகாலத்தின் சந்தோஷத்தைப்பார்க்கிலும், அதிக சந்தோஷத்தை என் இருதயத்தில் தந்தீர்.

இந்த வசனம் தாவீது தேவன் மீது விசுவாசம் வைத்துச் சரியானதைச் செய்ததன் விளைவை விவரிக்கிறது. உலகப்பிரகாரமானவனை திருப்திப்படுத்துவது எது? மாம்சத்தில் வாழும் நபரை உண்மையிலேயே திருப்திப்படுத்தும் ஏதாவது இருக்கிறதா? அநேகமாக ஒரு லட்சியம் நிறைவேறி விட்டால் அது அவர்கள் மகிழ்ச்சியைத் தூண்டும். ஆனால் அது நிச்சயமாகவே குறுகிய காலமே நிலைத்திருக்கும். ஏனென்றால் அவர்கள் தங்கள் மகிழ்ச்சியைத் தக்க வைத்துக் கொள்ள நல்ல சூழ்நிலைகளின் தொடர்ச்சியான விநியோகத்தை நம்பியிருக்கிறார்கள். வேறு வார்த்தைகளில் கூறுவதானால், அவர்களின் மகிழ்ச்சி வெளியிலிருந்து பெறப்படுகிறது. மேலும், அத்தகைய மகிழ்ச்சி சீக்கிரமே சிதைக்கப்படலாம். புறஜாதியார் எவ்வாறு உணவையும் உடையையும் முதன்மையாக நாடுகிறார்கள் என்பதை மலைப்பிரசங்கத்தில் ஆண்டவர் இயேசு விவரித்தார். உலக இன்பம் தற்காலிகமானதாக இருப்பதற்குக் காரணம், அது ஒரு வெளிப்புற காரணியைச் சார்ந்துள்ளது. ஆகவே அந்தக் காரணி விலக்கப்பட்டால் அல்லது அதில் ஆர்வம் இழந்துவிட்டால், அந்த மகிழ்ச்சி அத்துடன் நொறுங்கிப்போகிறது.

விவசாயமும், கால்நடை வளர்ப்பும் அக்காலத்தில் மக்களின் பொதுவான தொழில்களாக இருந்தன. விவசாயத்தில் ஈடுபட்டிருந்தவர்களுக்கு அறுவடை என்பது கொண்டாட்டத்தின் நேரம். விதை விதைத்த காலத்திலிருந்தே அதை எதிர்பார்த்துக் காத்திருப்பார்கள். தங்கள் வியர்வை மற்றும் உழைப்பின் விளைவாகக் கிடைக்கும் ஒரு நல்ல அறுவடை என்று அவர்கள் நினைத்தார்கள். இப்போது மக்கள் செய்வதைப் போலவே தங்களைத் தாங்களே பாராட்டிக்கொண்டு புகழ்ந்தார்கள். ஆனால் தாவீது ஒரு காரியம் செய்தான். அவன் தேவனை முழு இருதயத்தோடு நம்பி, தேவன் அவனுக்குச் சொன்னதைச் செய்தான்(வியர்வையோ, உழைப்போ இல்லை). ஆனாலும் காத்திருக்கும்போது கூட அவனுக்கு இருந்த மகிழ்ச்சி அந்த மக்கள் கொண்டிருந்த அறுவடையின் மகிழ்ச்சியை விட அதிகமாக இருந்தது. ஆம் அவர்களுக்குத் தானியமும் திராட்சரசமும் பெருகியிருக்கிற காலத்தின் சந்தோஷத்தைப்பார்க்கிலும், அதிக சந்தோஷம் அவனுக்குள் இருந்தது. வேறு வார்த்தைகளில் சொன்னால்,

எருசலேமில் சிங்காசனத்தில் அப்சலோம் உட்கார்ந்திருந்ததைவிட தாவீது தான் நாடோடியாக இருந்த இடத்தில் சந்தோஷமாயிருந்தான்!

இந்த வழியில் தேவனை நம்பும் ஒவ்வொருவரும், தங்கள் வாழ்க்கையின் ஒவ்வொரு நாளும் அதே மகிழ்ச்சியைப் பெற உரிமை உண்டு, சூழ்நிலைகள் எதுவாக இருந்தாலும். இதற்குக் காரணம், நாம் மறுபடியும் பிறக்கும்போது சந்தோஷம் (ஆனந்தம்) நம் ஆவியில் வைக்கப்படுகிறது. இது உள்ளே இருந்து உருவாகும் ஒன்று. மேலும் நமது வெளிப்புற சூழ்நிலைகளை மாற்றும் வல்லமையை இது கொண்டுள்ளது. இந்த மகிழ்ச்சி முடிவடையாது, அழிக்கப்படவும் முடியாது. உள்ளிருந்து வழிந்தோடும் மகிழ்ச்சி நம்மை நன்றியிலும், துதியிலும், தேவனுக்குச் செய்யும் ஆராதனையிலும் பெருகச் செய்கிறது. இதுதான் மலைகளை நகர்த்தவும், துன்ப காலங்களில் நம் இதயத்தை திடனாக வைத்திருக்கவும் செய்கிறது.

8. சமாதானத்தோடே படுத்துக்கொண்டு நித்திரைசெய்வேன்; கர்த்தாவே, நீர் ஒருவரே என்னைச் சுகமாய்த் தங்கப்பண்ணுகிறீர்.

தேவனை நம்பியதன் காரணமாக தாவீது பெற்ற பலன்கள் வியக்கத்தக்கவை. நாம் விரும்ப வேண்டிய ஒன்று. அதே மாதிரியை நாமும் பின்பற்றினால், நாமும் அதைப் பெறலாம்:

- ✡ தேவனை நூற்றுக்கு நூறு சதவீதம் நம்புங்கள்.
- ✡ தேவனுடைய வழிகாட்டுதலைப் பின்பற்றுங்கள்.
- ✡ ஆவியின் வரங்கள் நமக்குள்ளும் நம் மூலமாகவும் செயல்பட அனுமதியுங்கள்.
- ✡ நம்மை நாமே நியாயப்படுத்திக் கொள்வதைத் தவிர்க்கவும்.
- ✡ தேவன் நமக்காகப் பழிவாங்கட்டும்.

தாவீது சமாதானத்தோடே படுத்துக்கொண்டு நித்திரை செய்து, சுகமாய்த் தங்கினான். ஏனென்றால் அவன் சரியானதை நம்பினான். தேவனைப் பற்றிய அவனுடைய அறிதல் விலைமதிப்பற்றது. தேவன் யார் என்பதை அவன் அறிந்திருந்தான்: தேவன் பெரியவர்! இந்த விஷயத்தில் மட்டுமே அவன் கவனம் செலுத்தியதால், அவனால் எல்லா பிரச்சனைகளிலிருந்தும் மீண்டு வர முடிந்தது.

நீண்ட நாளுக்குப் பிறகு படுத்து நிம்மதியாக நித்திரை செய்வது நிச்சயமாக ஒரு நபருக்குக் கிடைக்கக்கூடிய மிகப்பெரிய ஆசீர்வாதங்களில் ஒன்று. உலகத்தைக் கேளுங்கள், அதை ஒப்புக் கொள்ளும். தூக்கமின்மைக்காக மருத்துவர்கள் மற்றும் ஆலோசகர்களை அணுகுபவர்களின் எண்ணிக்கை நாளுக்கு நாள் அதிகரித்துக் கொண்டே வருகிறது. ஒரு குவளை பச்சை தேயிலை நீர் அல்லது தூங்குவதற்கு முன் வெதுவெதுப்பான தண்ணீரில் பாதங்களை நனைப்பது தூக்கத்தை வரவழைக்க உதவுமா என்பதை ஜனங்கள் அறிய விரும்புகிறார்கள். **இதன் சாராம்சம் இதுதான்: உங்கள் இதயம் அமைதியாக இருந்தால், நீங்கள் நன்றாக உறங்குவீர்கள்.** அது இடைஞ்சல் செய்யப்படும்போது, எவ்வளவு தேநீர் பருகினாலும் சரி அல்லது எவ்வளவு நேரம் வெதுவெதுப்பான தண்ணீரில் பாதங்களை ஊறவைத்தாலும் உதவப் போவதில்லை. இதை நாமும் உணர்ந்து, மற்றவர்களும் இந்த உண்மையை உணர உதவுவோம். நமது உடலுக்கு ஓய்வு தேவை. நாம் சாதாரணமாக நல்ல இரவு தூக்கம் தூங்கினாலே பெரும்பாலான பிரச்சனைகளைத் தவிர்க்கலாம். தேவனுடைய கிருபையே அதை நமக்குத் தருகிறது.

பாதுகாப்பாகவும் தீங்கிலிருந்து விலகியும் இருப்பது தேவனுடைய ஆசீர்வாதம். பாதுகாப்பதாக சத்தியப்பிரமாணம் செய்த மெய்க்காப்பாளர்களே எதிராகத் திரும்பி படுகொலை செய்ததை நாம் பார்த்திருக்கிறோம், கேள்விப்பட்டிருக்கிறோம். மனிதன் நம்மைப் பாதுகாப்பாக வைத்திருப்பான் என்று நம்ப முடியாது. சொல்லப்போனால், ஒரு கணவன் தன் மனைவியையும் குழந்தைகளையும் பாதுகாப்பது, பெற்றோர்கள் தங்கள் குழந்தைகள் இளமையாக இருக்கும்போது பாதுகாப்பது, பெற்றோர்கள் வயதாகும்போது பிள்ளைகள் பெற்றோரைப் பாதுகாப்பது, சபைகளின் மேய்ப்பர்கள் தங்கள் மந்தையைப் பாதுகாப்பது போன்றவைகளின் கடமை. இது தேவனால் நிறுவப்பட்ட பாதுகாப்பு தரமாகும். தேவன் இந்த வரிசையில் முதலிடத்தில் இருக்கிறார். தேவனைச் சார்ந்து இல்லாதபோது, ஒரு மனிதன் தன்னை பாதுகாப்பாக வைத்திருக்க வேறு ஒரு மனிதனை நம்புகிறான். அது பிரச்சனைக்கு வழிவகுக்கிறது. ஒருபோதும் பலிக்காது. தேவன் இல்லையென்றால் மனிதன் எப்போதும் தோல்வியடைகிறான். தேவனுடைய பாதுகாப்பு என்பது நமக்கு ஒவ்வொரு நாளும் தேவை. சோதனைகள் மற்றும் துன்புறுத்தல்களின் மத்தியிலும் இது நமக்கு வழங்கப்பட்டுக் கொண்டே இருக்கிறது. அவருடைய பிள்ளைகள் ஒவ்வொருவரையும் காக்கும்படி, அவர் தம்முடைய தூதர்களுக்குக் கட்டளையிடுவார் (சங்கீதம் 91:11).

ஆனால் இந்த பாதுகாப்பு இயேசு கிறிஸ்துவே ஆண்டவர் என்று மனுஷர் முன்பாக தைரியமாக அறிக்கைப்பண்ணுகிறவர்களுக்கு மட்டுமே உள்ளது (லூக்கா 12:8). அலட்சியமாக எடுத்துக்கொள்பவர்களுக்கு இந்த நன்மை கிடைக்காது. தாவீது செய்த அறிக்கையின் ஆழத்தையும், தேவன் தன்னுடைய பாதுகாவலராக இருக்கிறார் என்ற அவனுடைய விசுவாசத்தையும் உங்களால் புரிந்துகொள்ள முடிகிறதா? அந்தப் பாதையில் நடக்கக் கற்றுக் கொள்வோம். இந்த ஆலோசனைகளால் நமக்குக் கொடுக்கப்பட்ட இவ்வளவு உறுதிமொழிகளுடன், நம்மை நம்ப வைக்க வேறு என்ன தேவை?

சங்கீதம் 5

முன்னுரை:

இந்த சங்கீதம் ஒரு நிறுவப்பட்ட சத்தியத்தை வலியுறுத்துகிறது: அவருடைய இரக்கம் மற்றும் கிருபையின் காரணமாக மட்டுமே நாம் தேவனை அணுக முடியும். எந்த மனிதனும் தனது கிரியைகளினால் தேவனுக்கு முன்பாக தன்னை நீதிமானாக்க முடியாது. தேவனே நம்மைத் தெரிந்துகொண்டு, நம்மை அழைத்து, நம்மை நீதிமான்களாக்கியுள்ளார். முதலும் முடிவும் தேவன் தான். நமது விசுவாசத்தைத் துவங்குகிறவரும் முடிக்கிறவரும் அவரே. தேவன் நமக்கு எதுவும் கடன்பட்டிருக்கவில்லை. அவருடைய அன்பினால், அவர் முழு உலகத்திற்கும் இரட்சிப்பை வழங்கினார். அவருடைய தாழ்மையால், நாம் அவரை அணுகும் போதெல்லாம், அவர் நமக்குச் செவி கொடுக்கிறார். நம்முடைய நற்குணத்தின் அடிப்படையில் நாம் எதையும் பெறவில்லை. அதைத்தான் தாவீது இந்த சங்கீதத்தின் மூலம் நமக்கு உணர்த்துகிறான். இது வேதாகம மனத்தாழ்மையை நமக்குக் கற்பிக்கும் சங்கீதம்.

1. கர்த்தாவே, என் வார்த்தைகளுக்குச் செவிகொடும், என் தியானத்தைக் கவனியும்.

2. நான் உம்மிடத்தில் விண்ணப்பம்பண்ணுவேன்; என் ராஜாவே, என் தேவனே, என் வேண்டுதலின் சத்தத்தைக் கேட்டருளும்.

3. கர்த்தாவே, காலையிலே என் சத்தத்தைக் கேட்டருளுவீர்; காலையிலே உமக்கு நேரே வந்து ஆயத்தமாகி, காத்திருப்பேன்.

தேவனை ஆராதிக்க அதிகாலையில் எழுந்திருப்பதன் மூலம், நாம் தேவனுக்கு நன்மை செய்கிறோம் என்று நம்மில் பெரும்பாலோர் நினைக்கிறோம். ஒவ்வொரு நாளும் அதிகாலையில் எழுந்து தேவனை இடைவிடாமல் ஆராதிப்பது எவ்வளவு எளிது? நாம் தேவனை நேசிக்கிறோம் என்பதற்காகத் தேவனை ஆராதிக்கிறோமா அல்லது அது ஒரு கடமை என்றும் சில சலுகைகளைப்

பெற வேண்டுமாயின் தேவனை ஆராதிப்பது ஒரு கடமை என்ற உணர்வில் செய்கிறோமா?

தாவீது தேவனை அவர் யார் என்பதற்காக அணுகினான் - அண்ட சராசரங்களையும் படைத்த தேவன். சர்வலோகத்தையும் உண்டாக்கி ஆளுகை செய்யும் சர்வவல்லமையுள்ள தேவன், நம்முடைய ஒவ்வொரு ஜெபத்தையும் கேட்க அக்கறை காட்டுகிறார் என்பது, உண்மையில் ஒரு அற்புதமான விஷயம். நம் தேவனுடைய மகத்துவத்தையும், மகிமையையும் நாம் புரிந்து கொண்டோமானால், அவர் நமக்கு எவ்வளவு மகத்தான கிருபைகளை அருளியிருக்கிறார் என்பதை நாம் உணரமுடியும்.

இந்த சங்கீதத்தை நான் பல முறை வாசித்தேன். தாவீது அதிகாலையில் எழுந்து அவரைத் தேட எடுத்த முயற்சியின் காரணமாகத் தேவனிடம் கேட்கிறான் என்று நினைத்தேன். ஆனால் இல்லை! இது அதைப் பற்றியது அல்ல. இது தாவீது தேவனுடைய மகத்துவத்தை உணர்ந்து, சர்வலோகத்தின் ராஜாவுக்கு உரிய மரியாதை கொடுக்கிறான். மேலும், ஒவ்வொரு நாளையும் தொடங்குவதற்கு முன்பு, தாவீது தேவனைச் சார்ந்திருந்து, அந்தந்த நாளுக்குத் தேவையான ஆலோசனைகளைத் தேவன் தனக்குத் தந்தருள வேண்டும் என்று விரும்புகிறான் என்பதை தாவீது ஒப்புக்கொள்கிறான். இது தாவீது தேவனைச் சார்ந்திருப்பதைக் காட்டுகிறது. அவன் தனது வார்த்தைகளையும் தியானத்தையும் வழிநடத்துமாறு தேவனிடம் விண்ணப்பம் பண்ணுகிறான். தேவனுடனான நமது தினசரி பயணத்தில் அது மிகவும் முக்கியமானது.

நீதிமொழிகள் புத்தகம் முப்பத்தொரு அதிகாரங்களைக் கொண்டிருக்கத் தேவன் நியமித்ததற்கு ஒரு காரணம் இருந்தது என்று ஒரு அற்புதமான தேவ மனிதன் ஒருமுறை சொல்லக் கேட்டேன். ஞானத்தின் புத்தகமாக இருப்பதால், முப்பத்தொரு அதிகாரங்களில் ஒவ்வொன்றும் மாதத்தின் ஒவ்வொரு நாளுக்கும் (ஒவ்வொரு மாதமும் முப்பதிலிருந்து முப்பத்தொரு நாட்களைக் கொண்டுள்ளது). ஒவ்வொரு அதிகாரம் என்ற வழிமுறைகளை வழங்குகிறது. இது என் இதயத்தை மிகவும் ஈர்த்தது. அன்றிலிருந்து ஒவ்வொரு தேதிக்கும் உரிய நீதிமொழிகளுடன் என் நாளைத் தொடங்குகிறேன். உதாரணமாக, நான் மாதத்தின் முதல் நாளில் நீதிமொழிகள் முதலாம் அதிகாரத்தை வாசிப்பேன். மாத இறுதி வரை தொடர்ச்சியாக அதைப் பின்பற்றுகிறேன். பல ஆண்டுகளாகத் தேவன் எனக்கு இந்த வழியில் தினமும் ஆலோசனை

கூறுகிறார். அது ஒருபோதும் அதன் செயல்திறனைக் குறைக்கவோ அல்லது இழக்கவோ இல்லை.

நம்மில் பெரும்பாலானோர் திட்டமிடுபவர்கள். நாம் நாளை என்ன செய்ய வேண்டும் என்று இன்றிரவு சிந்திக்கிறோம். சிலர் ஒரு வருடம் முழுவதும் செய்ய வேண்டிய விஷயங்களை எழுதுகிறார்கள். மற்றவர்கள் தங்கள் வாழ்க்கையைத் தொடங்கும்போது ஓய்வுக்குப் பிந்தைய திட்டங்களையும் செய்கிறார்கள்! திட்டமிட்டு ஒழுங்கமைப்பதில் தவறில்லை. ஆனால், தவிர்க்க முடியாமல், நம்மில் பெரும்பாலோர் அதனுடன் ஆழமாக வேரூன்றி தேவனை அதிலிருந்து விலக்கி வைக்கிறோம். நமது திட்டமிடல் தோல்வியடைந்து நாம் கவலைப்படத் தொடங்கும் போது இது தெளிவாகிறது. தேவனை மையமாகக் கொண்டு நாம் காரியங்களைத் திட்டமிடும்போது, அவர் காரியங்களைச் சரியான நேரத்தில் நிறைவேற்றுவார் என்பதை அறிந்து கொள்வோம். எனவே அது சமாதானத்துடன் கூடிய ஒரு இளைப்பாறுதலான திட்டமிடலாக இருக்கிறது. தேவன் ஒருபோதும் தாமதிப்பதில்லை.

கர்த்தராகிய இயேசு கர்த்தருடைய ஜெபத்தில் மிகத் தெளிவாகக் கற்பித்தார், 'எங்களுக்கு வேண்டிய ஆகாரத்தை இன்று எங்களுக்குத் தாரும்' என்று. இதைத்தான் தாவீது கேட்டான். ஒவ்வொரு நாள் காலையிலும் இஸ்ரவேலர்களுக்கு புதிய மன்னா வழங்கப்பட்டது. அதேபோல், தேவன் தமது தயவு, இரக்கம் மற்றும் கிருபையை ஒவ்வொரு காலையிலும், நமக்குத் தேவையான அளவுக்கு புதிதாய் அருளுகிறார். தேவையை அவர் மட்டுமே அறிவார். அவரால் மட்டுமே அதை வழங்க முடியும். நாளைய பிரச்சினைகளைத் தீர்க்க, இன்று அவர் நமக்கு ஒருபோதும் கிருபையைத் தருவதில்லை. அந்தந்த நாளுக்குத் தேவையானது அந்தந்த நாளில் வழங்கப்படுகிறது. நாளைக்குத் தேவையானது அவரால் தயாராக வைக்கப்பட்டுள்ளது. ஆனால் ஒவ்வொரு நாளும், அனுதினமும் வாழ இந்த கிருபை நமக்குக் கிடைக்க வேண்டும். இதைப் பற்றிய அறிவு நமக்கு இருந்தால் மட்டுமே, நாம் அதை அவருடைய அன்பான கரங்களிலிருந்து பெற முடியும். இது ஒரு நபரின் எந்த அளவிலான கவலையையும் அழித்துவிடும்.

அதிகாலையில் அவரைத் தேட வேண்டும் என்ற வாஞ்சையை தேவன் நமக்குள் வைக்கிறார். அவருடைய அன்பு நம்மை அவரிடம் நெருக்கி ஏவுகிறது. சரியான மனப்பான்மையுடன் அவ்வாறு செய்த மக்கள் ஒரு இனிமையான

பலனை அறுவடை செய்தனர். உதாரணமாக, மகதலேனா மரியாள் வாரத்தின் முதல் நாள் அதிகாலையில் எழுந்து கல்லறைக்குச் சென்றாள். உயிர்த்தெழுந்த கர்த்தரை முதன்முதலாகத் தரிசிக்கும் ஒரு நிறைவான பலனையும், பாக்கியத்தையும் பெற்றாள்! கர்த்தர் உயிர்த்தெழுந்தார் என்று மற்ற எல்லோரிடமும் சொல்லும் பாக்கியமும் அவளுக்குக் கிடைத்தது! தேவன் தம்முடைய உயிர்த்தெழுதலைப் பற்றி மற்றவர்களுக்கு "பறைசாற்ற" ஒரு பெண்ணைத் தேர்ந்தெடுத்தார்! அது என்னை உற்சாகப்படுத்தி ஊக்குவிக்கிறது! அந்த காலங்களில் பெண்களுக்கு மிகக் குறைவான மதிப்பும், மதிப்பளிப்பும் இருந்தது. ஒரு மனிதன் உண்மையான இருதயத்தோடு நாளின் ஆரம்ப வேளையிலே தேவனைத் தேடும் போது, அவனுக்கு எவ்வளவு பலன் கிடைக்கிறது என்பதை நீங்கள் பார்க்கிறீர்களா?

ஒவ்வொரு நாளும் நாம் எழுந்து மற்ற காரியங்களில் ஈடுபடுவதற்கு முன்பு நம்மையும் நம் நாளையும் அவருடைய கரங்களில் ஒப்படைத்து தேவனைத் தேடுவதே ஞானம். அகிலத்தையும் தாங்கும் தேவன் தம்முடைய ஞானத்தால் நம்மை வழிநடத்தவும், அவர் நமக்கு உரிமையாகக் கொடுத்த அளப்பரிய வாழ்க்கையை நமக்குத் தரவும் தயாராக இருக்கிறார். தாவீதுக்கு ஒரு தாழ்மையான ஆரம்பம் இருந்தது. ஆனாலும் அவன் ராஜாவான பிறகும் அதிகாலையில் கர்த்தரைத் தேடிக்கொண்டே இருந்தான். நம்முடைய அட்டவணை, சோம்பேறித்தனம் அல்லது சாக்குப்போக்குகள் தேவனைத் தேடும் பாதையில் தடையாக நிற்க அனுமதிக்கக்கூடாது. அதை நாம் உணரும் தருணத்தில், ஒவ்வொரு தடைகளையும் உதறித் தள்ளிவிட்டு, தேவனைத் தேடும் பாதைக்கு திரும்ப வேண்டும்

பெரும்பாலும், சோதனைகளின் போது, மற்றவர்களின் உதவி மற்றும் ஆலோசனையைப் பெற நாம் வாஞ்சிக்கிறோம். மறுநாள் காலையில் யாரை முதலில் அணுகுவது என்று சிந்தித்து ஓய்வில்லாத இரவுகளைக் கழித்த பிறகு, நமக்கு உதவ மக்கள் மூலம் செயல்படுபவர் தேவன் தான் என்பதை மறந்துவிடுகிறோம். நாம் தேவனைத் தேட வேண்டும். நம் இருதயத்தில் ஒரு சாட்சியுடன், சரியான வழியில் சரியான நபரை அவர் நமக்குச் சுட்டிக்காண்பிப்பர். அதற்காக அந்த மனிதர் மீது நம்பிக்கை வைக்கிறோம் என்று அர்த்தமல்ல. நாம் தேவன் மீது மட்டுமே நம்பிக்கை வைத்து அதை அங்கேயே வைத்திருக்க வேண்டும். மக்கள் தற்காலிகமாக உதவி செய்பவர்கள். தேவன் இன்று ஒரு நபரை மற்றும் நாளை மற்றொரு நபரை பயன்படுத்தலாம். சில நேரங்களில்,

நாம் வேறொருவருக்கு அந்த நபர்களாக இருக்கலாம். மொத்தத்தில் யாராக இருந்தாலும் தேவன் மீது மட்டுமே நம்பிக்கை வைக்க வேண்டும்.

4. *நீர் துன்மார்க்கத்தில் பிரியப்படுகிற தேவன் அல்ல; தீமை உம்மிடத்தில் சேர்வதில்லை.*

5. *வீம்புக்காரர் உம்முடைய கண்களுக்கு முன்பாக நிலைநிற்கமாட்டார்கள்; அக்கிரமக்காரர் யாவரையும் வெறுக்கிறீர்.*

6. *பொய் பேசுகிறவர்களை அழிப்பீர்; இரத்தப்பிரியனையும் சூதுள்ள மனுஷனையும் கர்த்தர் அருவருக்கிறார்.*

பாவத்தைப் பற்றிய தேவனுடைய நிலைப்பாட்டின் கடுமையைத் தாவீது தன் சொந்த வாழ்க்கையில் அனுபவித்திருந்தான். ரோமர் 3:10 மற்றும் 23 கூறுகிறது, 'நீதிமான் ஒருவனாகிலும் இல்லை;', 'எல்லாரும் பாவஞ்செய்து, தேவமகிமையற்றவர்களானோம்' என்று. மற்ற மனிதர்களைப் போலவே தானும் ஒரு பாவி என்பதை தாவீது நன்கு அறிந்திருந்தான். சொல்லப்போனால், பத்சேபாள் மற்றும் உரியாவின் விஷயத்தில் அவன் செய்த பாவம் நம்மில் பெரும்பாலோர் கனவில் கூடச் செய்யாத ஒன்று. ஆனால் அந்த இடத்தில் இருப்பது என்னவென்பதையும், அது தேவனுக்கு எவ்வளவு அருவருப்பானது என்பதையும் அவன் அறிந்திருந்தான். அந்த வெட்கக்கேடான செயலைச் செய்த பிறகு, சிறிது காலத்திற்கு அவன் தன்னுடைய மனசாட்சியைப் புறக்கணித்து, உரியாவைக் கொலை செய்து மேலும் ஒரு பெரிய பாவத்தைச் செய்தான். ஆனால் தேவனுடைய இரக்கம் பெரியது மற்றும் ஒவ்வொரு உண்மையான மனந்திரும்பிய பாவிக்கும் அவருடைய இரக்கம் மேன்மை பாராட்டுகிறது என்பதையும் அவன் அறிந்து கொண்டான். நொறுங்குண்ட ஆவியோடும், நறுங்குண்ட இருதயத்தோடும் அவன் மனந்திரும்பியபோது, தேவனுடைய இரக்கம் அவனை அந்த ஆக்கினைத்தீர்ப்பின் இடத்திலிருந்து தப்புவித்தது.

சில சமயங்களில் நாம் தொடர்ந்து பாவம் செய்து கொண்டே இருக்கையிலும் கூட தேவன் நம்முடன் அமைதியாகச் இருந்து அதைக் கண்டுகொள்ளாமல் விடுகிறார் என்று நினைக்கிறோம். இல்லை, அப்படி இல்லை. தேவன் ஒளியாய் இருக்கிறார், அவருக்குள் எவ்வளவேனும் இருள் இல்லை என்றும்,

தீமை உம்மிடத்தில் சேர்வதில்லை என்றும் தாவீது இங்கே அறிவிக்கிறான். நம் வாழ்வில் தேவன் இருக்கும் நிமிடத்தில், அவருடைய ஒளி ஒவ்வொரு துளி இருளையும் நீக்கி, நமது மறைக்கப்பட்ட பாவங்களையும் வெளியே கொண்டு வருகிறது. இது நம்மைக் குற்றவாளியாகத் தீர்க்க அல்ல, மாறாக நம்மைக் கண்டித்து உணர்த்தவும் அதை எதிர்கொள்ளவும் அதை விட்டுவிடவும் செய்யப்படுகிறது. நம் வாழ்வில் உள்ள அனைத்து குப்பைகளையும் எரிக்கும் ஆற்றல்மிக்க நெருப்பு அவர். நாம் அதில் வாழும்போது அவருடைய வார்த்தை தொடர்ந்து நம்மைப் பரிசுத்தப்படுத்துகிறது. தாவீது ஒரு குறிப்பிட்ட விஷயத்தில் பாவம் செய்து தன்னைத்தானே மரத்துப் போகச் செய்து, ஒரு பாவத்தை மறைக்க மற்றொரு பெரிய பாவத்தைச் செய்து கொண்டிருந்தாலும், தீர்க்கதரிசி நாத்தான் மூலம் அவனது பெருமை, துன்மார்க்கம், வஞ்சகம் மற்றும் இரத்தவெறி கொண்ட தன்மையை வெளிப்படுத்தத் தேவனுக்கு அதிக நேரம் எடுக்கவில்லை. தாவீது தன்னுடைய இருதயத்திற்கு ஏற்றவன் என்று தேவன் வெகு காலத்திற்கு முன்பே அறிவித்திருந்தாலும், அவன் தவறு செய்தபோது உடனடியாக அவனை சிட்சித்தார். விளைவுகளின் வடிவத்தில் தாவீது தனது தவறுகளுக்கு மிகப்பெரிய விலையைக் கொடுக்க வேண்டியிருந்தது.

தேவனுக்கும் தீமைக்கும் எந்த தொடர்பும் இல்லை. அவர் தாவீதை சிட்சித்தபடியே, இப்போதும் நம்மையும் சிட்சிக்கிறார். நாம் தவறு செய்து மனந்திரும்பும்போது, அவர் நம்மை மன்னிக்கிறார். நாம் செய்யும் பாவங்களுக்காகநாம்நரகத்திற்குச்செல்வதில்லை.நாம்கர்த்தராகியகிறிஸ்துவை விசுவாசித்திருந்தால், நாம் தேவனால் நியாயந்தீர்க்கப்படுவதில்லை. ஆனால், நாம் செய்த தவறுகளின் விளைவுகளை நாம் அனுபவித்தே ஆக வேண்டும். நமது செயலை எந்த வகையிலும் நியாயப்படுத்தாமல் நம்மை நாமே தாழ்த்திக் கொள்ள வேண்டும். உதாரணமாக, ஒரு விசுவாசி போக்குவரத்து விதிகளை மீறினால், காவல்துறை அவனைக் தண்டிக்கும். அவன் அபராதம் செலுத்த வேண்டும் அல்லது நாட்டின் சட்டம் கட்டளையிடும் தண்டனையை அனுபவிக்க வேண்டும். அதுதான் விளைவு. அதற்காகத் தேவன் நம்மை நரகத்திற்கு அனுப்பப் போவதில்லை. அலட்சியம் காரணமாக அதே மனிதன் ஒரு அழிவை ஏற்படுத்தி, யாரையாவது காயப்படுத்தினால் அல்லது கொன்றால், அந்த மனிதன் சிறையில் நேரத்தைக் கழிக்க வேண்டியிருக்கும், அவன் பலருக்கு உத்தரவாதியாயிருக்க நேரிடும். இந்த ஒழுக்க நெறியிலிருந்து தப்பிக்க முடியாது. அதற்காகத் தேவன் அவனை நரகத்திற்கு அனுப்பப் போவதில்லை.

இந்த ஒழுக்கம் நமக்குப் பாடத்தைக் கற்றுத்தருவது மட்டுமின்றி, விதிகளை மீண்டும் மீறாமலிருக்கவும், மேலும் பல தவறான விஷயங்களிலிருந்தும் விலகி இருப்பதையும் உறுதி செய்யும்.

துன்மார்க்கர், வீம்புக்காரர், அக்கிரமக்காரர், பொய்யர், இரத்தப்பிரியர், சூதுள்ள மனுஷர் ஆகியோரை கர்த்தர் அருவருக்கிறார். இந்த மக்கள் செய்யும் அனைத்து தீமைகளையும் அவர் கண்காணித்து, (அவர்களின் மனசாட்சியின் மூலம்) அவர்களைத் தொடர்ந்து எச்சரித்து வருகிறார். மேலும் அவர்கள் மனந்திரும்பாவிட்டால் சரியான நேரத்தில் அதற்கான விலையயைச் செலுத்த வைப்பார். துன்மார்க்கரின் துன்மார்க்கம் அவர்களை அழித்துவிடும் என்று இந்த வார்த்தை குறிப்பிடுகிறது. அது நிறுவப்பட்ட சட்டம்.

தற்பெருமை அடித்துக் கொள்வது இன்று ஒரு பெரிய பிரச்சனையாக இருக்கிறது. இது மனுக்குலத்தின் மனசாட்சியில் வேரூன்றி விட்டது. துரதிர்ஷ்டவசமாக, நாம் அதை உணரவில்லை. ஏனென்றால், நாமே அதை அடிக்கடி செய்கிறோம். தற்பெருமையின் மூடத்தனத்தை நாம் அறிந்துகொள்வதற்கான ஒரே வழி, நம்மில் வாசமாயிருக்கிற பரிசுத்த ஆவியானவரால் நாம் உணர்த்தப்படுவது தான். அப்படி நாம் உணர்த்தப்பட்ட போது, தற்பெருமை பேசுவதை நாம் உண்மையில் வெறுப்போம். நம்மைப் பற்றியும் நமது சாதனைகளைப் பற்றியும் பெருமை பாராட்டுவது முழுமையான மூடத்தனம் ஆகும். மேலும் தேவனுடன் நாம் நடப்பதற்குத் தீங்கு விளைவிக்கும். உண்மையில், நாம் இருப்பதும், நம்மிடம் உள்ள அனைத்தும் தேவனால் நமக்கு இலவசமாக வழங்கப்பட்டவை. அவர் நமக்குத் தயவையோ, ஞானத்தையோ கொடுக்காவிட்டால், இன்று நாம் நம்பிக்கையற்றவர்களாக இருந்திருப்போம். 1 கொரிந்தியர் 4:7-ல், பவுல் கூறுகிறான், 'உன்னை விசேஷித்தவனாகும்படி செய்கிறவர் யார்? உனக்கு உண்டாயிருக்கிறவைகளில் நீ பெற்றுக்கொள்ளாதது யாது? நீ பெற்றுக்கொண்டவனானால் பெற்றுக்கொள்ளாதவன்போல் ஏன் மேன்மைபாராட்டுகிறாய்?' என்று. முழுமையான உண்மை என்னவென்றால், மாம்சத்தின் பெருமை என்பது ஒன்றுமில்லை. கலாத்தியர் 6:14-ல், பவுல் வெளிப்படையாகக் கூறுகிறான், 'நம்முடைய கர்த்தராகிய இயேசுகிறிஸ்துவின் சிலுவையைக் குறித்தேயல்லாமல் வேறொன்றையுங் குறித்து மேன்மைபாராட்டாதிருப்பேனாக'. நாம் பெருமை பாராட்ட வேண்டுமானால், அது எப்போதும் நம்முடைய கர்த்தராகிய இயேசு

கிறிஸ்துவின் சிலுவையை குறித்தே இருக்க வேண்டும். அவர் பெருகவும் நாம் சிறுகவும் வேண்டும் (யோவான் 3:30). நீதிமொழிகள் 10:32 கூறுகிறது, 'நீதிமான்களுடைய உதடுகள் பிரியமானவற்றைப் பேச அறியும்'. நம்முடைய கர்த்தராகிய இயேசு கிறிஸ்துவின் மூலம் நாம் நீதிமான்களாக்கப்படும்போது, நமக்குள் இருக்கும் ஆவியானவர் நம் வாயிலிருந்து ஏற்றுக்கொள்ளத்தக்க வார்த்தைகளுக்குச் சாட்சி கொடுக்கிறார். இது தானாகவே வக்கிரமான (சாபங்கள் மற்றும் வசவுகள்) மற்றும் தற்பெருமை வார்த்தைகளைத் தடுக்கும்.

துன்மார்க்கத்தின் ஏணிப்படியில் தொடர்ந்து ஏறும் பொல்லாதவர்களைத் தேவன் எவ்வாறு நடத்துகிறார் என்பதை தாவீது இங்கே விளக்குகிறான். தேவன் துன்மார்க்கத்தில் பிரியப்படுகிற தேவன் அல்ல; தீமை அவரிடத்தில் சேர்வதில்லை. அதை அவர் வெறுக்கிறார். பின்னர் அதில் ஈடுபடுபவர்களை வெறுக்கிறார் என்பதில் இது தொடங்குகிறது. தேவன் உண்மையில் துன்மார்க்கத்திற்கு எதிராக ஒரு நிலைப்பாட்டைக் கொண்டுள்ளார். ஆகவே, அவருடைய பிள்ளைகளாகிய நாம் துன்மார்க்கத்துடன் எந்த சம்பந்தமும் கொண்டிருக்கக்கூடாது. அதிலிருந்து நாம் விலகி ஓட வேண்டும்.

7. நானோ உமது மிகுந்த கிருபையினாலே உமது ஆலயத்துக்குள் பிரவேசித்து, உமது பரிசுத்த சந்நிதிக்கு நேரே பயபக்தியுடன் பணிந்துகொள்ளுவேன்.

தாவீதைப் போல இடறி விழுந்த நம்மில் எவரும், அவன் கொடுக்கும் இந்த குறிப்பை எடுத்துக்கொண்டு சரியான மனப்பான்மையுடன் தேவனை அணுகலாம். நம்முடைய பாவங்களை நியாயப்படுத்தாமல், நம்மைத் தாழ்த்துவதே அவரை அணுகுவதற்கான வழி. நுழைவுவாயில் அவரது இரக்கத்தின் வாசல்கள். தான் செய்த கொடூரமான பாவம் இருந்தபோதிலும், அதைக்காட்டிலும் தேவனின் இரக்கம் பெரிது என்பதை தாவீது அறிந்திருந்தான். நாத்தான் தீர்க்கதரிசி எச்சரித்தபோது அவன் தேவனை விட்டு ஓடவில்லை. ராஜாவாக இருப்பதால், அவன் விரும்பினால் எந்த மனிதனுக்கும் முன்பாக தன்னை நியாயப்படுத்தியிருக்க முடியும் (அது உண்மையான நியாயப்படுத்தல் அல்ல என்றாலும்). அவனோ உடனே தன்னைத் தாழ்த்தி, தேவனுக்கு முன்பாக முகங்குப்புற விழுந்து, தான் செய்த தீங்குக்காக உண்மையாகவே மனஸ்தாபப்பட்டான். பழைய

உடன்படிக்கையின்கீழ், மிருக ஜீவன்களின் பலிகள் மூலம் பாவங்களுக்குப் பரிகாரம் செய்ய ஒரு வழி இருந்தது. தாவீது மனந்திரும்புதலை லேசாக எடுத்துக்கொண்டு, அந்த பலியைச் செலுத்தி இதை முடித்து வைத்திருக்கலாம். ஆனால், அந்தப் பலிகளில் தேவனுக்கு விருப்பம் இல்லை என்பது அவனுக்கு நன்கு தெரிந்திருந்தது. தேவன் எப்போதும் மனிதனின் இருதயத்தையும், நோக்கங்களையும் பார்த்து, மனிதர்கள் நொறுங்குண்ட இருதயத்தோடு மனந்திரும்பும்படி கோருகிறார். இதைத்தான் தாவீது ஞானமாகத் தெரிந்துகொண்டு, தான் எழுதிய சங்கீதத்தில் தைரியமாக அறிவித்தான். இதனால், தேவன் அவனை மன்னித்து, அவனுடைய தவறான தேர்ந்தெடுப்பின் விளைவுகளை எதிர்கொள்ள அவனை பலப்படுத்தினார். மேலும் அவன் மூலம் அவரது விருப்பத்தை நிறைவேற்ற அவனை வழிநடத்தினார்.

8. கர்த்தாவே, என் சத்துருக்களினிமித்தம் என்னை உம்முடைய நீதியிலே நடத்தி, எனக்குமுன்பாக உம்முடைய வழியைச் செவ்வைப்படுத்தும்.

தாவீது செய்த பாவம் அவனுடைய எதிரிகளுக்கும் நன்றாகத் தெரிந்திருந்தது. அவனுடைய சொந்த மகன்களே அவனுடைய ஒழுக்கக்கேட்டை அவனுக்கு எதிராகப் பயன்படுத்தினர். தாங்கள் தேவனுடைய இடத்தில் இருப்பதாக நினைத்து, அவனைத் தண்டிக்கும் பொறுப்பை அவர்கள் கையில் எடுத்துக் கொண்டனர். ஆனால், எந்தவொரு மனிதனையும் அவனுடைய பாவங்களுக்காகத் தண்டிக்க நம்மில் யாரும் தேவனுடைய இடத்தை எடுக்க முடியாது. அந்த ஸ்தானம் உன்னத ராஜாவாகிய தேவனுக்கு மாத்திரமே உரியது. தாவீது ராஜாவாக அபிஷேகம் செய்யப்பட்டிருந்தாலும், தன்னைப் பழிவாங்குவதற்காகச் சவுலைக் கொல்ல அவனுக்கு எதிராக நிற்கவில்லை. கர்த்தரால் அபிஷேகம் பண்ணப்பட்டவருக்கு விரோதமாக தன் கையை உயர்த்தப் போவதில்லை என்று அவன் கூறினான். சவுல் போரில் இறந்தான். சவுலின் மரணத்திற்குப் பிறகு ஓரிரு நாட்களில் தாவீது ராஜாவாக உயர்த்தப்பட்டான். ஏனெனில், அவன் தானே பழிவாங்குவதற்குப் பதிலாகத் தேவனுக்காகப் பொறுமையுடன் காத்திருந்தான். அவன் முதலில் யூதாவின் ராஜாவாகி ஏழரை ஆண்டுகள் ஆட்சி செய்தான். அதே நேரத்தில் சவுலின் மகன்களில் ஒருவனான இஸ்போசேத் இஸ்ரவேலை ஆண்டான். இஸ்போசேத்

அவனுடைய சொந்த ஜனங்களாலே படுகொலை செய்யப்பட்டான். பின்பு தாவீது இஸ்ரவேலுக்கும், யூதாவுக்கும் ராஜாவாக அபிஷேகம் செய்யப்பட்டான்.

இதற்கு நேர்மாறாக, தாவீது இன்னும் ராஜாவாக இருக்கும்போதே அப்சலோம் தன்னை ராஜாவின் ஸ்தானத்திற்கு உயர்த்திக் கொண்டான். அவன் தன் தந்தையைத் தண்டிக்கும் பொறுப்பை ஏற்றுக்கொண்டான். தாவீது அவனைத் தன் மகனாக நேசித்தாலும், அப்சலோம் தன் தந்தையைத் தன் எதிரியாகக் கருதினான். அப்சலோமின் கோபத்தால் தன் ஜனங்களுக்குத் தீங்கு நேரிடும் என்று பயந்து, தாவீது தேசத்தை விட்டு ஓடிப்போனான். அப்சலோமுக்கு எதிராக அவன் போரிட்டிருக்கலாம். ஆனால் அவன் அவ்வாறு செய்வதைத் தவிர்த்து, கர்த்தர் விரும்பினால் தன்னை நீதிமானாக்கி மீண்டும் ராஜாவாக ஏற்படுத்தட்டும் என்று எண்ணி, அவன் தேவனுக்குக் காத்திருந்தான். வேறு வார்த்தைகளில் சொன்னால், அவன் தேவனுடைய நீதியைச் சார்ந்திருந்தான். தன்னுடைய சுயநீதி பயனற்றது என்பது அவனுக்குத் தெரியும்.

தாவீது தன் பாதையில் தடுமாறிவிடுவோமோ என்று அஞ்சினான். முக்கியமாகத் தனது சொந்த குமாரர்கள் மட்டும் தனது எதிரிகளுக்கு முன்பாக. அவர்கள் அனைவரும் அவனுக்கு எதிராக எழும்பியபோது அவர்களது தீமைக்குப் பதிலாகத் தீமையைத் திருப்பித் தர தாவீது விரும்பவில்லை. அவனுடைய சொந்த குமாரர்களான அப்சலோமும் அதோனியாவும், அவன் மரிக்கும் பரியந்தமும் அவனோடு போராடினார்கள். நமது அன்புக்குரியவர்கள் நமக்கு எதிராக நிற்கும்போது துயரம் அதிகமாக இருக்கும். ஒவ்வொரு கட்டத்திலும் தேவனுடைய வழிநடத்துதலுக்காக அவன் தொடர்ந்து கர்த்தரையே சார்ந்திருந்தான். பத்சேபாளுடன் பாவம் செய்த பிறகு கர்த்தரிடமிருந்து பெற்ற சிட்சை மூலம் தனது பாடத்தை நன்கு கற்றுக்கொண்டான். எனவே, அவன் மீண்டும் தேவனுக்கு எதிராகத் தன்னை நிறுத்திக்கொள்ள எந்தவொரு வாய்ப்பையும் பயன்படுத்தவில்லை. அவனுடைய எதிரிகள் அவனுடைய பாவத்தை அவனுக்கு முன்பாக மீண்டும் திரையிட்டுக் காண்பித்தாலும், அவன் தன்னுடைய நேரத்திலும், தன்னுடைய வழியிலும் தன்னை மீட்க தேவனைச் சார்ந்திருந்தான்.

9. அவர்கள் வாயில் உண்மை இல்லை, அவர்கள் உள்ளம் கேடுபொடுள்ளது; அவர்கள் தொண்டை திறக்கப்பட்ட பிரேதக்குழி; தங்கள் நாவினால் இச்சகம் பேசுகிறார்கள்.

இங்கே விவரிக்கப்பட்டுள்ள எல்லா அம்சங்களும் பொதுவாகத் துன்மார்க்கர்களுக்குப் பொருந்தும். இவர்கள் யாரும் அவிசுவாசிகள் அல்ல. அவர்கள் தங்களைத் தேவனுடைய புத்திரர் என்று சொல்லிக் கொள்ளுகிறார்கள். ஆனால் இந்த பண்புகளை உள்ளார்ந்த மட்டத்தில் வெளிப்படுத்துகிறார்கள். கர்த்தராகிய இயேசு செம்மறியாடுகளின் உடையில் உலா வரும் ஓநாய்களைக் குறித்து நாம் எச்சரிக்கையாய் இருக்கும்படி கூறுகிறார். அதே வழியில் நடந்துகொள்ளும் கிறிஸ்தவ விசுவாசிகள் என்று அழைக்கப்படுபவர்களைக் குறித்து நம்மை எச்சரிக்கிறார். ஆரம்பக்கால திருச்சபை தொடர்ந்து எச்சரிக்கை செய்யப்பட்டது. இது போன்ற விஷயங்களிலிருந்து விலகி இருங்கள். உலகில் இப்போது அவை ஏராளமாக உள்ளன. இப்படி நடந்துகொண்ட தன் ஜனங்கள் பலரை தாவீது சந்திக்க வேண்டியிருந்தது. அவனுடைய கடைசி நாட்களில், யோவாப் (அவனுடைய படைத்தலைவன்), அதோனியா (அவனுடைய குமாரன்), அபியத்தார் (பிரதான ஆசாரியன்) ஆகியோரும் அவனுக்கு எதிராகத் திரும்பினர்.

ஒரு நபர் மற்றவர்களைப் பற்றி நம்மிடம் எப்படிப் பேசுகிறார்களோ அதே நபர் நம்மைப்பற்றியும் பிறரிடம் அவ்வாறாகத்தான் பேசுவார்கள். மற்றவர்கள் அவர்களை நம்பி கூறிய ரகசியங்களை அவர்கள் உண்மையாகக் காப்பாற்றவில்லை என்றால், நாம் சொல்லும் ரகசியங்களைக் காப்பாற்றுவதிலும் அவர்கள் உண்மையாக இருக்க மாட்டார்கள். ஒரு நபரின் குணாதிசயங்களைப் பகுத்தறிந்து அவர்களிடமிருந்து விலகி இருக்க இது ஒரு சிறந்த வழியாகும். அவர்கள் வாயைத் திறந்தால், அது துர்நாற்றம் வீசுகிறது (வாய் துர்நாற்றம் அல்ல). அவர்கள் பரப்புவதெல்லாம் பிறரைப்பற்றின தவறான கூற்றுகள் தான். இன்னொருவரைத் தாழ்த்தி நம்மை முகஸ்துதி செய்வது அவர்களுக்கு மிக எளிய காரியம். நாம் கவனமாக இல்லாவிட்டால், நாம் உணர்ச்சிவசப்பட்டு, அவர்களின் முகஸ்துதிக்கு இடமளித்தோமேயாகில், அவர்களால் பாதிக்கப்பட்டவர்கள் அனுபவித்த அதே விளைவுகளை நாமும் அனுபவிக்க நேரிடும். மக்கள் நம்மை அழிவுக்கு இட்டுச் செல்லலாம். அவர்கள் தங்கள் சொந்த லாபத்திற்காக அதைச் செய்கிறார்கள். நம் மூலமாய் அவர்கள் எதையாவது சாதிக்கும் வரை நம்மை வானளவாய் புகழ்ந்து பேசுவார்கள்.

அவர்கள் ஏமாற்றுக்காரர்கள் என்பதை உணர்ந்து நம்மை நாமே விழிப்புடன் வைத்திருக்கும் தருணத்தில், அவர்களின் நடத்தையில் ஒரு திருப்பம் ஏற்படுகிறது! அத்தகைய மக்களுடன் ஆரம்பத்திலிருந்தே நாம் எச்சரிக்கையாக இருப்பது மிகவும் நல்லது. நாம் ஒவ்வொரு நாளும் ஆலோசனைகளுக்காக தேவனைச் சார்ந்திருக்கும்போது மட்டுமே இது சாத்தியமாகும். இதனால் நாம் நிறையப் பிரச்சனைகளிலிருந்து நம்மைக் காப்பாற்றிக் கொள்ளலாம்.

நீதிமொழிகள் புத்தகம் முகஸ்துதிக்கு எதிராக நம்மைத் தொடர்ந்து எச்சரிக்கிறது. நம்மை நிந்திக்கும் அல்லது தவறாகப் பேசும் நபர்களிடமிருந்து நம்மில் பெரும்பாலோர் தானாகவே விலகி இருக்கிறோம். ஆனால் துரதிர்ஷ்டவசமாக, முகஸ்துதியின் இனிமையான விளைவு நம்மை முட்டாளாக்குகிறது. நம்மைப் பற்றிப் பேசப்படும் எதிர்மறையான விஷயங்களைப் போல முகஸ்துதியும் நம்மை எந்த வகையிலும் பாதிக்க அனுமதிக்காதிருப்பதே ஞானம். முகஸ்துதி மற்றும் எதிர்மறையான காரியங்களுக்குப் பதிலாக, தேவன் நம்மைப் பற்றி என்ன சொல்கிறார் என்பதில் கவனம் செலுத்துவோம். ஏனென்றால் அதுதான் முக்கியம். கர்த்தராகிய இயேசுவை ராஜாவாக்க ஜனங்கள் வலுக்கட்டாயமாக விரும்பியபோது, அவர் அவர்களிடமிருந்து விலகி, மனிதனுக்குள் இருப்பதை அறிந்து, தம்மை அங்கிருந்த ஜனங்களுக்கு ஒப்புக்கொடுக்கவில்லை. அவர்களுடைய சரீர மற்றும் ஆத்தும ரீதியான தேவைகளை அவர் திருப்தி செய்யும் வரையில், அவர்கள் அவரை வணங்குவார்கள் என்பதை அவர்கள் மீண்டும் நிரூபித்தார்கள். அவர் அதைச் செய்யாத தருணத்தில், அவரைக் கல்லெறியக்கூடத் தயங்க மாட்டார்கள். உங்கள் வாழ்க்கையை ஒருபோதும் மனிதர்களின் கருத்தை அடிப்படையாகக் கொள்ளாதீர்கள் (நல்லது அல்லது கெட்டது எதுவாயினும்). நிச்சயமாக, அது ஒரு பொருட்டல்ல. தேவன் உங்களைப் பற்றி என்ன சொல்லுகிறார் என்பதுதான் முக்கியம். அவ்வளவுதான்!

10. தேவனே, அவர்களைக் குற்றவாளிகளாகத் தீரும்; அவர்கள் தங்கள் ஆலோசனைகளாலேயே விழும்படிசெய்யும்; அவர்கள் துரோகங்களினுடைய திரட்சியினிமித்தம் அவர்களைத் தள்ளிவிடும்; உமக்கு விரோதமாய்க் கலகம்பண்ணினார்களே.

தாவீது தனது எதிரிகளைத் தேவனுக்கு எதிராக நின்றவர்கள் என்று வர்ணித்தான். அவர்களைப் பற்றிய அவனது புரிதல் ஆழமானது. தாவீதின்

குமாரர்கள், அவனுடைய நம்பிக்கைக்குரிய சேனாதிபதி யோவாபும், பிரதான ஆசாரியனான அபியத்தாரும் ஒருவர் பின் ஒருவராக தாவீதுக்கு எதிராகக் கலகம் செய்தார்கள். அவனுடைய நம்பிக்கைக்குரிய ஆலோசகரான அகித்தோப்பேல், கலகக்காரர்களை ஆதரித்தும், அவர்களுக்கு அருவருப்பான அறிவுரைகளைக் கொடுத்தும், தாவீதுடைய முதுகில் குத்தினான். இருந்தாலும், தேவன் தன்னை ராஜாவாக அபிஷேகம் செய்து முடிசூட்டினார் என்பதை தாவீது அறிந்திருந்தான். அப்சலோமைப் போல வஞ்சகத்தால் அந்தப் பதவியைப் பெற அவன் ஒருபோதும் முயற்சி செய்யவில்லை. அபிஷேகத்தின் அடிப்படையில்தான் அவன் இஸ்ரவேல் மற்றும் யூதாவின் மீது ராஜாவாக ஆனான். தீர்க்கதரிசி சாமுவேல் அவனை ராஜாவாக அபிஷேகம் செய்த வெகு காலத்திற்குப் பிறகு (ஏறக்குறைய 13 ஆண்டுகள்) இது நடந்தது. இந்த நேரத்தில், தாவீது ஒருபோதும் சவுலுக்கு எதிராகப் போரிடவில்லை. ஏனெனில் அவன் (சவுல்) 'கர்த்தரால் அபிஷேகம் செய்யப்பட்டவன்' என்று தாவீது அறிந்திருந்தான். தாவீதுக்கு அந்த பயம் இருந்தது. தேவனே ஒருவரை வீழ்த்தி மற்றொன்றை உயர்த்துகிறவர் என்பதை அவன் அறிந்திருந்தான். இஸ்ரவேலின் சிங்காசனத்தில் தன்னை அமர வைக்கும்படி தேவனுக்கு நேராக தன் முகத்தைத் திருப்பி பொறுமையுடன் காத்திருந்தான்.

ஆனால், தாவீதின் குமாரர்கள் அப்படிச் செய்யவில்லை. அவன் உயிருடன் ராஜாவாக இருந்தபோதே, அப்சலோமும் அதோனியாவும் தங்களை ராஜாக்களாக அறிவித்தனர். அவர்கள் இருவரும் சாலொமோனைவிட மூத்தவர்கள். ஆயினும், பத்சேபாளுடன் தாவீது பாவம் செய்வதற்கு வெகு காலத்திற்கு முன்பே, ஆலயத்தைக் கட்டப்போகிற அவனே தாவீதின் ஸ்தானத்தில் அவன் சிங்காசனத்தின்மேல் வீற்றிருப்பான் என்று தேவன் நாத்தான் தீர்க்கதரிசி மூலமாக தாவீதுக்கு வாக்குத்தத்தம் பண்ணினார். அது தெளிவாக சாலமோனைக் குறிக்கிறது. ஆனாலும் அப்சலோம் மற்றும் அதோனியா இருவரும் அதைப் பலவந்தமாகக் கைப்பற்ற முயன்றனர். அவர்கள் இருவருமே தேவன் மீதும் இஸ்ரவேலுக்கான அவருடைய திட்டங்களிலும் அக்கறை செலுத்தவில்லை. அவர்கள் அதிகாரத்தைக் கைப்பற்றி தங்களை உயர்த்திக் கொள்ள விரும்பினர். இருப்பினும், அவர்கள் தேவனுக்கு எதிராகக் கிளர்ச்சி செய்ததை அவன் தெளிவாகக் கண்டால், அதை அவன் தனிப்பட்ட முறையில் எடுத்துக்கொள்ளவில்லை. சாலொமோனை ராஜாவாகத் தேவன் நியமித்திருப்பது அவனுக்குத் தெரியும். குமாரனாகிய சாலொமோன் தன் தகப்பன் அப்சலோமிடமிருந்து ஓடிப்போனபோது தாவீதைப் பின்பற்றினான்.

அவனும் சரியான சமயத்தில் தேவன் தன்னை ராஜாவாக நியமிப்பதற்காகக் காத்திருந்தான். அவன் தன்னுடைய தகப்பனுக்கோ, சகோதரருக்கோ முன்பாகத் தன்னை உயர்த்திக் கொள்ளவில்லை.

இந்தக் கலகக்காரர்கள், தங்கள் தகப்பனுடைய ஊழியக்காரர்களையும் சேர்த்துக் கொண்டு, தேவன் கொடுத்த அதிகாரத்திற்கு எதிராகக் கலகம் செய்தார்கள். ஆபத்தான காலங்களில் தாவீதை உண்மையோடு சேவித்தவர்களும், பிற்பாடு விலகியவர்களுமான ஆட்களுக்கு யோவாப், அகித்தோப்பேல், அபியத்தார் ஆகியோர் உதாரணங்கள். தன் எதிரிகளுக்காக தாவீது தேவனிடம் செய்த விண்ணப்பம் மிகவும் வியப்பூட்டுகிறது. அவர்கள் தங்கள் ஆலோசனைகளாலேயே விழும்படி செய்யும் என்று அவன் விண்ணப்பம் பண்ணினான். அவர்கள் துரோகங்களினுடைய திரட்சியினிமித்தம் அவர்களைத் தள்ளிவிடும் என்ற வார்த்தையை ஒன்றுக்கும் மேற்பட்ட இடங்களில் வாசிக்கிறோம். கடைசியாக, ஒருவர் தொடர்ந்து பொல்லாப்பு செய்தால் இதுதான் நடக்கும். அதனால்தான் நம்முடைய எதிரிகளை நேசிக்கவும், அவர்களுக்காக ஜெபிக்கவும் வேண்டுமென்று தேவன் நம்மிடம் எதிர்பார்க்கிறார். அவர்கள் வேண்டுமென்றே நமக்கு அநீதி இழைக்கும்போது, அவர்கள் தங்களைத் தேவனுக்கு விரோதமாக நிறுத்துகிறார்கள். அவர்களுக்காக ஜெபிப்பதன் மூலம், அவர்களுடைய இருள் விலகி, தேவனை தங்கள் வாழ்க்கையில் அனுமதிப்பார்கள் என்று நம்புகிறோம். அவர்கள் பாவத்தைக் குறித்து அறிவொளியூட்டப்பட்டு, அதிலிருந்து வெளியேறுவதற்கான வழி காட்டப்படலாம். ஒருவேளை அவர்கள் மனந்திரும்பி தேவனிடம் மன்னிப்பைப் பெறலாம். இல்லையெனில் அவர்கள் அழிவுக்கு ஆளாவார்கள்

இவையெல்லாம் சொல்லப்பட்டாலும், நம்மை எதிர்த்துப் போராடும் நபருக்கு நாம் தவறு செய்யவில்லை என்பதை உறுதிப்படுத்த வேண்டும். தவறு நம்முடையதாக இருக்கும்போது, நாம் விரைவாக மன்னிப்பு கேட்டு விஷயங்களைச் சரிசெய்ய வேண்டும். நாம் தவறு செய்துவிட்டு நமக்காகப் பழிவாங்கும்படி தேவனிடம் கேட்க முடியாது. விஷயங்கள் மோசமடைவதற்கு முன்பு நாம் தவறு செய்தவரிடம் மன்னிப்பு கேட்கவும், விஷயங்களைச் சரிசெய்யவும் தேவனுடைய கிருபையைப் பெற வேண்டும் (நீதிமொழிகள் 25:8 லிருந்து 10, மத்தேயு 5:23 லிருந்து 25).

11. உம்மை நம்புகிறவர்கள் யாவரும் சந்தோஷித்து, எந்நாளும் கெம்பீரிப்பார்களாக; நீர் அவர்களைக் காப்பாற்றுவீர்; உம்முடைய நாமத்தை நேசிக்கிறவர்கள் உம்மில் களிகூருவார்களாக.

12. கர்த்தாவே, நீர் நீதிமானை ஆசீர்வதித்து, காருணியம் என்னுங் கேடகத்தினால் அவனைச் சூழ்ந்துகொள்வீர்.

தாவீது அப்சலோமிடமிருந்து தப்பி ஓடினாலும் சரி, அதோனியாவால் காட்டிக்கொடுக்கப்பட்டாலும் சரி, அவனால் நிம்மதியாகப் படுத்து நித்திரை செய்ய முடிந்தது. இது தேவனுடைய பிள்ளைகள் சுதந்தரிக்கும் தயவும் சமாதானமும் உள்ள இடத்தைச் சுட்டிக் காண்பிக்கிறது. அவனுடைய சொந்த இரத்தத்தினாலே (குமாரர்கள்) மிகுந்த கொந்தளிப்பு இருந்தபோதிலும், மற்ற ஜனங்கள் அவனுக்குக் கனிவு காண்பித்தனர். இது கர்த்தரால் உண்டானது. தயவு என்பது இரட்சிப்பின்போது நாம் சுதந்தரிக்கும் ஒன்று. நம்மில் பலருக்கும் அது தெரிவதில்லை. நம் வாழ்வில் தேவனுடைய பிரசன்னம் நம்மைத் தயவு பெற்றவர்களாகவும், செழிப்பானவர்களாகவும் வரையறுக்கிறது. இது நம் வாழ்வில் உறுதியான (புலப்படும்) நன்மையைக் கொண்டுவருகிறது. செல்வம் என்பது நம்மை வளமானவர்களாகவோ அல்லது வெற்றிகரமானவர்களாகவோ வரையறுப்பதில்லை. இது செழிப்பின் உபதேசம் பற்றிய தவறான கருத்து. நம்மை தேவபிரசன்னம் சூழ்ந்திருப்பதால் அது நம்மை ஆசீர்வதிக்கப்பட்டவர்களாகவும், செழிப்பானவர்களாகவும் ஆக்குகிறது. இதன் விளைவாக, உறுதியான சலுகைகள் பின்தொடர்கின்றன. நாம் தேவனைத் தேடும்போது, இவைகள் நமக்குக் கூடக் கொடுக்கப்படுகின்றன (மத்தேயு 6:33). கண்ணுக்குப் புலப்படும் விஷயங்கள் அசைக்கப்பட்டாலும், அது ஆசீர்வதிக்கப்பட்டவர்களாகவும், செழிப்பானவர்களாகவும் இருக்கும் நிலையிலிருந்து நம்மைத் தகுதி நீக்கம் செய்ய முடியாது. நாம் அந்த நிலையிலே தான் தொடர்ந்து நிலைத்திருப்போம். ஏனென்றால் தேவன் இன்னும் நம்முடன் இருக்கிறார். சரீர மாற்றங்கள் நிகழலாம். இது தாவீது மற்றும் யோசேப்பின் வாழ்க்கையில் தெளிவாகத் தெரிகிறது. அப்சலோமின் மரணத்திற்குப் பிறகு, இஸ்ரவேலும் யூதாவும் கர்த்தருடைய சித்தத்தின் படி நியமிக்கப்பட்ட நேரத்தில் தாவீதை மீண்டும் ராஜாவாக நியமித்தன.

தேவனை அறிந்து, அவரை நம்புகிற நமக்காக, தேவன் எப்போதும் யுத்தங்களை நடத்துவார். எல்லா நேரங்களிலும் நமக்கு வெற்றியைத் தருவார் என்பதில் மகிழ்ச்சியடைய நிறைய காரணம் இருக்கிறது. நாம் அவருக்கு அடிபணியும்போது, அவர் நமக்காக நிற்கிறார், பரலோகம் முழுவதும் நம்மை ஆதரிக்கிறது. தேவனே நம்மைப் பாதுகாப்பதால் சோதனை அல்லது துன்புறுத்தலின் போது நாம் மகிழ்ச்சியாயிருக்க முயற்சி செய்ய வேண்டும்! இரட்சிப்பு அவருடைய நாமத்தில் மட்டுமே உள்ளது என்பதை அறிந்திருப்பதால், நல்ல காரியங்கள் நடக்கும் என்று நாம் எதிர்பார்க்கலாம். இது நிச்சயமாக சாத்தியம். ஏனென்றால் நம்முடைய கண்கள் அதைப் பார்ப்பதற்கு முன்பே, நம்முடைய இருதயத்தில் வெற்றியைக் காணவும், அதை அறிக்கையிடவும் கர்த்தர் நமக்கு அறிவுறுத்தியுள்ளார். முதலில் நம் இருதயத்தில் பெற்றுக் கொண்டோம் என்று அறிந்திருந்தால், நம் மாமிச கண்களால் வெற்றியைக் காண்பது காலத்தின் கட்டாயமாகும். நாம் முதலில் அதை உள்ளே (நம் இருதயத்தில் கற்பனை) பார்த்தால், அதை வெளியில் (மாமிச உலகிலும்) பார்ப்போம். அதுவே தேவனுடைய வெற்றியை நம் வாழ்வில் பயன்படுத்திக்கொள்ள அவர் செய்த வழி. வெற்றியின் நிச்சயத்தால் நாம் நிரம்பியிருக்கும்போது, நாம் எப்படி மகிழ்ச்சியடையாமல் இருக்க முடியும்?

கர்த்தரின் வேலை நேரடியானது, தெளிவானது. அவர் நீதிமானை ஆசீர்வதித்து, காருணியம் என்னுங் கேடகத்தினால் அவனைச் சூழ்ந்துகொள்வார். அதற்குக் காரணம், நம்முடைய ஜீவன் கிறிஸ்துவுடனே கூட தேவனுக்குள் மறைந்திருக்கிறது. தேவனுடைய ஆசீர்வாதத்தையும் தயவையும் ஈர்க்கும் அவருடைய நீதி நமக்கு வழங்கப்பட்டுள்ளது. இங்கே கேடயம் என்ற வார்த்தைக்கு வேறு அர்த்தம் இருக்கிறது. இது ஒரு சிப்பாயின் கேடயத்தை விட அதிகம். இது ஒரு நபரை முன்னால் இருந்து மட்டுமே பாதுகாக்கிறது. தேவன் பேசுகிற கேடகம் எப்பக்கத்திலும் கேடகமாய் இருக்கும். அது ஒரு நபரை ஒரு கோளம் போன்று சூழ்ந்துள்ளது. இது நம் வாழ்வின் ஒவ்வொரு பகுதியிலும் வழங்கப்படும் பாதுகாப்பும் தயவுமாகும். கல்வி, தொழில், குழந்தை வளர்ப்பு, திருமணம், உறவுகள் என எதுவாக இருந்தாலும், கர்த்தர் நம்மோடு இருக்கிறார், நம்மைப் பாதுகாத்து வளப்படுத்துகிறார்.

சங்கீதம் 6

ஒரு இசைப் பாடல்

முன்னுரை:

எட்டு நரம்பு சுரமண்டலம் என்பது ஒரு சிறிய சுரமண்டலம் (அடிப்படை, தொடக்க அல்லது எளிய வடிவிலானது). மற்ற வகை சுரமண்டலங்களைக் காட்டிலும் இது மிகவும் மலிவாக அல்லது தயாரிக்க எளிதானதாக இருந்திருக்கலாம். இந்த குறிப்பிட்ட சங்கீதம் 8-நரம்பு சுரமண்டலத்தால் வாசிக்கப்பட வேண்டும் என்பதாலேயே இது மிகவும் நெருக்கமாக மாறுகிறது. தாவீது ஒரு ஆடு மேய்க்கும் சிறுவனாக இருந்தபோது, சுரமண்டலம் வாசித்தான். அவன் சாமுவேலால் அபிஷேகம் செய்யப்பட்டு பரிசுத்த ஆவியானவர் அவன்மீது இறங்கியபோது இந்த தாலந்து மேலும் மெருகேறியது. அவன் ஒரு இசைக்கலைஞன். அவன் ராஜாவாக இருந்தபோது, பல இசைக்கருவிகளைத் தயாரித்தான், குறிப்பாக ஆலய ஆராதனைக்காக.

சில சங்கீதங்களுக்கு துல்லியமான மெல்லிசைகளை தாவீது குறிப்பிட்டுள்ளான். பாடல்கள் ஒரு நபரின் மனதிலும், ஆத்துமாவிலும் பெரும் தாக்கத்தை ஏற்படுத்துகின்றன. குழந்தைகளுக்கு சில விஷயங்களை பாடல் வழியாக கற்றுக்கொள்ள சொல்லிக்கொடுக்கிறோம். இதனால் அவை நீண்ட காலம் நினைவில் இருக்கும். எல்லாவற்றிற்கும் மேலாக, இசை தேவனால் படைக்கப்பட்டது. நாம் அவரைப் பாடும்போது ஆராதனை மேலும் உயர்கிறது. எல்லோராலும் பேச முடியும், ஆனால் பாட முடியாது. பாடுவது அல்லது இசைக்கருவிகளை வாசிப்பது என்பது தேவனால் கொடுக்கப்பட்ட ஒரு தாலந்து. இது அவரை மட்டுமே ஆராதிப்பதற்கும் மகிமைப்படுத்துவதற்கும் உரியது.

இந்த சங்கீதத்தின் சாராம்சம் என்னவென்றால், தாவீது தான் செய்த பாவத்திற்கான மன்னிப்புக்காக தேவனிடம் மட்டுமே நெருங்கினான். இந்தப் பாவம் அவனுடைய ஆத்துமாவையும் சரீரத்தையும் சிதைத்து.

மிகுந்த துக்கத்தை உண்டுபண்ணியிருந்தது. வேறு வார்த்தைகளில் சொன்னால், அவன் நொறுங்குண்ட இருதயத்தோடும் நறுங்குண்ட ஆவியோடும் தேவனை நெருங்கினான். தன்னை காயப்படுத்துவதற்காக சத்துருக்கள் வைத்த குற்றச்சாட்டுகள் குறித்தும் பேசுகிறான். ஆனால் அவனுடைய சத்துருக்கள் அவனுக்காக விரித்த கண்டனத்தின் வலையில் அவன் விழவில்லை. தேவனிடம் மன்னிப்பு கேட்டதினால், தனது குற்றவுணர்ச்சியால் சத்துருவுக்கு தீனிபோட அவன் அனுமதிக்கவில்லை. தேவன் கிருபையும் இரக்கமுமுள்ளவர் என்பதை அவன் நன்கு அறிந்திருந்தான், அவனை அவர் மன்னித்தார்.

1. கர்த்தாவே, உம்முடைய கோபத்திலே என்னைக் கடிந்துகொள்ளாதேயும், உம்முடைய உக்கிரத்திலே என்னைத் தண்டியாதேயும்.

நாம் விசுவாசிகளாக, சில நேரங்களில் நமது மாம்சத்தின் பலவீனத்தின் காரணமாக பாவம் செய்கிறோம். நாம் அவ்வாறு செய்யும்போது, பெரும்பாலும் நம்மை நாமே கடிந்துக்கொண்டு தேவனுடனான நமது ஐக்கியத்திலிருந்து விலகி செல்வதைக் காண்கிறோம். ஆனால் அது சரியான அணுகுமுறை அல்ல. நாம் பாவம் செய்யும்போது, நாம் செய்ய வேண்டிய முதல் காரியம் தேவனிடம் செல்வதுதான். அவர் ஒருவரே நமக்கு உதவ முடியும்! மன்னிப்பு, விடுதலை இரண்டும் அவருக்கே உரியவை. இதுவே நமது அடிப்படை விசுவாசமாக இருக்க வேண்டும். முதல் தவறை மறைக்க அதிக தவறுகளைச் செய்வதற்குப் பதிலாக, நாம் முதலில் அவரிடம் சென்றால் நம்மை அதிக தொல்லைகளிலிருந்து காப்பாற்றிக் கொள்ளலாம். அவருடைய இரக்கம் நம்முடைய தவறுகளைவிட பெரியது, வல்லமையுள்ளது.

நாம் ஒருவருக்கு தவறு செய்திருந்தால், மன்னிப்பு கேட்டு அவர்களுடன் விஷயங்களை சரிசெய்ய வேண்டியது அவசியம். ஆனால் அவர்கள் நம்மை மன்னிக்கும் நிலையில் இல்லை என்றால், நாம் பொறுமையாக காத்திருந்து, தேவன் நமக்குள் சமாதானம் செய்ய அனுமதிக்க வேண்டும். அவர்கள் நம்மை மன்னிக்காவிட்டால் அவர்களைப் பற்றி மோசமாகப் பேசவோ அல்லது எதற்காகவும் அவர்களைக் குறை கூறவோ நமக்கு உரிமை இல்லை. அதேசமயம், அவர்கள் நமக்கு முன்பாக வைத்த கடிந்துகொள்ளுதல் என்ற கண்ணியிலிருந்து நாம் விலகியிருக்க வேண்டும்.

கர்த்தருடைய தண்டனைக்கு வேதாகமத்தில் பல உதாரணங்கள் உள்ளன. அடிப்படையில், இதை 2 வகைகளாக வகைப்படுத்தலாம்:

✡ **அவர் நம்மை நேசிப்பதால் கண்டிக்கப்படுத்தல்:** இது அவருடைய கிருபை மற்றும் இரக்கத்தால் செய்யப்படுகிறது மற்றும் நமது மறுசீரமைப்புக்கு வழிவகுக்கிறது. இது ஒரு தந்தைக்கும் மகனுக்கும் இடையிலான உறவுடன் ஒப்பிடப்படுகிறது. தகப்பன் தன் மகனிடத்தில் அன்புகூருவதால் அவனை ஒழுங்குப்படுத்துகிறார், சிட்சிக்கிறார்.

✡ **அவருடைய கோபத்தினால் தண்டிக்கப்படுதல்:** அவருடைய நன்மையை வேண்டுமென்றே நிராகரிக்கும் தேவபக்தியற்ற மற்றும் பொல்லாத மக்களை, உதாரணத்திற்கு, கானானியரை அவர் கையாளும் விதம் இதற்கு சிறந்த உதாரணம். இது முழுமையான அழிவுக்கும் மரணத்திற்கும் வழிவகுக்கிறது. தேவனுடைய நீடிய பொறுமை இயல்பு இருந்தபோதிலும், மனந்திரும்புதலின் எந்த நம்பிக்கையும் இல்லாத மக்களுக்கு இது பொருந்துகிறது.

தாவீது பழைய உடன்படிக்கையின் கீழ் இருந்தான். ஆயினும் அவன் தேவனின் கிருபை பற்றிய வெளிப்பாட்டைக் கொண்டிருந்தான். மேலும் அவனை அன்பாய் தண்டித்து நடத்தும்படி தேவனிடம் கெஞ்சினான். தான் செய்த பாவம் எதுவாக இருந்தாலும், தான் மரண தண்டனைக்கு முற்றிலும் தகுதியானவன் என்பதை அவன் அறிந்திருந்தான். அதனால்தான் அவன் தேவனை கிருபையோடு நடத்தும்படியாகவும், தன் பாவத்தை மன்னிக்கும்படியாகவும் கெஞ்சுகிறான்.

2. என்மேல் இரக்கமாயிரும் கர்த்தாவே, நான் பெலனற்றுப்போனேன்; என்னைக் குணமாக்கும் கர்த்தாவே, என் எலும்புகள் நடுங்குகிறது.

3. என் ஆத்துமா மிகவும் வியாகுலப்படுகிறது; கர்த்தாவே, எதுவரைக்கும் இரங்காதிருப்பீர்.

தேவனுடன் இருக்கும் போது நாம் யார்? தேவன் இல்லாமல் நாம் யார்? என்பதைப் பற்றிய நல்ல புரிதல் இருப்பது முற்றிலும் அவசியம். தேவன் இல்லாமல் நாம் வெறும் சுவாசிக்கிற சடலங்களாக, சரீரத்தால் (மாம்சத்தால்),

அதிகாரம் பெற்றவர்களாய் ஒவ்வொரு செயலிலும் நரகத்தை நோக்கி இழுக்கப்படுகிறோம். தேவனுடன் இருக்கும் போது, இது முற்றிலும் மாறுபட்ட முறை. தேவன் நம் வாழ்வின் மையமாக இருக்கும்போது, அவர் நம் வாழ்க்கையை முழுமையாக எடுத்துக்கொண்டு அதை ஜீவனுள்ளதாக ஆக்குகிறார். சரீரத்தை (மாம்சத்தை) ஜெயம்கொள்ளுகிற ஒரே விஷயம் நம்மில் கிரியை செய்கிற ஜீவனுள்ள தேவனுடைய ஆவியானவரே.

தாவீது சாமுவேலால் அபிஷேகம் செய்யப்பட்ட நாளிலிருந்து கர்த்தருடைய ஆவியானவர் அவனுக்குள் இருந்தார். சவுல் ராஜாவுக்கு நடந்தது போல இந்த ஆவி அவனிடமிருந்து எடுக்கப்பட்டதாக வேதத்தில் எங்கும் குறிப்பிடப்படவில்லை. அதுவே அவனது விசுவாசத்திற்கும், மனந்திரும்புதலுக்கும் காரணம். மாறாக, சவுல் தான் செய்த எந்தத் தவறுக்கும் மனம் திருந்துவதை நாம் காணவில்லை. அவன் இறுதியில் இறக்கும் வரை வாழ்க்கையில் படிப்படியாக வீழ்ச்சியடைந்தான். நாம் தடுமாறும்போது, நம்மில் உள்ள தேவனுடைய ஆவியானவர் நமக்கு உணர்த்துகிறார். திரும்பவும் தேவனோடு ஒப்புரவாக்கவும் செய்கிறார். தேவன் ஏற்கனவே தம்முடைய குமாரன் மூலமாக உலகத்தைத் தம்முடன் ஒப்புரவாக்கியிருக்கிறார் (2 கொரிந்தியர் 5:19). இதை இந்த அன்பான ஆவியானவர் நமக்கு உணர்த்துகிறார், நம்மை ஆக்கினைக்குள்ளாக்குவதில்லை. உணர்த்துவதில் ஒரு நம்பிக்கையின் கூறு உள்ளது. நம்மைக் கண்டனம் செய்பவனும், குற்றஞ்சாட்டுபவனும் சாத்தான்தான். தேவன் தம் பிள்ளைகளை ஒருபோதும் கண்டனம் செய்வதில்லை. அவருடைய நற்குணமே நம்மை மனந்திரும்புதலுக்கு வழிநடத்துகிறது. தேவனிடம் கிருபையை கேட்கும் மக்கள் மீது தேவன் எப்போதும் இரக்கத்தைக் காட்டுபவராக அறியப்படுகிறார். ஆனால் இருதயத்தில் பிடிவாதமுள்ளவர்கள் தாமாகவே அவருடைய கிருபையை வெறுக்கிறார்கள்.

தேவன் தாவீதை மேய்ப்பனிலிருந்து ராஜாவாக உயர்த்தினாலும், அவன் தனது இடத்தை அறிந்திருந்தான். ராஜாவாக முடிசூட்டப்பட்ட பிறகு, அவன் நிறைய தவறான காரியங்களைச் செய்தான். ஆனால் அவன் தேவனுக்கு முன்பாக தன்னை ஒருபோதும் நீதிமானாக்கவில்லை. அவன் எப்போதும் கிருபை மற்றும் மன்னிப்புக்காக தேவனிடம் திரும்பினான். தன்னுடைய மாம்சத்தின் பலவீனத்தை அவன் ஒத்துக்கொண்டான். தன்னுடைய பாவத்திற்காக ஒருபோதும் மற்றவர்களைக் குறை சொல்லவில்லை. நம்

வாழ்வில் தேவனின் பிரசன்னம் உலக மக்களிடமிருந்து நம்மை வேறுபடுத்தி வைக்க வேண்டும். அவர்கள் எல்லோரையும் நோக்கி விரல்களை சுட்டிக்காட்டுவதில் மகிழ்ச்சியடைகிறார்கள். கிறிஸ்துவுடனும் மற்றும் கிறிஸ்துவுடன் இல்லாமல் இருக்கும் போது நாம் யார் என்பதை நாம் தெளிவாக அறிந்து கொள்ள வேண்டும்.

ஒரு விசுவாசியின் வாழ்க்கையில் பாவத்தின் விளைவுகளால் மனந்திரும்பாத பட்சத்தில் பேரழிவை ஏற்படுத்தும். பாவத்திற்கு அடிபணிவதன் மூலம், சாத்தான் உள்ளே வந்து நம்மை அழிக்கக் கதவைத் திறக்கிறோம். அவிசுவாசிகளுக்கு இது ஒரே மாதிரியாகத் தெரியவில்லை. ஏனென்றால் சாத்தான் தனது ஊழியத்திற்கு ஒரு சவாலாக இல்லாத ஒருவருக்காகத் தனது நேரத்தை வீணாக்குவதில்லை; அவர்கள் தங்கள் வாழ்க்கையை தாங்களே அழித்துக் கொள்கிறார்கள். ஆனால் அவருடைய சித்தத்தின்படி செய்யும் தேவனுடைய பிள்ளைகள் சாத்தானுக்கு எப்போதும் அச்சுறுத்தலாக இருக்கிறார்கள். தேவன் நம்மைப் பொறுப்பெடுத்திருப்பதால், நாம் பாவத்திலிருந்து வெளியேற விரும்புவதால், நம்முடைய கீழ்ப்படியாமையைக் குறித்து தேவன் நமக்குள் ஒரு பரிசுத்த அதிருப்தியை வைக்கிறார். நாம் அதிலிருந்து மனந்திரும்பி அவருடைய மன்னிப்பைப் பெறும் வரை இந்த அசௌகரியம் நம்மில் நீடிக்கும். நாம் பாவத்தில் வாழும்போது நாம் அனுபவிக்கும் உடல் (சரீர) மற்றும் உணர்ச்சி (ஆத்துமாக்களின்) பலவீனம் அதிகம்; அதைத்தான் பாவம் செய்கிறது. நாம் மனந்திரும்பி தேவனிடம் திரும்பும்போது, தேவையற்ற எல்லாவற்றையும் அகற்ற அவர் நம்மில் கிரியை செய்கிறார். நமது தவறுகளின் விளைவுகளை எதிர்கொள்ளக் கிருபை அளிக்கிறார். இறுதியாக நம்மை மீட்டெடுக்கிறார். இது மிகவும் வேதனையாகத் தெரிகிறது. ஆயினும்கூட, அவர் நம்முடன் இருக்கிறார், அதைக் கடந்து வர நமக்குக் கிருபை அளிக்கிறார். தேவனுக்குச் செவிசாய்க்காமல் பாவத்தில் தொடர்ந்து இருப்பது நம் வாழ்வில் மன அழுத்தத்தை (கலங்கிய ஆத்துமா) மட்டுமே அதிகரிக்கிறது. இதனால் நமது எலும்புகள் பலவீனமடைகின்றன (எலும்புப்புரை நோய்). இதை இன்று அறிவியல் சான்றுகள் நிரூபித்துள்ளன. பாவத்தில் தொடர்ந்து இருக்கும் ஒரு விசுவாசிக்குச் சுத்தமாகச் சமாதானம் இல்லை. மிக முக்கியமாக, பணிவு தேவை. நாம் செய்யும் தவறுக்காக மனிதர்கள் மற்றும் தேவன் முன் நம்மை நியாயப்படுத்த முடியாது. நாம் நம்மைத் தாழ்த்திக்கொள்ள வேண்டும்,

நாம் செய்த தவறுகளுக்குப் பொறுப்பேற்க வேண்டும், பொறுமையுடன் காத்திருக்க வேண்டும். அவர் நமக்கு விஷயங்களைச் சரி செய்வதைப் போலவே அவரது வழிநடத்துதலுக்கும் கீழ்ப்படிந்து நடக்க வேண்டும்.

நாம் எவ்வளவு காலம் மன்னிப்புக்காக ஜெபிக்க வேண்டும்? நான் உங்களிடம் ஒன்று கேட்கிறேன்: நாம் எவ்வளவு சாப்பிட முடியும்? வயிறு நிரம்பும் வரை, பசி தீரும் வரை சாப்பிடுகிறோம். அதேபோல், தேவன் நம்மை மன்னித்துவிட்டார் என்பதை நாம் உறுதியாக அறிந்து, நம் இருதயங்களில் நிச்சயித்து கொள்ளும் வரை தேவனுடனான ஐக்கியத்திலிருந்து விலகக்கூடாது. இது பத்து வினாடிகள் அல்லது பத்து நாட்களாகக் கூட இருக்கலாம். உண்மை என்னவென்றால், தேவன் விரைவாக மன்னிக்கிறார். ஆனால் நம்முடைய மனசாட்சியின் குற்ற உணர்வுடன் நாம் அடிக்கடி போராடுவதால் அவருடைய மன்னிப்பைப் பெறுவதில் தாமதிக்கிறோம். நாம் அவருடைய மன்னிப்பைப் பெற்றவுடன், எதிரி நம்மை ஆக்கினைத்தீர்ப்பால் அசைக்க வாய்ப்பில்லை.

4. திரும்பும் கர்த்தாவே, என் ஆத்துமாவை விடுவியும்;
உம்முடைய கிருபையினிமித்தம் என்னை இரட்சியும்.

5. மரணத்தில் உம்மை நினைவுகூர்வதில்லை, பாதாளத்தில்
உம்மைத் துதிப்பவன் யார்?

கர்த்தருடைய ஆவியானவர் தன்னைவிட்டு விலகிவிட்டதாக தாவீது உணர்ந்தான். ஆனால் அது உண்மை என்று நான் நம்பவில்லை. அவனது குற்ற உணர்வின் திரள் அவனை அப்படி சிந்திக்க வைத்திருக்கலாம். கர்த்தருடைய ஆவியானவர் உண்மையிலேயே அவனை விட்டு விலகியிருந்தால், அவன் தனது முன்னோடியான சவுலைப் போலவே மாறியிருப்பான். கர்த்தருடைய அபிஷேகம் சவுலை விட்டு நீங்கியவுடன், அவனை கலங்கப்பண்ணுகிற ஆவி அவன் மீது வந்தது என்று சொல்லப்படுகிறது. சவுல் தொடர்ந்து தவறுகள் செய்துவந்தாலும் அவன் மனம் திருந்தவில்லை. அவனுக்கு குற்ற உணர்வும் இல்லை. தாவீது மனமிரங்கி மனந்திரும்புவதைப் போல அவன் தேவனை அழைத்ததை நாம் ஒருபோதும் காண இயலவில்லை. அவன் மனந்திரும்புதலுக்கு இடமில்லாத முழு நிந்தனையாளனானான். ஆனால் தாவீது தேவனிடம் திரும்பி வந்துகொண்டே இருந்தான். தேவனுடைய ஆவியானவர் அவனை தேவனிடம்

இழுக்கிறார் என்பதற்கு இது ஒரு அடையாளம். அது நம் வாழ்க்கையிலும் நமக்கு ஒரு நடைமுறை அடையாளம்.

ஒரு அவிசுவாசி பாவத்தை மிகவும் லேசாக எண்ணுகிறான். அதற்கான பரிகாரம் செய்வது பற்றி கூட அவன் பொருட்டாய் எண்ணுவதில்லை. ஏனென்றால் அவனை தேவனிடம் இழுக்க அவனிடம் எதுவும் இல்லை. அடிப்படையில் நாம் தவறு செய்வதிலிருந்து நம்மைத் திசைதிருப்ப ஒவ்வொரு மனிதனுக்கும் ஒரு மனசாட்சி கொடுக்கப்பட்டுள்ளது. ஆனால் அநேகர் தங்களுடைய மனசாட்சியை வறுத்தெடுத்து அதை பெலனற்றதாக மாற்றிவிட்டனர். சில அதீத சமயநெறி சார்ந்த அவிசுவாசிகள் தேவனுடன் ஒரு ஒப்பந்தம் செய்து, சில மத சடங்குகள் மூலம் தங்கள் தவறுகளுக்கு பிராயச்சித்தம் செய்ய முயற்சிப்பார்கள். ஆனால் அது பயனற்றது என்று நம் அனைவருக்கும் தெரியும். தேவன் இருதயத்திலிருந்து மனந்திரும்புதலை எதிர்பார்க்கிறார். இது வெளிப்புறம் மட்டுமே உள்ள ஒன்று அல்ல.

இந்தக் குறிப்பிட்ட பாவம் தான் நிச்சயம் செத்துப்போவேன் என்று நினைக்குமளவிற்கு தாவீதின் ஆத்துமாவையும் சரீரத்தையும் வாட்டி வதைத்தது. தேவன் இல்லாமல் தனக்கு நம்பிக்கை இல்லை என்றும் உடனடி மரணம் நிச்சயம் என்றும் அறிந்திருந்தான். பாவத்தின் பின்விளைவுகளைப் பற்றி தாவீது எழுதும் ஒப்புதல் வாக்குமூலங்கள் மற்றும் உணர்ச்சிக் பிரவாகங்களிலிருந்து நாம் கற்றுக்கொள்ள நிறைய இருக்கின்றன. இந்த சூழ்நிலையில் இருப்பதற்கு இது ஒரு நல்ல இடம் இல்லை.

மரணம் எதற்கும் பரிகாரம் அல்ல. இது தேவனுடைய பூர்வ திட்டத்தின் ஒரு பகுதி கூட இல்லை. வீழ்ச்சியினால் அது தவழ தொடங்கியது. ஆனால் அது நம்முடைய கர்த்தராகிய இயேசுவை தேவன் உயிர்த்தெழுப்பியபோது அவரால் ஜெயம்கொள்ளப்பட்டது. இறுதியில், கர்த்தராகிய இயேசு கிறிஸ்து திரும்பி வரும்போது மரணம் முற்றிலும் ஒழிக்கப்பட்டு, நமது சரீர உடல்கள் மரணத்தைத் தவிர்த்து, பரலோகத்தில் நித்தியத்திற்கு ஏற்ற மகிமையான உடல்களாக நேரடியாக மாற்றப்படும். நமது மாம்ச சரீரம் மரணத்திற்குப் பிறகு ஒன்றிற்கும் பயன்படாது. எதைச் செய்ய வேண்டுமோ அதை நாம் உயிருடன் சுவாசிக்கும் போது செய்ய வேண்டும். நாம் உயிரோடு இருக்கும்போது நிறைய சாதிக்க முடியும். தாவீது இந்தச் சிலாக்கியத்தைக் கேட்கிறான்.

தேவனைத் துதிப்பதையும் ஸ்தோத்திரம் செலுத்துவதையும் தாவீது ஒரு மகிழ்ச்சியாகக் கருதினான். கல்லறையில் தேவனைத் துதிக்க முடியாது என்ற உண்மை மரணத்தைப் பற்றிய எண்ணத்தை வெறுக்க வைத்தது. அவன் தேவனுடன் ஒரு நிலையான மற்றும் தொடர்ச்சியான உறவை விரும்பினான். பின்னர் ஒருவேளையில் சமாதானமாக கடந்து செல்ல விரும்பினான். குற்ற உணர்ச்சியுடனும் கண்டிக்கப்பட்ட மனதுடனும் மரணிக்க அவன் ஒருபோதும் விரும்பியதில்லை.

6. என் பெருமூச்சினால் இளைத்துப்போனேன்; இராமுழுவதும் என் கண்ணீரால் என் படுக்கையை மிகவும் ஈரமாக்கி, என் கட்டிலை நனைக்கிறேன்.

7. துயரத்தினால் என் கண்கள் குழிவிழுந்துபோயிற்று; என் சத்துருக்கள் அனைவர்நிமித்தமும் மங்கிப்போயிற்று.

மனந்திரும்புதலின் உண்மையான அடையாளம் உடைந்த ஆவி மற்றும் நொறுங்குண்ட இருதயம். இது மனிதர் முன் அரங்கேற்றப்பட வேண்டியதில்லை. இது தாவீதுக்கும் தேவனுக்கும் இடையிலான தனிப்பட்ட விவகாரம். உண்மையான மனந்திரும்புதல் நம் இருதயத்திலிருந்து உருவாகிறது. நம் குணத்தை சீர்திருத்தி, மீண்டும் அதே குழியில் விழாமல் இருக்க உண்மையாய் முயற்சிப்பது. இது தவறான பாதையில் இருந்து நேர் எதிர் திசையில் செல்வதாகும்.

பாவத்தின் விளைவு எப்போதும் துன்பகரமானது. இது உண்மையில் தேவனுடைய பிள்ளைகளுக்காக திட்டமிடப்பட்ட இடம் அல்ல. வேதாகமத்தில் மேற்கோள் காட்டப்பட்டுள்ள அனைத்து நிகழ்வுகளும் (வாழ்க்கை உதாரணங்கள்) நமது அறிவுரைக்காகவும், வழிகாட்டுதலுக்காகவும் எழுதப்பட்டுள்ளன (1 கொரிந்தியர் 10:11). இதனால் தேவனுக்குக் கீழ்ப்படிதலினால் வரும் விளைவுகள் அல்லது அவருடைய வார்த்தைக்கு கீழ்ப்படியாமையின் விளைவுகளை நாம் காணலாம். அவைகள் நம்முடைய ஆலோசனைக்காரர்கள் (நீதிமொழிகள் 11:14).

துயரத்தினால் என் கண்கள் குழிவிழுந்துபோயிற்று என்று தாவீது கூறுகிறான். நம்முடைய சரீரப் பிரச்சினைகளில் பெரும்பகுதி நம்முடைய

உணர்ச்சிக் கொந்தளிப்பிலும், நம்முடைய தவறான நம்பிக்கைகளில் புரளுவதற்கான நம்முடைய பிடிவாதத்திலும் வேரூன்றியுள்ளன. வேரைக் கவனித்துவிட்டால், மீதமுள்ள மரமும் ஆரோக்கியமாக இருக்கும். பிரச்சினையின் வேர் கவனிக்கப்படாதபோது, சரியான உதவியை எந்த மருந்தும் வழங்க முடியாது. தாவீது அத்தகைய மனச்சோர்வில் இருந்ததால், சோர்வடைந்தான். தேவன் கொடுக்கும் விதத்தில், எவ்வளவு சீக்கிரம் முடியுமோ அவ்வளவு சீக்கிரம் அவன் அதிலிருந்து வெளியேற விரும்பினான்.

இந்த எல்லா கொந்தளிப்புகளுக்கும் முக்கிய காரணம், தாவீதின் எதிரிகள் அவனது பாவங்களை மீண்டும் நினைவுபடுத்தி, அவனைத் தண்டிக்கும் அளவுக்குப் பொறுப்பாளிகளாக உணர்ந்திருக்கலாம். தேவன் அவனது பாவங்களை அவனுக்கு நினைவூட்டவோ அல்லது அவனை மன்னித்தவுடன் அவற்றுக்கு அவனைப் பொறுப்பாக்கவோ இல்லை. அவர்கள் மிகவும் வேதனையான மற்றும் புண்படுத்தும் வார்த்தைகளைப் பேசியிருக்கலாம். இதனால் தாவீது தன் மீது குற்றம் சாட்டியவர்களுடன் சண்டையிடுவதற்குப் பதிலாக மீண்டும் தேவனிடம் சென்றான். சில காரணங்களால், குற்றம் சாட்டியவன் (சாத்தான்) தாவீதுடைய எதிரிகள் மூலம் அதை அவனுக்கு முன் கொண்டு வந்தான். நாம் ஏற்கனவே தேவனிடமிருந்து மன்னிப்பைப் பெற்றிருக்கிற நம்முடைய பாவத்தையும், குற்றத்தையும் யாராவது நமக்கு நினைவூட்டுவதை நாம் விரும்பாதபோது, நாம் வேறு யாருக்கும் அதையே செய்யக்கூடாது. சாத்தானைப் போலக் குற்றம் சாட்டுபவராகவோ அல்லது தேவனைப் போல ஒரு நீதிபதியாகவோ இருப்பது ஒருபோதும் நம்முடைய வேலை அல்ல.

தாவீதைப் போன்ற கொந்தளிப்பில் நாம் இருக்கும்போது, நம் வாழ்க்கையை ஆராய்ந்து, நாம் பாவத்தில் வாழவில்லை அல்லது தவறான நம்பிக்கைகளில் தொடர்ந்து இல்லை என்பதை உறுதிப்படுத்திக் கொள்வது நல்லது. ஒருவேளை நாம் அப்படி இருந்தால், அதை விட்டு, அதிலிருந்து விலகி, தேவனுடைய வழிகளைப் பற்றிக்கொண்டு, விடுவிக்கப்பட வேண்டும். நம் எதிரிகளைத் தேவன் கையாளுவார்!

8. அக்கிரமக்காரரே, நீங்கள் எல்லாரும் என்னைவிட்டு அகன்றுபோங்கள்; கர்த்தர் என் அழுகையின் சத்தத்தைக் கேட்டார்.

9. கர்த்தர் என் விண்ணப்பத்தைக் கேட்டார்; கர்த்தர் என் ஜெபத்தை ஏற்றுக்கொள்ளுவார்.

10. என் பகைஞர் எல்லாரும் வெட்கி மிகவும் கலங்கிப்போவார்கள்; அவர்கள் பின்னாகத் திரும்பிச் சடிதியிலே வெட்கப்படுவார்கள்.

இந்த கட்டத்தில், தாவீது ஏன் மிகவும் மனச்சோர்வடைந்தான் என்பதை நாம் உண்மையில் புரிந்து கொள்ள முடியும். அவனுடைய எதிரிகளே அவனுடைய பாவங்களுக்காக அவனைக் குற்றவாளியாகக் கருதினார்கள். இதுபோன்ற விஷயங்கள் உண்மையில் ஒரு மனிதனின் ஆவியைப் பலவீனமடையச் செய்கின்றன. குற்றப்படுத்திக் கொண்டே இருப்பது அழிவை ஏற்படுத்தும். யாராவது நமக்குச் எதையாகிலும் செய்தாலும் சரி, நாம் மற்றவர்களுக்குச் எதையாகிலும் செய்தாலும் சரி, குற்றச்சாட்டுதலால் ஏற்படும் துயரத்தின் ஆழத்தை நாம் உணர வேண்டும். இந்த குற்றச்சாட்டும் விவகாரத்தில் நாம் ஈடுபடக்கூடாது. சாத்தான் குற்றம் சாட்டுவதில் கைதேர்ந்தவன் என்பதையும் நாம் அறிந்திருக்க வேண்டும். அவன் தேவனுடைய பிள்ளைகளைக் குற்றஞ்சாட்டுவதை ஒருபோதும் நிறுத்த மாட்டான். இது அவனது வேலை, அவன் அதை நன்றாகச் செய்கிறான். அதை நாம் பயிற்சி செய்யும்போது, நாம் அவனது கருவிகளாக மாறிவிடுகிறோம். நம் கண்களில் மரக்கட்டையை வைத்துக்கொண்டு, நம் கண்ணிலிருக்கிற உத்திரத்தை உணராமல், நம் சகோதரன் கண்ணிலிருக்கிற துரும்பைப் பார்க்கிறதென்ன?

தாவீது பிதா தன்மீது காட்டும் அன்பில் விசுவாசம் வைத்திருந்தான். மேலும் அவன் தேவனுடனான தனது உறவில் உறுதியாக இருந்ததால், மீண்டும் அந்த பாதையில் திரும்ப அவனுக்கு அதிக நேரம் எடுக்கவில்லை. அவன் ஒருபோதும் பழிவாங்கவோ அல்லது தன்னை நியாயப்படுத்தவோ கூட முயற்சிக்கவில்லை. எதிரிகளின் வாயை மூடும்படி தேவனை எதிர்பார்த்துக் காத்திருந்தான். தேவன் தன்னை மன்னித்த பிறகு, தனது பாவங்களை தனக்கு எதிராகச் சுமத்த யாருக்கும் சட்டப்பூர்வமாக உரிமை இல்லை என்று அவன் தனது எதிரிகளிடம் தைரியமாக அறிவிக்கிறான். நமக்கு அதைச் செய்ய யாருக்கும் உரிமை

இல்லை. தேவனுக்கு முன்பாக மனந்திரும்பி தங்கள் இருதயங்களை அவருக்கு முன்பாக வைத்த தேவனுடைய பிள்ளைகளில் எவருக்கும் அதைச் செய்ய நமக்கு உரிமை இல்லை. இங்குதான் ரோமர் 8:33 மற்றும் 34 ஆகியவை வலுவாகக் கூறுகின்றன: 'தேவன் தெரிந்துகொண்டவர்கள்மேல் குற்றஞ்சாட்டுகிறவன் யார்? தேவனே அவர்களை நீதிமான்களாக்குகிறவர். ஆக்கினைக்குள்ளாகத் தீர்க்கிறவன் யார்? கிறிஸ்துவே மரித்தவர்; அவரே எழுந்துமிருக்கிறவர்; அவரே தேவனுடைய வலதுபாரிசத்திலும் இருக்கிறவர்; நமக்காக வேண்டுதல் செய்கிறவரும் அவரே'. குற்றம் சாட்டுபவன் நம்மைக் குறை சொல்ல நாம் ஒருபோதும் அனுமதிக்கக் கூடாது. சகோதரர்களைக் குற்றம் சாட்டுபவர்கள் நிச்சயம் வெட்கப்படுவார்கள், கலங்குவார்கள்.

சங்கீதம் 7

முன்னுரை:

இந்த சங்கீதத்தின் விளக்கத்திற்குள் செல்வதற்கு முன், சிறிது வரலாற்றை ஆராய்வோம். தாவீது யூதா கோத்திரத்தைச் சேர்ந்தவன், சவுல் பென்யமீன் கோத்திரத்தைச் சேர்ந்தவன். சவுல் பல ஆண்டுகள் (குறைந்தது 20 ஆண்டுகள்) இஸ்ரவேலை ஆட்சி செய்தான். ஆனால் கர்த்தர் அவனையும் அவன் சந்ததியாரையும் அவனுடைய ஆட்சியின் இரண்டாம் ஆண்டில் ராஜ்யபாரத்திலிருந்து விலக்கித் தள்ளினார் (1 சாமுவேல் 13). இதைத் தொடர்ந்து, பெத்லகேமைச் சேர்ந்த இளம் மேய்ப்பனான தாவீதை ராஜாவாக அபிஷேகம் பண்ணுனபடிக்குத் தேவன் சாமுவேலுக்கு கட்டளையிட்டார். ஆனால் இது சவுலுக்கு (அல்லது அந்த விஷயத்தில் வேறு எவருக்கும்) தெரியாத ஒரு தனிப்பட்ட விவகாரம்.

அந்த நாட்களில் கோத்திரங்கள் ஒன்றுக்கொன்று சமாதானமாக இருந்தன. ஆனால் ஒரு குறிப்பிட்ட கோத்திரத்திலிருந்து ஒரு ராஜாவைத் தேர்ந்தெடுப்பது உண்மையில் ஒரு மதிப்புமிக்க விஷயமாகும். சவுலுக்கு அவனது சொந்த கோத்திரத்திலிருந்து பல அனுதாபிகள் இருந்தனர். அவர்கள் இறுதிவரை அவனுக்கு ஆதரவாக நின்றனர். சவுலின் மரணத்திற்குப் பிறகும் கூட, அவனது மகன் இஸ்போசேத்தை ராஜாவாக்க அவர்கள் ஆதரவு தெரிவித்தனர்.

சவுலின் அனுதாபிகள் சிலர் தாவீதைக் குறித்து சவுலிடம் தவறாகப் பேசினர் என்பதும், தாவீதைக் கொல்ல விரும்புவதாகக் குற்றம் சாட்டினர் என்பது மிகத் தெளிவாகத் தெரிகிறது. சவுல் இந்த மனிதர்களுக்குச் செவிகொடுத்து, தாவீதை காரணமில்லாமல் துன்புறுத்துவதில் விடாப்பிடியாக இருந்ததாக அறியப்படுகிறது. சவுலுக்கும் பொறாமை ஏற்படுவதற்கு முன்பு, தாவீது புத்திசாலித்தனமாக நடந்து கொண்டான். சவுலுக்காகப் பல போர்களில் ஈடுபட்டு பெரும் வெற்றியைப் பெற்றான். தாவீது சவுலுக்கு

முற்றிலும் கீழ்ப்படிந்திருந்தான். சவுல் அவனைத் துன்புறுத்த ஆரம்பித்த பிறகும், தாவீது அவனுக்கு உதவி செய்ய முயற்சி செய்தான். ஆனால் சவுல் அந்த உதவியைப் பாராட்டவில்லை. பொல்லாத ஆவி சவுலின்மேல் வந்த போது, அவனை அமைதிப்படுத்த தாவீது வாசித்த அதே சுரமண்டலம் எந்த தாக்கத்தையும் ஏற்படுத்தவில்லை. நீதிமொழிகள் 27:4 கூறுகிறது, "உக்கிரம் கொடுமையுள்ளது, கோபம் நிஷ்டூரமுள்ளது; பொறாமையோவென்றால், அதற்கு முன்னிற்கத்தக்கவன் யார்?" என்று. தாவீது இந்த சுரமண்டலத்தை வாசித்துக் கொண்டிருக்கும்போதே, சவுல் தாவீதை ஈட்டியினாலே சுவரோடே சேர்த்து உருவக்குத்திப்போடப் பார்த்தான். தாவீது அபிஷேகம் செய்யப்பட்டான் என்பதையும், தன்னுடைய சிங்காசனத்துக்கும், வம்சாவளிக்கும் அச்சுறுத்தலாக இருந்தான் என்பதையும் சவுல் உணர அதிக காலம் எடுக்கவில்லை. சவுலை பின்பற்றுபவர்களும் தாவீதைப் பார்த்துப் பொறாமைப்பட்டு, சவுலிடம் தாவீதைப் பற்றி இழிவாகப் பேசி எரிகிற நெருப்பில் எண்ணெய் ஊற்றினார்கள். 'கூஷ்' அநேகமாக அத்தகைய நபர்களில் ஒருவனாக இருக்கலாம். தவறான காரணங்களுக்காக மக்கள் தாவீதின் எதிரிகளாக மாறினர். தாவீது அவர்களில் யாருக்கும் தனிப்பட்ட முறையில் ஒருபோதும் தீங்கு செய்யவில்லை.

பல வருடங்களுக்குப் பிறகும் இந்தப் பகைமை தொடர்ந்தது. தாவீது அப்சலோமிடமிருந்து தப்பி ஓடியபோது, பென்யமீன் கோத்திரத்தைச் சேர்ந்த சீமேயி, சவுலைச் சிங்காசனத்திலிருந்து இறக்கியதற்காகத் தேவனிடமிருந்து வந்த சாபம் என்று நினைத்து, எல்லா ஜனங்களின் முன்னிலையிலும் தாவீதை இழிவாக, சத்தமாகத் தூஷித்தான். என்றபோதிலும் தாவீது இந்த தூஷணத்திற்கு இரையாகவில்லை. அப்சலோமின் மரணத்திற்குப் பின் அவன் அரச பதவியில் திரும்ப நிலைநாட்டப்பட்டபோதும் சீமேயி என்பவனை பழிவாங்கவுமில்லை.

இவ்வளவு துன்புறுத்தல்களுக்கு மத்தியிலும், சவுல் கர்த்தரால் அபிஷேகம் செய்யப்பட்டவன் என்பதால் தாவீது ஒருபோதும் அவனுக்கு எதிராக கையை உயர்த்தவில்லை. அவன் தேவனுக்குப் பயந்து நடந்தான். ஆனால் அதே தேவபயம் அவனை புறஜாதியாருடன் (கானானியர்) போரிடவும் முறியடிக்கவும் வைத்தது. அவர்களை துண்டாடிப்போடும் படிக்குத் தேவன் செய்தார்.

1. என் தேவனாகிய கர்த்தாவே, உம்மை நம்பியிருக்கிறேன்; என்னைத் துன்பப்படுத்துகிறவர்கள் எல்லாருக்கும் என்னை விலக்கி இரட்சியும்.

2. சத்துரு சிங்கம்போல் என் ஆத்துமாவைப் பிடித்துக்கொண்டுபோய், விடுவிக்கிறவன் இல்லாமையால், அதைப் பீறாதபடிக்கு என்னைத் தப்புவியும்.

தாவீது தேவனைத் தேடினான், அவருடைய இரட்சிப்பில் மட்டுமே நம்பிக்கை வைத்தான். தாவீது ஒரு பராக்கிரமசாலி. எதிரிகளைக் கண்டால் ஒளிந்து கொள்ளும் கோழைகளில் ஒருவன் அல்ல. ஆடு மேய்க்கும் போது சிங்கத்துடனும் கரடியுடனும் சண்டையிட்டு அவைகளைக் கொன்றான். 1 சாமுவேல் 17:37-ல் கர்த்தரே தன்னை சிங்கத்தின் கைக்கும் கரடியின் கைக்கும் தப்புவித்தார் என்று மிகத் தெளிவாக அறிக்கையிடுகிறான். அதைத் தொடர்ந்து, அவன் கோலியாத்தைக் கொன்றான். அவன் சவுலின் தலைமையில் பல போர்களில் ஈடுபட்டான், ஒவ்வொன்றிலும் வெற்றி பெற்றான். ஆனால், அவனுடைய சொந்த ஜனங்களே அவனைத் துன்புறுத்தும்போது தாவீது அவர்களோடு சண்டை போடவோ அவர்களோடு வாதாடவோ இல்லை.

விலங்குகள் அல்லது புறஜாதியினரிடமிருந்து அச்சுறுத்தல்கள் வந்தபோது, தாவீது அவற்றை எதிர்த்துப் போராடுவதற்கு ஒருபோதும் தயங்கவில்லை. ஆனால் அது அவனுடைய சொந்த ஜனங்களைப் பற்றியதாக இருந்தபோது, அவர்கள் எந்த யூத கோத்திரத்தைச் சேர்ந்தவர்களாக இருந்தாலும் (ஏத்தியனான உரியா தவிர) அவர்களுக்குத் தீங்கு விளைவிக்கும் எண்ணத்தைக்கூட அவன் ஒருபோதும் கொண்டிருக்கவில்லை.

ஒரு கெபியில் சவுலிடமிருந்து அவன் ஒளிந்து கொண்டிருந்தபோது ஒரு குறிப்பிடத்தக்கச் சம்பவம் நடந்தது. சவுல் தாவீதைத் துரத்திச் சென்றுவிட்டு சிறிது நேரம் ஓய்வெடுப்பதற்காக அதே கெபிக்குள் வந்தான். சவுல் தூங்கிக்கொண்டிருந்தபோது, சவுலைக் கொல்லும்படி தாவீதின் மனுஷர் அவனுக்குக் கடுமையாக அறிவுரை சொன்னார்கள். என்றபோதிலும் தாவீது எழுந்திருந்துபோய், சவுலுடைய சால்வையின் தொங்கலை

மெள்ள அறுத்துக்கொண்டான். தாவீது சவுலின் சால்வைத் தொங்கலை அறுத்துக்கொண்டதினிமித்தம் அவன் மனது அடித்துக்கொண்டிருந்தது. தொங்கலை தன் கையில் வைத்துக்கொண்டு, சவுலை நோக்கி: 'தாவீது உமக்குப் பொல்லாப்புச் செய்யப்பார்க்கிறான் என்று சொல்லுகிற மனுஷருடைய வார்த்தைகளை ஏன் கேட்கிறீர்?' என்றான். தன்னை நியாயப்படுத்தவும் பழிவாங்கவும் அவன் எப்போதும் தேவனை அணுகினான். அவன் ஒரு வலிமையான போர் வீரனாக இருந்தபோதிலும், தனது சொந்த பெலனை ஒருபோதும் நம்பவில்லை. தான் போராட வேண்டிய யுத்தங்களுக்குத் தேவனே தன்னை பெலப்படுத்தினார் என்பதை அவன் எப்போதும் அறிந்திருந்தான். முழுப் புகழையும் தேவனுக்கே கொடுத்தான். தனது எதிரிகள் தன்னை விட பலசாலிகள், தேவன் தனக்கு ஆதரவாக நிற்காவிட்டால் அவனை எளிதில் வீழ்த்திவிடுவார்கள் என்றும் அவன் மீண்டும் மீண்டும் ஒப்புக்கொண்டான். தேவனற்ற மற்றோரு திட்டம் ஒன்றை அவன் வைத்திருக்கவில்லை. தேவன் தனக்கு உதவி செய்யாவிட்டால் மரணம் நிச்சயம் என்பதை அவன் அறிந்திருந்தான்.

தேவன் மனிதர்கள் மூலமாகச் செயல்படுகிறார் என்ற உண்மையையும் தாவீது ஒப்புக்கொண்டான். பிரதான ஆசாரியனாகிய சாதோக்கு, தீர்க்கதரிசி நாத்தான் போன்ற சில விசுவாசிகள் அவனுக்கு இருந்தார்கள். அவர்கள் தேவனுடைய வார்த்தைகளால் அவனை உற்சாகப்படுத்தினார்கள். அவன் அவர்களின் ஆலோசனையைப் பெற்றான், ஆனால் ஒருபோதும் தேவனைத் தவிர வேறு யாரையும் நம்பவில்லை.

தேவனே எல்லாவற்றிற்கும் மேலானவர் என்ற உண்மையை நாம் உணர்ந்து ஏற்றுக்கொள்ளும்போது, அது நம்மை நம்முடைய சுயநலத்திலிருந்தும், பிறர் மீது நாம் வைக்கும் தேவையற்ற எதிர்பார்ப்புகளிலிருந்தும் விடுவிக்கிறது. நாம் நம்முடைய சொந்த பலத்தின் மீது நம்பிக்கை வைத்து, அதை வெளிக்காட்டிக்கொண்டு வாழ முடியாது. நம் வாழ்க்கையில் தேவன் மட்டுமே இருக்க வேண்டும். அவருக்கு மாற்றாக வேறு எந்தத் திட்டமும் இருக்கக்கூடாது. இது தேவனுடனான நமது உறவை மேலும் வலுப்படுத்துகிறது. நாம் அவரை மட்டுமே முழுமையாக நம்புவதற்கும், அவரை மட்டுமே சார்ந்து வாழ்வதற்கும் கற்றுக்கொள்கிறோம்.

3. என் தேவனாகிய கர்த்தாவே, நான் இதைச் செய்ததும், என் கைகளில் நியாயக்கேடிருக்கிறதும்,

4. என்னோடே சமாதானமாயிருந்தவனுக்கு நான் தீமைசெய்ததும், காரணமில்லாமல் எனக்குச் சத்துருவானவனை நான் கொள்ளையிட்டதும் உண்டானால்,

5. பகைஞன் என் ஆத்துமாவைத் தொடர்ந்துபிடித்து, என் பிராணனைத் தரையிலே தள்ளி மிதித்து, என் மகிமையைத் தூளிலே தாழ்த்தக்கடவன். (சேலா.)

தாவீது தேவனை 'என் தேவன்' என்று திரும்பத் திரும்ப அழைப்பதன் மூலம் அவரை தனக்குச் சொந்தமாக்கிக் கொள்ளும்விதம் எனக்கு மிகவும் பிடிக்கும். அந்தக் காலத்தில், தேவனை பிதா என்று அழைக்க மாட்டார்கள். உண்மையில், மக்கள் மிகவும் குற்ற உணர்ச்சி நிறைந்தவர்களாகவும், கண்டிக்கப்பட்டவர்களாகவும் இருந்தனர். அவர்கள் ஒருபோதும் தேவனுடன் தனிப்பட்ட முறையில் தொடர்பில் இல்லை. ஆனால் இன்று, கர்த்தராகிய இயேசு கிறிஸ்துவால் நமக்கு இந்த சிலாக்கியம் கொடுக்கப்பட்டு உள்ளது. ஆனாலும், எல்லா நல்ல மற்றும் கெட்ட காலங்களிலும், தாவீது தேவனுடனான தனது உறவைத் தனிப்பட்டதாக்கினான், அவரை 'என் தேவன்' என்று அழைத்தான்.

நம் உறவுகளை 2 வகைகளாக வகைப்படுத்தலாம்:

✡ தேவனுடனான நமது செங்குத்து உறவு.

✡ பிற மனிதர்களுடனான நமது கிடைமட்ட உறவு.

நீதிமானாக்குதல் என்பது தேவனுக்கும் நமக்கும் இடையில் பயன்படுத்தப்படும் ஒரு சொல். அவரே நம்மை நீதிமான்களாக்கினார். கர்த்தராகிய இயேசுவை நமது இரட்சகராக நாம் விசுவாசித்து ஏற்றுக்கொள்ளும்போது, நாம் தேவனால் நீதிமான்களாக்கப்படுகிறோம். அவரை அணுகுவதற்கான சட்டப்பூர்வ உரிமை நமக்கு வழங்கப்படுகிறது. நமது பாவங்களுக்கு விலை கொடுக்கப்பட்டு, அதற்கு ஈடாக, கர்த்தராகிய இயேசு தம்முடைய நீதியை நமக்குக் கொடுத்து, நாம் தேவனுக்கு முன்பாக நிற்கும்படி (பிழையற்றவர்களாய் நிற்கும்படிக்குச்) செய்திருக்கிறார் என்று கூறுவதே இதன் பொருள். நம்முடைய பாவங்களின் மன்னிப்பு மட்டுமே தேவனுக்கு முன்பாக

நிற்க நம்மைத் தகுதிப்படுத்தாது; இது ஒப்பந்தத்தின் ஒரு பகுதி மட்டுமே. கர்த்தராகிய இயேசு தம்முடைய நீதியால் நம்மை முத்திரை குத்தி, பிதாவின் பிரசன்னத்திற்குள் செல்ல நம்மைத் தகுதிப்படுத்துகிறார். நீதிமானாக்குதல் செயல்படும் ஒரே வழி அதுதான். இரட்சிப்புக்கு முன்னும் பின்னும், நம் கிரியைகளால் இது ஒருபோதும் நிறைவேற்றப்படுவதில்லை.

நமக்கும் மற்றவர்களுக்கும் இடையில் (நம்முடைய கிடைமட்ட உறவுகளில்) ஏற்கத்தக்க முகாந்திரம் என்று வரும்போது, அதற்கு சில சிந்தனை தேவை. நமது கிடைமட்ட உறவுகளில் பல விஷயங்கள் நடக்கலாம். ஒன்று நாம் மற்றவர்களுக்குத் தீங்கு செய்யலாம், அல்லது அவர்கள் நமக்குத் தீங்கு செய்யலாம். இந்த நிலையில், தாவீது இந்த விஷயத்தைப் பற்றி தேவனுடன் விவாதிக்கிறான். இதைப் பற்றி இப்போது சிந்திப்போம்.

✡ நாம் பிறருக்குத் தீங்கிழைத்தால் அதற்கான தீர்வு எளிது. தேவன் மற்றும் மனிதன் முன் நாம் குற்றவாளியாக இருக்கையில், காரணம் எதுவாக இருந்தாலும், நம் இறுமாப்பைப் புறக்கணித்து இருவரிடமும் மன்னிப்பு கேட்க வேண்டும். நாம் யாரைப் புண்படுத்தினோமோ அவர் நம்மை மன்னிக்க நேரம் கொடுக்க வேண்டும். அவர்கள் அவ்வாறு செய்தால், அது நல்லது. வாழ்க்கையைத் தொடருங்கள். அதே தவற்றை மீண்டும் செய்யக்கூடாது. ஆனால் அவர்கள் மன்னிக்கவில்லை என்றால், நாம் அதை தேவனின் கைகளில் விட்டுவிட வேண்டும். நாம் உண்மையிலேயே மன்னிப்பு கேட்டு, தேவைப்பட்டால் ஈடுசெய்து, நமது நடத்தையைச் சரிசெய்து கொள்ள வேண்டும்.

✡ மற்றவர்கள் நமக்கு அநீதி இழைக்கும்போது, அவர்கள் மன்னிப்பு கேட்டால், ஏழு எழுபது முறை (அளவற்றது) மன்னிக்கும்படி நாம் கட்டளை பெற்றிருக்கிறோம். தேவனை நம்பும்போது அவர்களைப் பழிவாங்க இடமில்லை. அவர்கள் மன்னிப்பு கேட்காமல், தங்கள் பெருமை மற்றும் பொல்லாத வழிகளில் தொடர்ந்தால், நம் இதயங்களில் அவர்களுக்கு எதிராக உள்ளத்தில் வைத்திருக்கக்கூடாது. அதேசமயம், அத்தகையவர்களுடனான உறவு மற்றும் தொடர்புகள் குறித்து நாம் தெய்வீக விவேகத்துடன் செயல்பட வேண்டும். நம் நேரத்தை வீணாக்குவது புத்திசாலித்தனம் அல்ல. கோபமும் வெறுப்பும் நம் ஆத்துமாவையே விஷமாக்குகின்றன; அவை குற்றவாளியைப் பாதிப்பதில்லை. நீதிமொழிகள் 11:17

தெளிவாகக் கூறுகிறது: 'தயையுள்ள மனுஷன் தன் ஆத்துமாவுக்கு நன்மைசெய்துகொள்ளுகிறான்; கடூரனோ தன் உடலை அலைக்கழிக்கிறான்' என்று. அறிவியல் இந்த உண்மையை நிரூபித்துள்ளது. நம் எதிரிகள் நமக்குச் செய்ததை அவர்களுக்குச் செய்வதன் மூலம் அவர்களுக்குத் தீமையைத் திருப்பிச் செலுத்துவது தீமைக்குத் தீமை செய்வதாகும் - நாம் விலகி இருக்கக் கட்டளைபெற்ற ஒன்று. அவ்வாறு செய்வதன் மூலம், நாமும் பொல்லாதவர்களாகி விடுகிறோம். அது தேவனுடைய பிள்ளைகளுக்கு ஏற்றதல்ல.

இங்கே, தாவீது தனது கிடைமட்ட உறவில் தனது அப்பாவித்தனத்தின் அடிப்படையில் நிற்கிறான். அவன் தேவனுக்கு முன்பாக தன்னை நீதிமானாக்கவில்லை. மாறாக இந்த நபருடன் அவன் நடந்துகொண்ட விதத்தை சிந்தித்துப் பார்க்கிறான். அவன் தன்னைப் பரிசோதித்துக் கொண்டான். கூஷ் உடன் எந்த வகையிலும் தவறிழைத்திருந்தால் அதன் விளைவுகளை ஏற்றுக்கொள்ளவும், அனுபவிக்கவும் தயாராக இருந்தான். தாவீது கூஷ் உடன் அல்ல, தேவனுடன் தான் காரணத்தை விவாதித்தான்.

நாம் ஒவ்வொருவரும் இந்த வழியில் நம்மை ஆராய்ந்து பார்ப்பது அவசியம். யாராவது நம்மிடம் தவறாக நடந்து கொள்வதை நாம் காணும்போது, அவர்களை இரக்கமின்றி தீர்ப்பளிப்பதற்குப் பதிலாக, நாம் முதலில் அவர்களுக்கு அநீதி இழைக்கவில்லை என்பதை உறுதிப்படுத்திக்கொள்ள வேண்டும். நாம் தினமும் சுயபரிசோதனை செய்து கொள்ள வேண்டும். நாம் ஒரு படி மேலே சென்று அவர்களுடன் பேசலாம். அவர்கள் சரியான காரணத்தைக் கூறினால், இந்த விஷயத்தை வேறு எந்த நபருடனும் கலந்தாலோசிக்காமல், அவர்களுடன் விஷயங்களைச் சரிசெய்ய தேவையானதை நாம் செய்ய வேண்டும்.

6. கர்த்தாவே, நீர் உம்முடைய கோபத்தில் எழுந்திருந்து, என் சத்துருக்களுடைய மூர்க்கங்களினிமித்தம் உம்மை உயர்த்தி, எனக்காக விழித்துக்கொள்ளும்; நியாயத்தீர்ப்பை நியமித்திருக்கிறீரே.

மனிதனின் மூர்க்கத்தை ஒருபோதும் நியாயப்படுத்த முடியாது, குறிப்பாகப் பொறாமை மற்றும் இறுமாப்பு காரணமாக எழும்போது. அந்த வகையான கோபத்திற்கான அடிப்படையே தவறானது. தாவீது தன் எதிரிகளை

நியாயந்தீர்க்கும்படி தேவனை நாடுகிறான். தேவன், நீதியின் தேவன். அதே நேரத்தில், மனந்திரும்பி அவரிடம் திரும்புகிறவர்களுக்கு அவர் இரக்கத்தையும், மனதுருக்கத்தையும் காட்டுகிறார். ஒரு நபர் தனது தீய வழிகளில் பிடிவாதமாகத் தொடர்ந்தால், தேவனுடைய இரக்கமும் கிருபையும் அத்தகைய மக்களின் வாழ்க்கையில் செயல்பட வாய்ப்பில்லை.

சவுல் தாவீதைப் பல ஆண்டுகள் துன்புறுத்தினான். ஒரு காலத்தில், சவுலிடமிருந்து தப்பி ஓடியபோது, தாவீதுக்கு அடைக்கலம் கொடுத்த (அறியாமையில்) ஆசாரியர்களின் முழு நகரமும் படுகொலை செய்யப்பட்டு அழிக்கப்பட்டது. அது மாத்திரமல்ல, தாவீதின் பெற்றோரும் சகோதரர்களும் அதுல்லாம் குகையில் அவனோடு சேர்ந்துகொண்டார்கள். ஒருவேளை சவுல் அவர்களையும் துன்புறுத்தியதால் இருக்கலாம். நிலைமை சீராகும் வரை தாவீது தனது பெற்றோருக்கு மோவாபின் ராஜாவிடமிருந்து பாதுகாப்பான தங்குமிடத்தைத் தேடினான். தாவீது தேவனால் அபிஷேகம் செய்யப்பட்டதன் காரணமாக, சவுலால், வனாந்தரத்தில் அநியாயமாகத் துன்பப்பட வேண்டியிருந்தது. மேலும், தனது சொந்த கோத்திரத்தைச் சேர்ந்தவர்கள் (சிபியர்கள்) மற்றும் அவனுக்கு உதவி செய்தவர்கள் (கீலாவின் மக்கள்) உட்பட பலர் துரோகம் செய்தனர். இவர்களில் யாருக்கும் தாவீது தனிப்பட்ட முறையில் அநீதி இழைக்கவில்லை. அவனுடைய காரியங்கள் (யோசேப்பு, தானியேல், மோசே போன்று) வெள்ளித் தாம்பாளத்தில் வைக்கப்பட்டு அவனிடம் ஒப்படைக்கப்படவில்லை. சோதனை, துன்புறுத்தல் மற்றும் உபத்திரவத்தின் மத்தியிலும் அவர்கள் எல்லாரும் தேவனுக்கு உண்மையாக இருந்தனர்.

அந்தக் காலத்தில் கிடைத்த வேதவசனங்களைப் படிப்பதில் தாவீது அதிக நேரம் செலவிட்டிருந்தான். அவன் தனது முற்பிதாக்களான ஆபிரகாம், யோசேப்பு, மோசே போன்றவர்களின் வாழ்க்கையைப் பற்றி தியானித்திருக்க வேண்டும். தேவன் அநீதியானவர்களை நியாயந்தீர்த்து, அவர்களைக் கையாள்வார் என்பதை அவன் அறிந்திருந்தான். எனவே, எதிரியின் கோபத்தின் தீவிரம் அதிகரித்தபோதும், தேவன் அதைச் சரியாகச் செய்வார் என்று அவன் காத்திருந்தான்.

துன்ப காலங்களில் நமக்கு உதவும்படி கர்த்தரிடம் கேட்பது நிச்சயமாக நல்லது. நமக்குப் பொறுமையை வழங்குவதோடு, அவர் நமக்காக எழுந்து நின்று அற்புதங்களைச் செய்ய வல்லவர். நம்முடைய எதிரிகளுக்காக நாம்

ஜெபிக்கும்போது, அவர்களுடைய தவறுகளைக் கண்டு மனந்திரும்பும்படி அவர் அவர்களுடைய கண்களைத் திறப்பார்.

7. ஜனக்கூட்டம் உம்மைச் சூழ்ந்துகொள்ளும்; அவர்களுக்காகத் திரும்பவும் உன்னதத்திற்கு எழுந்தருளும்.

தாவீது தன் முற்பிதாக்களின் வாழ்க்கையில் கர்த்தர் கிரியை செய்வதைக் கண்டது போலவே, ஒரு நாள் லட்சக்கணக்கான மக்கள் தன்னைப் பற்றியும் வாசிப்பார்கள் என்பதை அவன் அறிந்திருக்கலாம். தங்கள் சாட்சிகளை எழுதுவதற்கும், மற்றவர்களுடன் பகிர்ந்து கொள்வதற்கும், அவர்களை ஊக்குவிப்பதற்கும், மேம்படுத்துவதற்கும் நேரம் ஒதுக்கும் மக்கள் பாராட்டப்பட வேண்டும். இது தேவன் அவர்களுடைய இருதயத்தில் வைக்கும் ஒரு விருப்பம். அவர் இந்த விருப்பத்தின் ஆதாரமாக இருக்கிறார். அவ்வாறு செய்வதற்கான கிருபையை அவர்களுக்கு வழங்குகிறார். அதற்காகத் தேவனுக்கு நன்றி!

தாவீதின் வாழ்க்கையில் மட்டுமல்ல, வார்த்தையில் உள்ள அவருடைய பிள்ளைகள் பலரின் வாழ்க்கையிலும், கர்த்தரின் வழிகளை நாம் கவனிக்கும்போது, நம்முடைய ஆவி பொங்குகிறது, மேலும் தேவனுடைய உண்மையின்மீது சாய்ந்து கொள்ள நாம் சிரமமின்றி தள்ளப்படுகிறோம். ஏனென்றால் நமக்கு அவர்களுடைய ஆரம்பமும் அந்தமும் தெரியும். கர்த்தர் தன்னை 'எல்லா இக்கட்டுகளிலிருந்தும்' விடுவித்தார் என்று தாவீது திரும்பத் திரும்ப கூறுகிறான். அவனுடைய வாழ்க்கையை நாம் படிக்கும்போது, தாவீது எந்த அளவிலும் மிகைப்படுத்திக் கூறவில்லை என்பதை நாம் காண்கிறோம். எனவே, விசுவாசம் நம் இருதயத்தில் எழும்பி தேவனை மேலும் மேலும் நம்ப வைக்கிறது. அது நம்மை கட்டமைக்கிறது. தாவீது இங்கே குறிப்பிடும் சபை நாம் தான். அவர்களின் வாழ்வின் நிகழ்வுகள் நமக்கு ஆலோசகர்களாக இருக்க வேண்டும். வார்த்தையில் எழுதப்பட்ட உண்மை நிகழ்வுகள் நமது நன்மைக்காக, அவற்றை நாம் தியானித்து, தேவனையும், அவருடைய வழிகளையும், நாம் நடந்துகொள்ள வேண்டிய வழியையும் அறிந்து கொள்ளலாம்.

வார்த்தையில் எழுதப்பட்ட உதாரணங்களுக்கு ஒப்பாக, நமது வாழ்க்கையில் இந்த விடுதலையை நாம் அனுபவிக்கும்போது, நமது சாட்சிகள் நமக்கும் அவற்றைக் கேட்பவர்களுக்கும் அரணாக மாறும். நாம் திரும்பிப் பார்த்து

தேவனுடைய உண்மையை நினைவுகூருகிறோம். இது தேவன் மீதான நமது விசுவாசத்தையும் நம்பிக்கையையும் பலப்படுத்துகிறது.

8. கர்த்தர் ஜனங்களுக்கு நியாயஞ்செய்வார்; கர்த்தாவே, என் நீதியின்படியும் என்னிலுள்ள உண்மையின்படியும் எனக்கு நியாயஞ்செய்யும்.

தேவனிடத்தில் பட்சபாதமில்லை. நாம் அவருடைய பிள்ளைகளாக இருப்பதால், அவர் நம்முடைய பாவங்களை இலேசாகக் கருதுவதில்லை. பலவீனமான மாம்சத்துடன் இணைந்த புதுப்பிக்கப்படாத மனதின் காரணமாக, ஒரு விசுவாசி தொடர்ந்து பாவம் செய்யலாம். இந்த விஷயத்தில் நம் செயல்களின் விளைவுகளை நாம் சுமக்க வேண்டும். இருப்பினும், தேவன் நம்மை மரணத்திற்கும் நரகத்திற்கும் நியமிப்பதில்லை. நாம் தேவனை அறிந்து, தேவனுடைய வார்த்தையின்படி நம் மனதைப் புதுப்பித்து மனந்திரும்பினால், பாவத்திற்கான தூண்டுதலால் நாம் மேற்கொள்ளப்பட மாட்டோம். ஒரு அழகான பாடல் உள்ளது, 'ஓ என் ஆத்துமாவே, நீ தனியாக இல்லை; பயம் நீ அறிந்த தேவனை எதிர்கொள்ள வேண்டிய இடம் இருக்கிறது' என்பதாக. நாம் தேவனை எவ்வளவு அதிகமாக அறிந்திருக்கிறோமோ, அவ்வளவு அதிகமாக பயம், கவலை மற்றும் பாவம் ஆகியவை அவருக்கு முன்பாக நிற்காததால் விரட்டப்படுகின்றன.

கர்த்தரின் கண்கள் எவ்விடத்திலுமிருந்து, நல்லோரையும் தீயோரையும் நோக்கிப்பார்க்கிறது (நீதிமொழிகள் 15:3). தேவன் துன்மார்க்கரைத் தண்டிப்பார், தம்முடைய பிள்ளைகள் என்றென்றும் அநீதியை அனுபவிக்க அனுமதிக்க மாட்டார். தேவனுடைய கண்கள் அவருடைய கிடைமட்ட உறவுகள் மீது எப்போதும் வைக்கப்பட்டிருக்கின்றன. அவர் துன்மார்க்கருக்கு முன்பாக தம்முடைய பிள்ளைகளை நீதிமானாக்குவார். தீயோர் நல்லோருக்கு முன்பாகவும், துன்மார்க்கர் நீதிமான்களுடைய வாசற்படிகளிலும் குனிவதுண்டு (நீதிமொழிகள் 14:19).

நாம் எப்போதும் தேவனை நம்பி சரியானதைச் செய்ய வேண்டும். எதிரியால் நாம் எவ்வளவுதான் சோதிக்கப்பட்டாலும், நாம் ஒருபோதும் சமரசம் செய்யவோ நமது உத்தமத்தை விட்டுவிடவோ கூடாது. குற்றமற்றவர்களை நீதிமான்களாக்குகிறவர் தேவனே.

9. துன்மார்க்கனுடைய பொல்லாங்கை ஒழியப்பண்ணும்; நீதிமானை ஸ்திரப்படுத்துவீராக; நீதியுள்ளவராயிருக்கிற தேவரீர் இருதயங்களையும் உள்ளிந்திரியங்களையும் சோதித்தறிகிறவர்.

10. செம்மையான இருதயமுள்ளவர்களை இரட்சிக்கிற தேவனிடத்தில் என் கேடகம் இருக்கிறது.

இந்த உலகத்தில் அக்கிரமம் இன்னும் இருக்கிறது. ஆனால் இந்த வசனம் தேவனை நம்பும் ஆத்துமாவின் கதறல். சோதோம் கொமோராவின் பாவத்தால் லோத்துவின் இருதயம் சஞ்சலமடைந்ததுபோல், அக்கிரமம் நீதிமான்களின் இருதயத்தை வேதனைப்படுத்துகிறது. தான் தேர்ந்தெடுத்ததால் ஏற்பட்ட விளைவுகளை லோத்து கடைசியில் பார்த்தான். மின்னுவதெல்லாம் பொன் அல்ல. கர்த்தர் திரும்பி வரும்போது, இந்த துன்மார்க்கம் முற்றிலும் ஒழிக்கப்படும், நாம் அனைவரும் அதற்குச் சாட்சியாக இருப்போம். முழு சிருஷ்டியும் அந்த நாளுக்காக ஏகமாய்த் தவித்துப் பிரசவவேதனைப்படுகிறது (ரோமர் 8:20-22)!

நாம் நம்முடைய இரட்சகராகிய கர்த்தராகிய இயேசு கிறிஸ்துவின் மூலமாய் தேவனால் நீதிமான்களாக்கப்படும்போது, நாம் நீதியில் நிலைநிறுத்தப்படுகிறோம். சரீர மரணத்தின் மூலம் நாம் இந்த சரீரத்தை விட்டு வெளியேற வேண்டியிருந்தாலும், நாம் மறுபடியும் பிறந்தபோதே ஆவிக்குரிய உலகில் மரணத்திலிருந்து ஜீவனுக்கு ஏற்கனவே கடந்துவிட்டோம். நீங்களும் உங்கள் இரட்சிப்பின் சுவிசேஷமாகிய சத்திய வசனத்தைக் கேட்டு, விசுவாசிகளானபோது, வாக்குத்தத்தம்பண்ணப்பட்ட பரிசுத்த ஆவியால் அவருக்குள் முத்திரை போடப்பட்டீர்கள். பரிசுத்த ஆவியால் முத்திரையிடப்பட்டிருக்கும் நம்முடைய மறுபடியும் பிறந்த ஆவியை எந்த பிசாசும் சிதைக்க முடியாது (எபேசியர் 1:13-14). நாம் தேவனோடு நேரம் செலவழிக்கும்போது, அவருடைய வார்த்தையைப் படிக்கும்போது இந்த உண்மைகளை நாம் அறிய முடியும்.

ஒருவர் வாழக்கூடிய மிகவும் ஏமாற்றும் வாழ்க்கை, நமது சரீர உணர்வுகளை மகிழ்விப்பதற்காக வாழும் வாழ்க்கையே. விலக்கப்பட்ட மரத்தின் கனியை ஆதாமும் ஏவாளும் சாப்பிட்டபோது, இந்த வாழ்க்கையைத்

தெரிந்துகொண்டனர். தேவனுடைய சத்தியத்தையும் கட்டளையையும் ஒதுக்கித் தள்ளி, அதை வெளியில் அழகாகக் காட்ட ஏவாள் முடிவு செய்தாள். சொல்லப்போனால், தேவன் சொன்னதோடு சேர்த்துக் கொண்டாள்! பொதுவாக, மனிதர்கள் வெளிப்புறம் அழகாக இருக்க விரும்புகிறார்களே அன்றி தங்களது இருதயத்தைப் பற்றிக் கவலைப்படுவதில்லை. அவனுடைய ஒரு பெரிய வீடு, ஒரு விலையுயர்ந்த வாகனம், ஒரு விரிவான வாழ்க்கை முறை, ஊடகங்கள் மூலம் தொண்டு செய்வது போன்றவை மற்றவர்களை வேண்டுமானால் ஏமாற்றலாம், ஆனால் தேவனை அல்ல. தேவனுடைய ஞானத்தின்படி நடக்காத ஜனங்கள் இவற்றால் ஈர்க்கப்படுகிறார்கள். நாம் முதலாவது தேவனுடைய ராஜ்யத்தைத் தேடும்போது, மீதமுள்ள தேவைகள் கூடுதல் ஆசீர்வாதமாக நமக்குக் கொடுக்கப்படுகின்றன. இந்த பொருள் ஆசீர்வாதங்கள், தேவனை உண்மையாகத் தொடர்ந்தும் தேடும் ஒரு மனிதனின் இருதயத்தை தவறான முறையில் பாதிக்காது. அவனுடைய இருதயத்தின் முதல் ஆசை இன்னும் தேவனாகவே இருக்கும். லூக்கா 5:11 இதற்கு ஒரு சிறந்த எடுத்துக்காட்டு.

தேவன் சாமுவேலிடம், 1 சாமுவேல் 16:7-ல் மனிதனின் முகத்தையும், சரீரவளர்ச்சியையும் பார்க்காமல், அவனுடைய இருதயத்தைப் பார்க்கும்படி சொன்னார். இதுவே தேவன் தம்முடைய வார்த்தையின் மூலமாக தம்முடைய பிள்ளைகளுக்குக் கற்பிக்கும் பாடம். தேவன் எப்போதும் இருதயத்தையும், மனதையும் பார்க்கிறார். நம்மை நாமே நிதானித்து, நாமும் அவ்வாறே செய்ய வேண்டும் என்று அவர் விரும்புகிறார். நம்முடைய மனசாட்சி தேவனுக்கு முன்பாகச் சரியாக இருக்கிறதா என்பதை நிச்சயப்படுத்திக்கொள்ள நம்மைத் தொடர்ந்து சோதித்துப் பார்க்க வேண்டும். பல நேரங்களில் நாம் தவறான நோக்கத்துடன் சரியானதைச் செய்ய ஆசைப்படலாம், சிலசமயம் முன்னுக்குப் பின்னாகவும்; இரண்டுமே தவறு. தேவன் நமது நோக்கங்களையும், செயல்களையும் சோதிக்கிறார். நாம் மனந்திரும்பும்போது அவர் நம்மீது இரக்கமுள்ளவராக இருக்கிறார். உதாரணமாக, கர்த்தராகிய இயேசு தம்முடைய வார்த்தையைக் கேட்பதற்காக அவரைப் பின்பற்றிய ஐந்தாயிரம் மக்களுக்கு ஐந்து அப்பங்களையும் இரண்டு மீன்களையும் பெருக செய்தார். இந்த அற்புதம் நிச்சயமாக அவருடைய சீஷர்களை உள்ளடக்கியது. ஏனென்றால், அவர்கள் தங்கள் கண்களுக்கு முன்பாக அப்பமும் மீனும் பெருகுவதைக் கண்டார்கள். இந்த சம்பவம் அவர்களுக்கு ஆழமான

தாக்கத்தை ஏற்படுத்தியிருக்க வேண்டும். ஆனால் சீக்கிரத்திலேயே, அவர்கள் மற்றொரு நான்காயிரம் பேருக்கு உணவைக் கொண்டு வர வேண்டியிருந்தது. அவர்களிடம் ஏழு அப்பங்களும் சில சிறிய மீன்களும் இருந்தன. இரண்டு நிகழ்வுகளை ஒப்பிடுகையில், குறைந்த மக்கள் தொகைக்கு உணவளிக்க அவர்களுக்கு அதிக விநியோகம் இருந்தது. ஆனாலும் ஐந்தாயிரம் பேருக்கு உணவளிக்கும் போது நடந்த அற்புதத்தை மறந்து கர்த்தருக்கு சுயபுத்தியில் பதில் சொல்ல ஆரம்பித்தார்கள். இங்குதான் நாமும் தோல்வியடைகிறோம். நமது இருதயமும் மனமும் கடந்த காலத்தில் தேவன் எவ்வளவு உண்மையுள்ளவராய் இருந்தார் என்பதைத் தொடர்ந்து நினைவுகூர்ந்து உயர வேண்டும். நாம் உள்ளார்ந்து தினமும் தேவனுடன் ஐக்கியம் கொள்ள நேரம் ஒதுக்கி, பரிசுத்த ஆவியானவரின் உதவியுடன் அவருடைய வார்த்தையைப் படித்து, அவருடைய உண்மையுள்ள கிரியைகளை இடைவிடாமல் ஒத்திகை பார்த்து, எல்லாவற்றிற்காகவும் அவருக்கு நன்றி செலுத்தினால் மட்டுமே இது நிகழும்.

கர்த்தராகிய இயேசுவின் பலியை ஏற்றுக்கொண்டு தன் வாழ்க்கையை அவருக்கு ஒப்புக்கொடுக்கும் ஒவ்வொரு நபருக்கும், தனிப்பட்ட வழிகாட்டுதல், வலுவான விடுதலை மற்றும் வழிநடத்துதல் ஆகியவை வழங்கப்படுகின்றன (நீதிமொழிகள் 11:3-6). கர்த்தராகிய இயேசு கிறிஸ்துவின் நீதி நம்முடையது! அவரே எப்போதும் நமது அரண்.

11. **தேவன் நீதியுள்ள நியாயாதிபதி; அவர் நாள்தோறும் பாவியின்மேல் சினங்கொள்ளுகிற தேவன்.**

12. **அவன் மனந்திரும்பாவிட்டால் அவர் தம்முடைய பட்டயத்தைக் கருக்காக்குவார்; அவர் தம்முடைய வில்லை நாணேற்றி, அதை ஆயத்தப்படுத்தியிருக்கிறார்.**

13. **அவனுக்கு மரணாயுதங்களை ஆயத்தம்பண்ணினார்; தம்முடைய அம்புகளை அக்கினி அம்புகளாக்கினார்.**

நம்முடைய கர்த்தராகிய தேவன் மிகவும் இரக்கமும் கிருபையுமுள்ளவர். அதே நேரத்தில், அவர் நீதியுள்ளவர். அவர் தம்முடைய குமாரனாகிய நம்முடைய கர்த்தராகிய இயேசு கிறிஸ்துவின் மரணத்தின் மூலமாக இரட்சிப்பின்

வழியை நிறைவேற்றினார். இரட்சிப்பு நமக்கு இலவசமாகக் கிடைத்தாலும், அதற்கு அவர் தம்முடைய ஒரே பேறான குமாரனையே (எல்லாவற்றையும்) விலையாகக் கொடுத்தார். **இன்று, மனுக்குலம் தேவனை அணுக முடியும் என்றால், அது கர்த்தராகிய இயேசு கிறிஸ்துவினுடைய இரத்தத்தின் மூலமாக மட்டுமே.** அவரே வழியும், சத்தியமும், ஜீவனுமாயிருக்கிறார். அவரைத் தவிர பிதாவை அடைய வேறு வழியில்லை. கர்த்தராகிய இயேசுவை நமது இரட்சகராக ஏற்றுக்கொண்ட நம் ஒவ்வொருவரையும் அவர் நீதிமான்களாக்கி உள்ளார்.

தேவன் துன்மார்க்கத்தையும் பாவத்தையும் எப்பொழுதும் வெறுக்கிறார். அவர் மாறாதவர். ஒவ்வொருவரும் இரட்சிக்கப்படுவதற்கு அவர் ஒரு வழியை ஏற்படுத்தியுள்ளார். ஆனால், பிடிவாதமாகவும் எதிர்க்கிறவர்களாகவும் இருந்து தம்முடைய குமாரனை நிராகரித்து பாவத்தைப் பற்றிக்கொள்ளும் ஜனங்கள் மீது அவர் கோபமாக இருக்கிறார். வேண்டுமென்றே அவ்வாறு செய்பவர்கள் தங்களைத் தாங்களே கண்டனம் செய்து, தேவனுடைய நியாயத்தீர்ப்பை தங்கள் வாழ்க்கையில் வரவழைத்துக் கொள்கிறார்கள். பேழை அவர்களுக்கு முன்பாக இருக்கிறது. உள்ளே நுழைந்து பாதுகாப்பாக இருப்பது அல்லது வெளியே தங்கி வெள்ள நீரில் மூழ்குவது அவர்களின் விருப்பம். யார் மனந்திரும்பி அவரை ஏற்றுக்கொள்கிறார்களோ அவர்கள் அவருடைய இரக்கத்தையும் கிருபையையும் சுதந்தரித்துக் கொள்கிறார்கள்.

நோவாவின் காலத்தில் ஏற்பட்ட ஜலப்பிரளயம், தேவன் மனுக்குலத்தை நடத்தும் முறையை நமக்குக் கற்பிக்கிறது. வெள்ள நீர் தேவனுடைய நியாயத்தீர்ப்பின் அடையாளம். நோவா கட்டின பேழை அவருடைய மீட்பின் அடையாளம். நோவா நூறு வருடமாகப் பேழையைக் கட்டினான்! ஆமாம், அது ஒரு நீண்ட சமயம் தான். இது அநேகமாக ஒரு பிரபலமான சுற்றுலாத் தலமாக மாறியிருக்கலாம். அவன் பேழையைக் கட்டியதைப் பார்த்த ஒவ்வொருவருக்கும் மனந்திரும்பி தேவனிடம் திரும்ப ஒரு வாய்ப்பு கொடுக்கப்பட்டது என்று நான் நம்புகிறேன். ஆனால் ஒருவரும் மனந்திரும்பவில்லை - நோவாவின் சொந்த உடன்பிறப்புகள் உட்பட. ஆரம்பத்தில் நோவாவும் அவன் மனைவியும்தான்; இரண்டு ஆண்டுகளுக்குப் பிறகு, அவனுக்கு மகன்கள் பிறந்தனர். பின்னர் அவர்கள் தங்கள் மனைவிகளுடன் சேர்ந்து நோவாவுடன் இணைந்து கொண்டனர். நோவா தன் மகன்களுக்கு நன்றாகக் கற்பித்திருந்தான். ஆனால்

இரட்சிக்கப்பட வேண்டும் என்று விரும்புமளவிற்குக் கூட வேறு யாரும் அவனை நம்பவில்லை. ஆகவே ஜலப்பிரளயம் வந்தபோது, பேழைக்குள் இருந்தவர்களைத் தவிர மாம்சமான அனைத்தும் மாண்டுபோனது. அதேபோல், **கர்த்தராகிய இயேசு நம்முடைய பேழையாக இருக்கிறார்.** அவரை விசுவாசிக்கிற நாம் அனைவரும் வெளியில் நடக்கும் எல்லா நியாயத்தீர்ப்புகளிலிருந்தும் பாதுகாக்கப்படுகிறோம். அதிலிருந்து தப்பிக்க விரும்பும் எந்தவொரு நபரும் பேழைக்குள் நுழைந்து அங்கேயே தங்கியிருக்கும் சிலாக்கியத்தைப் பெறுகிறார்கள். அதாவது, கர்த்தராகிய இயேசு கிறிஸ்துவை தங்கள் இரட்சகராக விசுவாசித்து ஏற்றுக்கொள்கிறார்கள். இதன் மூலம், அவருடைய குமாரனை நிராகரிப்பதிலிருந்து வரும் தேவனுடைய நியாயத்தீர்ப்பிலிருந்து நாம் தப்பிக்கிறோம். விசுவாசிக்கிற நாம் கர்த்தராகிய இயேசுவில் நித்தியத்திலும் தொடர்ந்து வாழ்ந்து, தேவனுடைய நியாயத்தீர்ப்பிலிருந்து தப்பித்திருக்கிறோம்.

தேவன் பொல்லாங்கினால் சோதிக்கப்படுகிறவரல்ல, ஒருவனையும் அவர் சோதிக்கிறவருமல்ல (யாக்கோபு 1:13). தீமையான எதுவும் சாத்தானால் உண்டாகிறது. நாம் எந்தத் தீமைக்கும் கர்த்தரைக் காரணம் காட்ட முடியாது. தேவன் நம்மை இரட்சிப்புக்குள் நடத்த ஒருபோதும் தீமையைப் பயன்படுத்துவதில்லை. **அவருடைய நன்மையே நம்மை மனந்திரும்புதலுக்கு வழிநடத்துகிறது (ரோமர் 2:4).** ஆகவே, நோய், பலவீனம், பேரழிவுகள், விபத்துகள், ஆபத்து, தீமை போன்றவை இரட்சிப்பை நாம் பெறுவதற்குத் தேவன் கையாளும் சூழ்ச்சிகள் அல்ல எனத் தெளிவாகப் புரிந்து கொள்ளப்படுகிறது. அது அவரது உத்தி அல்ல. வார்த்தையை அறியாதவர்களாக இருப்பதனால் தனது வஞ்சகத்தைப் பின்பற்றிய மக்களுக்கு வெகுமதி அழிக்கப் பிசாசு பயன்படுத்தும் தந்திரம் இது. ஆனாலும் அத்தகைய கடினமான நேரங்களில் தேவன் அவருடைய நன்மையை நமக்கு நிரூபித்து நம்மை அவரிடம் கொண்டு வர இந்த சூழ்நிலைகளைப் பயன்படுத்துகிறார் (ரோமர் 8:28). சாத்தான் நம்மைத் தொடுவதற்கு ஒரே வழி, வார்த்தைகளுக்காக நம்மைத் துன்புறுத்துவதுதான். இந்த துன்புறுத்தல் நம் ஆண்டவர் இந்த பூமியில் நடந்தபோது அனுபவித்த துன்புறுத்தலுக்கு ஒப்பானது.

உலகம் எப்படி அழியும் என்பதை இந்த வார்த்தை தெளிவாக நமக்குச் சொல்கிறது. நியாயத் தீர்ப்பு நாளுக்காகத் தேவன் தம்முடைய கருவிகளைத்

தயார் செய்து வைத்திருக்கிறார். மனிதனின் நாசியில் சுவாசம் இருக்கும் வரை, அவன் மனந்திரும்பி கர்த்தராகிய இயேசுவை ஏற்றுக்கொள்ள நேரம் கொடுக்கப்படுகிறது. நம் மூச்சு நின்றுவிட்டால், மனந்திரும்ப இனி வாய்ப்பு இல்லை. சாத்தானும் அவனைப் பின்பற்றுகிற ஜனங்களும் விழுந்துபோன தேவதூதர்களும் நரகத்தில் தள்ளப்படுவார்கள். நம்முடைய தேவன் மிகவும் நீடிய சாந்தமுள்ளவர், ஒவ்வொருவரும் தம்மிடம் வருவதற்கு போதுமான நேரத்தைக் கொடுத்திருக்கிறார். அவரை நிராகரிப்பது எக்காரணம் கொண்டும் அவருக்கு முன்பாக நியாயப்படுத்தப்பட முடியாது.

கர்த்தருடைய கண்கள் பூமியெங்கும் உலாவுகிறது. அது நல்லவர்களையும் பொல்லாதவர்களையும் காண்கிறது. துன்மார்க்கர்கள் தங்கள் செயல்களுக்கு நியாயமாகத் தண்டனை பெறுவதை நாம் காணும் வரை இது ஒரு காலத்தின் விஷயம். தேவன் தம்மை நிராகரிப்பவர்களிடம் நடந்துகொள்வது போலவே, அவரை ஏற்றுக்கொண்டு தவறாக வாழ்பவர்களிடமும் அவர் நடந்துகொள்கிறார். ஒரு தகப்பன் தான் நேசிக்கிற மகனை சிட்சிப்பது போல், அன்பினால் அவர் நம்மை சிட்சிக்கிறார். இது 'தீர்ப்பு மற்றும் கண்டனம்' அல்ல, மாறாக 'உறுதியான நம்பிக்கையின் அடிப்படையில் அமைந்துள்ளது. படுகுழியிலிருந்து வெளியே வர அவர் நமக்கு உதவுகிறார். நமக்குத் தேவையான எல்லா கிருபையையும், இரக்கத்தையும் அவர் நமக்கு வழங்குகிறார். துன்மார்க்கத்தின் பாதையில் தொடர்ந்து செல்லும் விசுவாசிகள் மூடர்கள், அவர்கள் இம்மையிலும் மறுமையிலும் அறுவடை செய்வார்கள். நாம் விழிப்புடன் இருந்து தீமை செய்வதிலிருந்து தப்பி ஓட வேண்டும்.

இந்த உலகத்தை நியாயந்தீர்க்க தேவன் பயன்படுத்தும் முதல் மற்றும் முக்கியமான காரியம் அவருடைய வார்த்தை (பட்டயம்). ஜீவனுள்ள தேவனுடைய கைகளில் விழுவது பயங்கரமான காரியம். சரியான மனதுள்ள எவரும் தேவனுக்கு விரோதமாக நிற்கத் துணியக்கூடாது. ஆயினும் தேவனை புறக்கணிக்கவும், சவால் விடும் துணிச்சலும் உள்ளவர்கள் ஏராளம் பேர் என்பதை நாம் அறிவோம்! முழங்கால் யாவும் அவருக்கு முன்பாக முடங்கும், நாவு யாவும் தேவனை அறிக்கைபண்ணும் என்றும் வார்த்தை கூறுகிறது. அந்த நாள் வெகு தொலைவில் இல்லை என்று நான் நம்புகிறேன்.

14. இதோ, அவன் அக்கிரமத்தைப் பெறக்
கர்ப்பவேதனைப்படுகிறான்; தீவினையைக் கர்ப்பந்தரித்து,
பொய்யைப் பெறுகிறான்.

15. குழியை வெட்டி, அதை ஆழமாக்கினான்; தான் வெட்டின
குழியில் தானே விழுந்தான்.

16. அவன் தீவினை அவன் சிரசின்மேல் திரும்பும், அவன்
கொடுமை அவன் உச்சந்தலையின்மேல் இறங்கும்.

துன்மார்க்கர் மற்றும் தேவபக்தியற்றவர்களின் வழி முன்கூட்டியே
கணிக்கக்கூடியது. இந்த உலகில் பிறந்த ஒவ்வொரு நபரும் (கர்த்தராகிய
இயேசுவைத் தவிர) வீழ்ச்சியடைந்த இயல்பைக் கொண்டுள்ளனர். நாம்
பிறந்திருக்கும் இந்த பாவ சுபாவத்தின் காரணமாக, நாம் பாவம் செய்ய
முனைகிறோம். இது வேறு வழி அல்ல, அதாவது, பாவம் செய்வது
நம்மைப் பாவிகளாக மாற்றாது, ஆனால் நமது பாவ இயல்பு நம்மைப்
பாவமாக்குகிறது. ஒரு குழந்தைக்குப் பொய் சொல்லவோ, கோபம்
கொள்ளவோ, சுயநலமாக இருக்கவோ யாரும் கற்பிக்க வேண்டியதில்லை.
இது உள்ளமைக்கப்பட்டதாகவும், தானாகவே இயங்குவதாகவும் இருக்கிறது.
நீதிமொழிகள் 20:11-ல் 'பிள்ளையானாலும், அதின் செய்கை சுத்தமோ
செம்மையோ என்பது, அதின் நடக்கையினால் விளங்கும்'.

இருப்பினும், இரட்சிப்பில், இது சரிசெய்யப்படுகிறது. நமது மரித்த (பாவ)
ஆவி அகற்றப்பட்டு, தேவனுடைய ஜீவனளிக்கும் ஆவி நமக்கு அருளப்படுகிறது.
ஆதாம் இழந்த நிலையைவிட அதிகமாக, நம்முடைய கர்த்தராகிய இயேசு
நமக்குத் தருகிறார். அதனால்தான் நாம் **"மறுபடியும் பிறக்க வேண்டும்"**.
பின்னர் தேவனுடைய ஆவியானவர் நம்மைப் ஆட்கொண்டு, சத்திய ஆவியாகிய
அவர் சகல சத்தியத்திற்குள்ளும் நம்மை நடத்துவார் (ரோமர் 8:11 / யோவான்
16:13). உள்ளே இருக்கும் இயல்பு முற்றிலுமாக மாறியிருப்பதால், வெளியில்
நமது நடத்தையும் மாறும் என்று எதிர்பார்க்கலாம்! சரியான நம்பிக்கை சரியான
வாழ்க்கைக்கு வழிவகுக்கும், மற்றபடிஅல்ல.

பெரும்பாலும் துன்மார்க்கம் நடைமுறைப்படுத்தப்படுவதற்கு முன்னதாக
முதலாவது இருதயத்தில் கருத்தரிக்கப்படுகிறது. இது மண்ணில் நடப்பட்டு
சிரமமின்றி வளரும் ஒரு களை போன்றது, நல்ல தாவரங்களுக்குச் செல்ல

வேண்டிய ஊட்டச்சத்தை உண்கிறது. நல்ல செடிகள் நன்றாக வளர அதிக கவனிப்பு தேவை, அதே நேரத்தில் களைகள் அப்படியே வளர்கின்றன! அதேபோல், தேவனுடைய வார்த்தையின் விதை நம் வாழ்வில் வளர்ந்து கனி கொடுக்க நாம் விரும்பினால், நாம் ஆழ்ந்த மனதோடு அவருடன் நேரத்தைச் செலவழித்து, பொறுமை, விசுவாசம் மற்றும் தேவனில் நம்பிக்கை வைத்து அதைப் பலனளிக்க வைக்க வேண்டும். களைகள் வேகமாக வளரும். ஆனால் நாம் முதலில் அதன் விதைப்பைத் தடுப்பதன் மூலம் களைகளை அகற்ற வேண்டும். ஆனால், ஏதாவது ஒரு சந்தர்ப்பத்தில் நாம் அதை அனுமதித்திருந்தால், அதை எவ்வளவு சீக்கிரம் முடியுமோ அவ்வளவு சீக்கிரம் வேரோடு பிடுங்கி எறிய வேண்டும். ஒரு தேவ மனிதன் சொன்னது போல, நம் தலைக்கு மேல் ஒரு பறவை பறப்பதை நம்மால் தடுக்க முடியாது; ஆனால், நம் மீது அது கூடு கட்டுவதை நாம் நிச்சயமாகத் தடுக்க முடியும். தீய எண்ணங்கள் சில சமயங்களில் நம்மை சோதிக்கின்றன. ஆனால் அது நம் இருதயத்தில் முளைக்க நாம் ஒருபோதும் அனுமதிக்கக்கூடாது. எவ்வளவு சீக்கிரம் பிடுங்கி எறியப்படுகிறதோ அவ்வளவு நல்லது.

பிலிப்பியர் 4:8-ல் நம் இருதயங்களில் களைகளை விதைப்பதைத் தடுப்பதற்கான வழியை தேவன் நமக்குக் காட்டுகிறார். "கடைசியாக, சகோதரரே, உண்மையுள்ளவைகளெவைகளோ, ஒழுக்கமுள்ளவைகளெவைகளோ, நீதியுள்ளவைகளெவைகளோ, கற்புள்ளவைகளெவைகளோ, அன்புள்ளவைகளெவைகளோ, நற்கீர்த்தியுள்ளவைகளெவைகளோ, புண்ணியம் எதுவோ, புகழ் எதுவோ அவைகளையே சிந்தித்துக்கொண்டிருங்கள்" என்று. தேவனுடைய வார்த்தை மட்டுமே இந்த எல்லா அளவுகோல்களையும் பூர்த்தி செய்கிறது. எனவே 'தீமையை' வெளியேற்ற ஒரே வழி 'தேவனுடைய வார்த்தையை' உள்ளே வைப்பது தான். நம் இருதயங்கள் சரியான நற்பண்புகளை வளர்த்துக் கொள்வதை உறுதி செய்ய வார்த்தை மட்டுமே நம்மில் சிரமமின்றி வேலை செய்கிறது.

நமது கற்பனையைப் பயன்படுத்துவது நமது கிறிஸ்தவ வாழ்க்கையின் ஒரு முக்கிய அம்சமாகும். இயல்பாக, நம் கற்பனை, மரணத்தை நோக்கி செல்கிறது. நாம் எப்போதும் மோசமானதைக் கண்டு அஞ்சுகிறோம். ஆனால் நாம் மறுபடியும் பிறக்கும்போது, அதை மாற்றி வாழ்க்கையை நோக்கி செலுத்த முடியும். கற்பனை என்பது நம் இருதயத்தில் விஷயங்களைப் பார்ப்பது. நம்

இருதயத்தால் விஷயங்களை உணர்ந்து கற்றுக்கொள்ளும்போது, அவை வெளிப்படுவதற்கு அதிக நேரம் எடுக்காது. 'ஆப்பிள்' (apple) என்ற வார்த்தை பேசப்படும்போது ஒரு ஆப்பிலை நாம் எவ்வாறு சித்தரிக்க முடியுமோ, அதேபோல தேவனுடைய வார்த்தையைப் படங்களாக நம் மனதில் வரையவேண்டும். அது நடக்க நாம் அனுமதிக்கும்போது, அதை விசுவாசத்துடன் இணைக்கும்போது, தேவனுடைய வார்த்தை நம் வாழ்வில் நிறைவேறுகிறது. அதுதான் தேவனுடைய வார்த்தையையும் விசுவாசத்தையும் நம் கற்பனையில் இணைக்கும் சக்தி. அது நம்மைத் தொடர்ந்து செயல்பட வைக்கிறது. இது கர்த்தர் நம்மை ஆசீர்வதித்த சக்திவாய்ந்த ஒன்று. நாம் ஒவ்வொருவரும் நமது "கற்பனையை" நல்ல முறையில் பயன்படுத்த வேண்டும்.

பயம் நம் கற்பனையிலும் படங்களை உருவாக்க முடியும். ஆனால் நாம் அதைத் தவிர்க்க வேண்டும். இது தேவனுடைய உதவியால் மட்டுமே முடியும். பிறப்பிலிருந்தே, பயம் நம் கற்பனையில் பல துன்பகரமான விஷயங்களைச் சிரமமின்றி வரைந்துள்ளது. இன்று, இது தொடர்பாக ஊடகங்களிலிருந்து அதிக உதவி கிடைக்கிறது. நாம் இரட்சிக்கப்பட்டவுடன், தேவனுடைய வார்த்தைக்கு நம் மனதைப் புதுப்பிப்பதன் மூலமும், அதை நிறைவேற்ற வார்த்தையை அனுமதிப்பதன் மூலமும் இந்த செயல் தவிர்க்கப்பட வேண்டும்.

நம்முடைய இருதயங்களைக் காத்துக்கொள்ளும்படி தேவன் திரும்பத் திரும்ப நம்மை எச்சரிக்கிறார். எல்லாக் காவலோடும் உன் இருதயத்தைக் காத்துக்கொள், அதினிடத்தினின்று ஜீவஊற்று புறப்படும் (நீதிமொழிகள் 4:23). இந்த உலகத்தின் குப்பைகளை நம் இருதயங்களில் அடைத்து வைக்க நாம் அனுமதிக்கக் கூடாது என்பது மிக முக்கியம். உலகப்பிரகாரமான இச்சைகளை மறுப்பதற்கு நம்முடைய கண்களும் காதுகளும் பயிற்றுவிக்கப்பட வேண்டும், நம்முடைய நாவுகளை அடக்க வேண்டும். இவை நம் இதயத்தின் முக்கிய நுழைவு வாயில்கள். எனவே, இவற்றின் மீது நாம் ஒரு காவல் வைத்து, நம் இருதயங்களைச் சரியானவற்றால் நிரப்ப வேண்டும்.

ஒரு நபர் ஒரு குழி தோண்டத் தொடங்கும் போது, அவன் ஒரு குறிப்பிட்ட இடத்தில் தொடங்கி கீழே நோக்கி செல்கிறான். அவன் எவ்வளவு ஆழம் செல்கிறானோ, வெளியே வருவது அவ்வளவு கடினம். துன்மார்க்கருடைய வழியும் அப்படியே இருக்கிறது. அக்கிரமம் என்பது நரகத்தை நோக்கிக் குழி தோண்டுவதற்கு ஒப்பானது. ஒருவன் எவ்வளவு ஆழமாகச் செல்கிறானோ,

அவ்வளவு தூரம் அவர்கள் நரகத்திற்கு அருகிலும், பரலோகத்திற்கு வெகு தொலைவிலும் இருக்கிறார்கள். எஸ்தர் புத்தகத்தில் இதற்கு ஒரு சிறந்த உதாரணம் உள்ளது. ஆமான் மிகவும் பொல்லாத மனிதனாக இருந்தான். மொர்தெகாய் மீது கொண்டிருந்த பொறாமையின் காரணமாக, முழு யூத இனத்தையும் அழிக்கத் திட்டமிட்டான். அவன் மிகவும் ஆழமாக ஒரு குழியைத் தோண்டினான். இறுதியில் அதில் அவனே விழுந்தான் (தூக்கிடப்பட்டான்). கொஞ்ச நாட்களுக்குப் பிறகு, அவனுடைய முழு குடும்பமும் அழிக்கப்பட்டது! தேவனுடைய மக்களுக்கு எதிராகச் சதி செய்வது தேவனாலேயே மிகவும் கடுமையான குற்றமாகக் கருதப்படுகிறது. இப்படிப்பட்ட காரியங்களைச் செய்பவர்கள் ஒருபோதும் தப்பிப்பதில்லை. இந்த தீயவர்களிடமிருந்து தமது பிள்ளைகளைப் பாதுகாக்கும் பொறுப்பைத் தேவன் தம்முடைய பொறுப்பில் எடுத்துக்கொள்கிறார்.

தேவனுடைய பிள்ளைகள் ஒவ்வொருவரும் துன்மார்க்கருக்குத் துன்மார்க்கத்துடன் பதிலடி கொடுக்கும் சோதனையிலிருந்து விலகி இருக்க வேண்டும். தேவன் எல்லா நேரங்களிலும் நமக்காக நீதி செய்கிறார். நாம் ஒருபோதும் பழிவாங்க வேண்டாம் என்று சங்கீதம் மற்றும் நீதிமொழிகள் புத்தகத்தில் நமக்கு நிறைய எச்சரிக்கை கொடுக்கப்பட்டுள்ளது. பழிவாங்கலை நாடுவது ஒருபோதும் ஒரு விசுவாசிக்கு அமைதியைத் தர முடியாது; மாறாக, அது நம்பிக்கையின்மையையும், அமைதியின்மையையும் ஏற்படுத்துகிறது. பழிவாங்குவதைத் தேவனுடைய கரங்களில் விட்டுவிடுங்கள். அதை நம்மை விட அவரால் சிறப்பாகக் கையாள முடியும்.

17. நான் கர்த்தரை அவருடைய நீதியின்படி துதித்து, உன்னதமான கர்த்தருடைய நாமத்தைக் கீர்த்தனம் பண்ணுவேன்.

பென்யமீனாகிய கூஷின் வார்த்தைகளால் தாவீது மிகுந்த மன உளைச்சலுக்கு உள்ளாகி இந்தச் சங்கீதத்தை தொடங்கிய பின்னர், தேவனுடைய உண்மையையும் அவருடைய மகிமையாய் நிரூபிக்கப்பட்ட பண்புகளையும் நினைவுகூர்ந்து, அவன் தேவனைத் துதித்து இந்த சங்கீதத்தை முடிக்கிறான். தேவன் யார், அவருடைய மேன்மை, அவருடைய சர்வ சுதந்திரம், அவருடைய நன்மை ஆகியவற்றை நினைத்துப் பார்க்கையில் அவனுடைய இருதயம் மிகவும் லேசாயிற்று.

இதனால்தான் நாம் எல்லா நேரங்களிலும் தேவனை மகிமைப்படுத்தி அவரைத் துதிக்க வேண்டும், அதிலும் காரியங்கள் சரியாக நடக்காதபோது, இது நமது முன்னோக்கை மாற்றுவது மட்டுமல்லாமல், தேவன் மீதும் அவருடைய வல்லமையின் மீதும் நமது கவனத்தைத் திருப்புகிறது. நாம் தேவனை மகிமைப்படுத்தும்போது நமது பிரச்சினைகள் அதிவேகமாகச் சுருங்குகின்றன. மேலும், விசுவாசம் அதன் வழியைக் கொண்டிருப்பதால் நம் நிலைமையை மாற்றத் தேவனை அனுமதிக்கிறோம். சூரியனை நேரடியாகப் பார்ப்பது நம்மைச் சுற்றியுள்ள எல்லாவற்றையும் குருடாக்குகிறது. முயற்சி செய்து பாருங்கள்! அதன் ஒளி மிகவும் வல்லமையானது. நமது பார்வையை மீண்டும் பெற அதிக நேரம் எடுக்கிறது. ஆகவே, சூரியனைப் படைத்த, அதை விட எல்லையற்ற பெரியவர் மீது நாம் கவனம் செலுத்தும்போது வல்லமை இன்னும் எவ்வளவு அதிகம் இருக்கும்!

எரிகோவை கைப்பற்றுவதற்கான ஒரு தனித்துவமான வழியைக் கர்த்தர் யோசுவாவுக்குக் காட்டினார். அது அடர்த்தியான சுவர்களையும் பல ராட்சதர்களையும் கொண்ட ஒரு வலுவாக அரண் சூழ்ந்த நகரம். இஸ்ரவேலர்கள் (போர் வீரர்கள் மற்றும் உடன்படிக்கைப் பெட்டியை வைத்திருக்கும் ஆசாரியர்கள்) ஒவ்வொரு நாளும் ஒரு முறை என மொத்தம் ஆறு நாட்களுக்கு எரிகோவை சுற்றி அணிவகுத்துச் செல்ல வேண்டும். அவர்கள் எரிகோவை சுற்றி அணிவகுத்துச் செல்லும்போது, கொம்புகளை மட்டுமே ஊத வேண்டியிருந்தது. ஆனால் ஏழாவது நாளில், நகரத்தை ஏழு முறை சுற்றி வரும்படி கட்டளையிடப்பட்டது. அவர்கள் விடிவதற்கு முன்பே அணிவகுப்பைத் தொடங்கி, நகரத்தைச் சுற்றி சுமார் பதினான்கு கி.மீ தூரத்தைக் கடக்க வேண்டியிருந்தது (சுவர்களைச் சுற்றி ஒவ்வொரு அணிவகுப்பும் சுமார் இரண்டு கி.மீ). இடையில் ஓய்வு எடுக்கவோ, இளைப்பாறவோ அவர்கள் அனுமதிக்கப்படவில்லை. அவர்கள் அதை அமைதியாகச் செய்ய வேண்டியிருந்தது. இதை ஏழாவது நாளில் முடிக்கக் குறைந்தது ஐந்து மணி நேரமாவது ஆகியிருக்கும். அப்படிச் செய்து முடிக்கையில் எவ்வளவு களைப்படைந்திருப்பார்கள் என்பதைக் கற்பனை செய்து பாருங்கள். ஆனால் அவர்கள் இறுதி அணிவகுப்பை முடித்த அந்த நேரத்தில், எக்காளங்கள் ஊதப்பட வேண்டும் என்றும், எல்லா மக்களும் ஒருமனதாக (துதிகளை) முழங்க வேண்டும் என்றும் தேவன் கட்டளையிட்டிருந்தார். என்ன நடந்தது என்பதை நாம் பார்க்கலாம். சிறிதளவு கூட சரீர அசைவு இல்லாமலேயே, எரிகோவின்

அரணான புகழ்பெற்ற மதில்கள் தரைமட்டமாகி, அவற்றின் மீது நின்ற எல்லா இராட்சதர்களையும் நொறுக்கிப் போட்டது. இஸ்ரவேலர் வெறுமனே உள்ளே சென்று அவர்களுக்குத் தேவன் கொடுத்த கட்டளையை நிறைவேற்ற வேண்டியிருந்தது.

தேவனை துதிப்பதன் மூலமும் அவருக்கு நன்றி சொல்வதன் மூலமும் நாம் எதிர்கொள்ளும் சூழ்நிலைகளைப் பற்றிய சரியான கண்ணோட்டத்தை நாம் கொண்டிருக்க முடியும். அவ்வாறு செய்யும்போது, நாம் பெரிய சாகசங்களைச் செய்து நமது தேவனின் பெயரை மகிமைப்படுத்தலாம்.

சங்கீதம் 8

முன்னுரை:

இந்த சங்கீதம் தாவீது ராஜாவால் எழுதப்பட்டது. இந்த சங்கீதம், சிருஷ்டிப்பின் மூலம் வெளிப்படும் தேவனுடைய மகத்துவத்தையும் மற்றும் மனிதர்கள் மீது அவர் வைத்திருக்கும் அன்பையும் விவரிக்கிறது. கர்த்தராகிய இயேசு மேற்கோள் காட்டிய சங்கீதமும் இதுதான். இது தேவனுடைய பண்புகள் மற்றும் துதியின் முக்கியத்துவத்தின் வெளிப்பாடுகளால் நிறைந்துள்ளது. இந்தச் சங்கீதம் கித்தீத் என்னும் வாத்தியம் என்ற விசேஷ வாத்தியத்தைக் கொண்டு பாடப்பட வேண்டும்.

கித்தீத் என்னும் வாத்தியம்:

தாவீது பல்வேறு வாத்தியங்களை வாசிக்கவும் பாடவும் ஒரு சிறப்புத் திறமையைப் பெற்றிருந்தான். தீர்க்கதரிசி சாமுவேல் அவனை அபிஷேகம் செய்தபோது கர்த்தருடைய ஆவியானவர் அவன் மீது இறங்கியபோது இது தொடங்கியது. இந்த விசேஷித்த திறமையின் முதல் பாராட்டு சவுலுக்கு முன்பாக இருந்தது. அப்படியே தேவனால் விடப்பட்ட பொல்லாத ஆவி சவுலைப் பிடிக்கும்போது, தாவீது சுரமண்டலத்தை எடுத்து, தன் கையினால் வாசிப்பான்; அதினாலே பொல்லாத ஆவி அவனைவிட்டு நீங்க, சவுல் ஆறுதலடைந்து, சொஸ்தமாவான் (1 சாமுவேல் 16:23). தாவீது சுரமண்டலத்தில் துதிப்பாடல்களை வாசித்தான் என்று நான் உறுதியாக நம்புகிறேன். தேவனைத் துதிப்பது எவ்வாறு துன்புறுத்தும் ஆவியை ஓடச் செய்கிறது என்பதற்கு இது மறுக்க முடியாத சான்று. அதோடு, தாவீது தன்னுடைய வேலைகளில் தேவனை சேவிப்பதற்கு இதைப் பயன்படுத்தி இந்த வல்லமை வாய்ந்த தாலந்தை வளர்த்துக்கொண்டான். ஆசரிப்புக் கூடாரத்துக்கும், கர்த்தருடைய ஆலயத்துக்கும் பல்வேறு இசைக்கருவிகளை வரிசையாகச் செய்தான். தாவீதின் பாடல்களில் இசை எப்பொழுதும் ஒரு முக்கிய அங்கமாக இருந்தது. சில பிறமத அரசர்களின் அரண்மனைகளிலும் இசை பயன்படுத்தப்பட்டுள்ளது. அவர்கள்

அதை முக்கியமாகப் பொழுதுபோக்கிற்காகவும், நன்றாகத் தூங்குவதற்குப் பயன்படுத்தினர். ஆனால் தாவீது வேறு எதையும்விட தேவனை துதிப்பதற்கு இசையைப் பயன்படுத்தினான்.

இந்த சிறப்பு இசைக்கருவிக்கு சில அறிமுகம் மற்றும் வரலாறு தேவை. எனவே பழைய ஏற்பாட்டில் எழுதப்பட்ட தாவீதின் நிகழ்வுகளைத் திரும்பிப் பார்ப்போம். தாவீது சவுலின் ஆயுததாரியாகவும், சுரமண்டலம் வாசிப்பவனாகவும் வேலைக்கு அமர்த்தப்பட்ட பிறகு கொஞ்சக் காலத்திற்கு எல்லாம் நன்றாக இருந்தது. தாவீது கொஞ்சக் காலம் சவுலுக்குச் சேவை செய்து, பின்பு எப்போதாவது சற்று விடுமுறைக் கிடைக்கும்போது, தந்தையின் ஆடுகளை மேய்ப்பான். அப்படிப்பட்ட ஒரு விடுமுறையின் போது, இஸ்ரவேலர் பெலிஸ்தரோடு போரில் ஈடுபட்டிருந்தனர். புகழ்பெற்ற ஒன்பதரை அடி பெலிஸ்திய ராட்சதன் கோலியாத் தோன்றினான். அவன் ஒரு திமிர்பிடித்தவனாகவும், தேவதூஷணம் பேசுபவனாகவும், தன்னம்பிக்கை கொண்டவனாகவும், தனது பெலிஸ்திய பெருமையை உமிழ்ந்தான். அவன் பெலிஸ்தியரின் காத் என்ற நகரத்தைச் சேர்ந்தவன். காத்தில் ஒரு ராட்சதனுக்குப் பிறந்த ஐந்து பிரபலமான ராட்சத மகன்களில் ஒருவன். கோலியாத்துடன் சண்டையிட தாவீது ஏன் ஓடையிலிருந்து ஐந்து மென்மையான கற்களை எடுத்தான் என்று நீங்கள் எப்போதாவது யோசித்திருக்கிறீர்களா? தாவீது மீதமுள்ள நான்கு பேரையும் கொன்று குவிக்கத் தயாராக இருந்தான்! இந்த ராட்சதன் இஸ்ரவேலர்களுக்கு முன்பாக ஒரு மிகப்பெரிய சவாலை முன்வைத்தான். குறைந்தபட்சம் ஒரு நபரையாவது தன்னுடன் சண்டையிட வைப்பதன் மூலம் பல உயிர்களை இழக்காமல் போரை முடிவுக்குக் கொண்டுவர வேண்டும். சவுல் (அந்தச் சமயத்தில் இஸ்ரவேலில் மிக உயரமானவனாக இருந்தவன்) உட்பட இஸ்ரவேல் பாளையத்தில் ஒருவரும் இந்தச் சவாலை ஏற்கத் தயாராக இல்லை. கோலியாத் பாளையத்திற்கு வந்து நாற்பது நாட்கள், ஒவ்வொரு நாளும், காலையிலும் மாலையிலும் இரண்டு முறை தனது சவாலை முன்வைத்தான்.

அந்த நாட்களில், சவுலின் படையில் இருந்த தன் சகோதரர்களைப் போய் நலம் விசாரித்து வரும்படியும், அவர்களுக்கு உணவுப் பொருட்கள் கொடுக்கும்படியும் தாவீதின் தந்தை ஈசாய் சொல்லியனுப்பினான். தாவீது உடனடியாக தன் தகப்பனாருக்குக் கீழ்ப்படிந்து, தன் தந்தையின் ஆடுகளைப் பொறுப்புள்ள வேறொருவனிடம் கொடுத்துவிட்டு, அடுத்த நாள் அதிகாலையிலேயே தன் சகோதரர்களைப் பார்க்கக் கிளம்பினான். அவன் அங்குச் சென்றதும், தேவனை

நிந்திக்கும் ராட்சதனின் சத்தத்தைக் கேட்டு, சவாலை ஏற்றுக்கொண்டான். மீதமுள்ளவை வரலாறு. கோலியாத் என்ற ராட்சதனுடனான தாவீதின் எளிய கவண் சண்டை, இரண்டு பாளையங்களுக்கு இடையே ஏலா பள்ளத்தாக்கில் நடந்தபோது, நடுங்கும் இஸ்ரவேலர்கள் அனைவராலும், அதிக நம்பிக்கையுடன் இருந்த பெலிஸ்தியர்களாலும் பார்க்கப்பட்டது. சவாலின் விளைவு இரு தரப்பினராலும் மிகவும் எதிர்பாராததாக இருந்தது. இஸ்ரவேலர்கள் பெலிஸ்திய இராணுவத்தைத் துரத்திச் சென்று அவர்களைக் கொன்றதால் நிலைமை விரைவாக மாறியது. தாவீது கோலியாத்தின் சொந்த வாளால் அவனுடைய தலையை வெட்டியபோது, எதிரியை அழிக்கும் வேலையை முடித்தான். எருசலேமின் புறநகரில், கல்வாரி மலை நிற்கும் இடத்தில் கோலியாத்தின் தலை புதைக்கப்பட்டதாக நம்பப்படுகிறது. அவனுடைய பட்டயம் பிற்பாடு நோபில் இருந்த ஆசரிப்புக் கூடாரத்தில் வைக்கப்பட்டிருந்தது. இஸ்ரவேலுக்காக தாவீது செய்த இந்த மாபெரும் வெற்றிக்குப் பிறகு, சவுல் அவனை அதிகமாக நேசித்தான். அவனை மறுபடியும் வீட்டிற்கு அனுப்பவில்லை.

தாவீது சவுல் தன்னை அனுப்புகிற எவ்விடத்திற்கும் போய், ஞானத்தினால் காரியத்தை நடப்பித்ததினால், சவுல் அவனை யுத்தமனுஷரின்மேல் அதிகாரியாக்கினான். அவன் எல்லா ஜனத்தின் கண்களுக்கும், சவுலுடைய ஊழியக்காரரின் கண்களுக்கும்கூடப் பிரியமாயிருந்தான். தாவீது பெலிஸ்தனைக் கொன்று திரும்பி வந்தபின்பு, ஸ்திரீகள், "சவுல் கொன்றது ஆயிரம், தாவீது கொன்றது பதினாயிரம்" என்று முறை முறையாகப் பாடினார்கள். அந்த வார்த்தை சவுலுக்கு விசனமாயிருந்தது; அவன் மிகுந்த எரிச்சலடைந்து தாவீதைக் காய்மகாரமாய்ப் பார்த்தான். அதைத் தொடர்ந்து, சவுல் தாவீதைத் தாழ்த்தி, நேரடியாகவோ அல்லது தந்திரமாகவோ, பெலிஸ்தியர்களுடன் சண்டையிடச் சொல்லி அவனை மீண்டும் மீண்டும் கொல்ல முயன்றான். பொறாமையால் குருடாகிப்போன சவுல், தாவீதை தனது இரண்டாவது மகள் மீகாளுக்கு திருமணம் செய்து வைப்பதன் மூலம் சோர்வடையச் செய்யலாம் என்று நினைத்தான். ஆனால் அவர்கள் ஒருவரையொருவர் மிகவும் நேசித்ததால், இரத்தவெறி பிடித்த தனது தந்தையிடமிருந்து தாவீது தப்பிக்க மீகாள் உதவினாள். முன்பு தாவீது வாசித்த அதே இசை இப்போது எந்த விளைவையும் ஏற்படுத்தவில்லை. கடைசியில், தாவீது சவுலிடமிருந்து தப்பியோடி, அங்கிருந்து புறப்படும் வழியில், ஆசாரியர்களின் நகரமான நோபில் அடைக்கலம் புகுந்தான். தாவீது அவ்விடத்தை விட்டுப் புறப்படும்முன்,

வாசஸ்தலத்தில் வைத்திருந்த கோலியாத்தின் பட்டயத்தையும், கொஞ்சம் அப்பத்தையும் கேட்டு வாங்கிக்கொண்டு அங்கிருந்து சென்றான். ஆனால், தாவீது சவுலிடமிருந்து தப்பித்துப் போவது ஆசாரியர்களுக்குத் தெரியாது. அந்த நேரத்தில் நோபில் 'கர்த்தருடைய சந்நிதியில் தடைபட்டிருந்த' ஏதோமியனான தோவேக்கு, இந்த தகவலைச் சவுலுக்கு அனுப்பினான் (அவனது கண்களில் தயவைப் பெறுவதற்காக). சவுலின் இந்தக் கொடூர செயலில் இருந்து தப்பித்த ஒரே ஒரு மனிதன் அபியத்தார் (அகிமெலேக்கின் மகன்) தவிர மற்ற எல்லா ஆசாரியர்களையும் கொன்றுபோட்டான்.

கோலியாத்தின் பட்டயத்தை வாங்கிக்கொண்ட தாவீது காத் நகருக்குத் தப்பி ஓடினான். இந்த இடத்தில் தாவீதின் தோற்றத்தை வைத்து எத்தனை பொதுமக்கள் அவனை அடையாளம் கண்டு கொண்டிருப்பார்கள் என்று எனக்குத் தெரியவில்லை. ஆனால், மிக நிச்சயமாக, அவர்கள் தங்கள் சொந்த இனத்தைச் சேர்ந்த தங்கள் நாயகன் கோலியாத்தின் பட்டயத்தை அடையாளம் கண்டிருப்பார்கள். தங்கள் கதாநாயகனை ஈவிரக்கமின்றி படுகொலை செய்த இஸ்ரேலின் இந்த மாபெரும் வீரனைப் பற்றி அவர்கள் கேள்விப்பட்டிருக்கலாம். உடனே, அவர்கள் அவனைக் கைது செய்து, தங்கள் ராஜாவான ஆகீசிடம் ஒப்படைத்தார்கள். ஆனால் தாவீது ஆகீசுக்கு முன்பாகப் பைத்தியக்காரனைப் போலப் நடித்ததால், அவன் தாவீதைத் துரத்திவிட்டான். தாவீது நிம்மதி அடைந்து அதுல்லாம் குகைக்குச் சென்றான். இதுவரையில், தாவீது தனியாக இருந்தான். ஆனால் அவன் அதுல்லாம் குகைக்கு வந்தவுடன், இஸ்ரவேலிலும் அதைச் சுற்றியுள்ள பகுதிகளிலும் அவருடைய சொந்த பெற்றோர் மற்றும் சகோதரர்கள் உட்பட, ஒடுக்கப்பட்டவர்கள், கடன்பட்டவர்கள், முறுமுறுக்கிறவர்கள் யாவரும் அவனோடே கூடிக்கொண்டார்கள். சுமார் நானூறு பேர், வனாந்தரத்தில் அவனுக்குச் சொந்தமான சிறிய மனித மந்தை இருந்தது. கூட்டம் விரைவில் எண்ணிக்கையில் அறுநூறாக உயர்ந்தது. இது ஆண்களின் எண்ணிக்கை மட்டுமே. என்றாலும், சவுல் அவனைக் கொலை செய்ய தேடிக்கொண்டே இருந்தான். தாவீது தொடர்ந்து யூதா வனாந்தரத்தில் அலைந்து திரிந்து கொண்டிருந்தான். அதனால், தாவீது பாதுகாப்புக்காக தன் பெற்றோரை மோவாபின் ராஜாவிடம் ஒப்படைத்தான். அவர்களைப் பற்றி அதுதான் கடைசி தடவையாக நாம் கேள்விப்படுகிறோம்.

இஸ்ரவேலின் எதிரிகளுடன் சண்டையிடுவதற்குப் பதிலாக தாவீதுடன் சண்டையிட சவுல் முட்டாள்தனமாக அலைந்து கொண்டிருந்த அவனது இந்த

கடுமையான துன்புறுத்தலின் போது, தாவீது காத் நகருக்கு இடம்பெயர்ந்து, இஸ்ரவேலின் எதிரிகளான **அமலேக்கியர், கெசூரியர் மற்றும் கெஸ்ரியருடன்** தொடர்ந்து போராடினான். தாவீது, போரிட்ட இஸ்ரவேலின் ஒரு கோத்திரம் (கேகிலா), அவனை மீண்டும் சவுலிடம் காட்டிக்கொடுக்கத் தயாராக இருந்தது! தாவீது துரோகத்தால் ஏற்பட்ட அனைத்து மனச்சோர்விலிருந்தும் விலகி, அவை அனைத்திலும் தேவனைப் பின்பற்றிய விதம் ஆச்சரியமாக இருக்கிறது. எல்லா முரண்பாடுகளையும் முறியடிக்க, அவனது சொந்த கோத்திர மக்கள் (சிபித்தியர்கள்) அவனைச் சவுலுக்கு இரண்டு முறை காட்டிக்கொடுத்தனர். தேவன் இரண்டு முறையும் அவன் தப்பித்துக்கொள்ளும் போக்கை உண்டாக்கினார். இந்த சிபியர்களின் இரண்டாவது காட்டிக்கொடுப்புக்குப் பிறகு, தாவீது தனது அறுநூறு ஆண்களுடனும், அவர்களின் குடும்பங்களுடனும் காத்தின் ராஜாவான ஆகீஸிடம் சென்றான். சவுல் தன்னை தொடர்ந்து பின்தொடர்வதால் தேவன் அழைத்ததைச் செய்ய முடியவில்லை என்ற "பரிசுத்த அதிருப்தியால்" அவன் எடுத்த முடிவு இது. ஆனால் தாவீது ஆகீசுக்கு முன்பாக மிகுந்த தயவைக் கண்டான். அவன் அவனை நன்றாக நடத்தி, பெலிஸ்தியாவிலுள்ள சிக்லாகில் அவனுக்கும், அவனுடைய முழு கூட்டத்திற்கும் நிலம் கொடுத்தான். தாவீதின் மீது சவுலுக்கு இருந்த வெறுப்பும் கசப்பும் கொஞ்சநஞ்சமல்ல. பெரும்பாலான இஸ்ரவேலருக்கும் அவர்களுடைய எதிரிகளுக்கும் இது தெரிந்தது. ஆகீஸ் இதை சாதகமாக்கிக்கொள்ள விரும்பினான். "எதிரியின் எதிரி ஒரு நல்ல நண்பனாக இருக்க முடியும்" என்பது புறஜாதிகளிடையே நன்கு அறியப்பட்ட பழமொழி. தாவீது பெலிஸ்தியரிடம் சென்றுவிட்டான் என்று சவுல் கேள்விப்பட்டபோது, அவனைப் பின்தொடர்வதை நிறுத்திவிட்டு, இஸ்ரவேலின் எதிரிகளோடு சண்டையிடுவதில் கவனம் செலுத்த ஆரம்பித்தான். தாவீது பதினாறு மாதங்கள் அங்கே இருந்தான். தாவீது இங்குத் தங்கியிருந்த காலத்தில், இஸ்ரவேலின் எதிரிகளான அமலேக்கியர், கெசூரியர், கெஸ்ரியர் ஆகியோரோடு தொடர்ந்து போர் செய்தான். ஆனால் அவன் அதை ஆகீசுக்கு வெளிப்படுத்தவில்லை (வெளிப்படையான காரணங்களுக்காக). அவன் தாவீது இஸ்ரேலுக்கு எதிராகப் போரிடுகிறான் என்றும் அவனுக்குக் கூட்டாளியாகிவிட்டான் என்றும் ஆகீசு நினைத்தான்.

சிக்லாகில் பதினாறு மாதங்கள் தங்கியிருந்தபோது, தாவீது ஒரு அற்புதமான சத்தியத்தைக் கற்றுக்கொண்டான்: "**ஒருவனுடைய வழிகள் கர்த்தருக்குப் பிரியமாயிருந்தால், அவனுடைய சத்துருக்களும் அவனோடே சமாதானமாகும்படி செய்வார்**" (நீதிமொழிகள் **16:7**). தாவீது சாலமோனுக்கு

அதைக் கற்றுக் கொடுத்திருப்பான் என்று நான் நம்புகிறேன்! இன்னும் என்ன? தாவீது காத் இசைக்கருவியை வாசிக்கக் கற்றுக்கொண்டான்! எதிரிகள் கண்டுபிடித்த கருவிகளைப் பயன்படுத்தி தேவனைத் துதிப்பது உண்மையில் அற்புதமானது அல்லவா? அவை உண்மையில் தங்கள் புறஜாதி தெய்வங்களைத் துதிக்க அவர்களால் வடிவமைக்கப்பட்டன. தாவீது இந்த கருவியைப் பயன்படுத்தி இதுவரை இல்லாத சிறந்த சங்கீதங்களில் ஒன்றைப் பாடினான் - படைப்பில் வெளிப்படும் தேவனின் மகத்துவத்தையும் நம்மீது அவர் கொண்டுள்ள அன்பையும் விவரிக்கும் ஒரு சங்கீதம். இந்த சங்கீதத்தில் எந்த முனகலும் துயரமும் இல்லை; இது முழுமையான பாராட்டு மட்டுமே!

தேவனை மகிமைப்படுத்தச் சத்துருவின் "கருவிகளை" நாம் பயன்படுத்தலாமா? ஆம்! தாவீது தன்னுடைய எதிரிகளின் தேசத்தில் இதைச் செய்தான் என்றால், நம்மாலும் முடியும்! அது தேவனை மிகவும் மகிமைப்படுத்துகிறது. இசை தேவனால் படைக்கப்பட்டு, அவரை துதிப்பதற்காக நியமிக்கப்பட்டது. கிறிஸ்துவின் சரீரத்தில் உள்ள மூப்பர்கள் இசையைக் குறைத்து மதிப்பிடுவது எனக்கு மிகவும் ஆச்சரியமாக இருக்கிறது. இதை எதிரியானவன் தனக்குச் சாதகமாகப் பயன்படுத்திக் கொண்டான். முக்கியமாக, மனிதனால் கருவிகளை வடிவமைக்க முடியுமென்றால், நிச்சயமாகவே தேவனுடைய ஞானம் அவற்றில் கிரியை செய்யும். ஆனால் சாத்தான் தனது தந்திரோபாயங்கள் மூலம் இசையையும் இசைக்கருவிகளின் பயன்பாட்டையும் வக்கிரமாக்கினான். ஆயினும்கூட, அதற்கான காப்புரிமை மற்றும் பதிப்புரிமை எல்லாம் வல்ல தேவனுக்குச் சொந்தமானது. உங்கள் எதிரிகளின் குகையிலிருந்து நீங்கள் எதைப் பயன்படுத்தலாம் என்று சிந்தியுங்கள் - தேவனை மகிமைப்படுத்தும் மற்றும் எதிரிக்கு எதிராகத் திருப்பும் கருவிகள்.

1. எங்கள் ஆண்டவராகிய கர்த்தாவே, உம்முடைய நாமம் பூமியெங்கும் எவ்வளவு மேன்மையுள்ளதாயிருக்கிறது! உம்முடைய மகத்துவத்தை வானங்களுக்கு மேலாக வைத்தீர்.

'தேவனுடைய நாமம்' பூமி முழுவதிலும் எவ்வளவு மேன்மையுள்ளதாயிருக்கிறது என்று தாவீது இங்கே ஒரு மிக முக்கியமான தலைப்பை எழுப்பியுள்ளான். முதலாவதாக, "நாமம்" என்ற வார்த்தையின் முக்கியத்துவத்தை நாம் பார்க்க வேண்டும். பொதுவாகப் பேசுகையில், முதன்மையாக அடையாளம் காண (குறைந்தபட்சம் இன்றைய நாள் மற்றும் யுகத்தில்), ஒவ்வொருவருக்கும்

நம்மைச் சுற்றியுள்ள எல்லாவற்றிற்கும் ஒரு பெயர் உள்ளது. கருவில் குழந்தை கருவுற்றவுடனேயே தங்கள் குழந்தைக்கு ஒரு பெயரைத் தீர்மானிப்பதில் பெரும்பாலான பெற்றோர்கள் மும்முரமாக இருப்பார்கள். இறக்கும் வரை, அந்த நபர் அந்த பெயரால் அடையாளம் காணப்படுகிறார். இறந்த பிறகும், அந்த பெயர் கல்லறையில் பொறிக்கப்படுகிறது, அவர் அல்லது அவள் அதனால் நினைவுகூரப்படுகிறார்கள். தேவனுடைய அநேக வல்லமை வாய்ந்த மனிதர்கள் இன்று அவர்களுடைய பெயர்களாலேயே நினைவுகூரப்படுகிறார்கள். ஏனென்றால், தேவன் அவர்களை வார்த்தையில் பதிவு செய்யத் தெரிந்துகொண்டார். அவர்களின் பெயர்களைக் கேட்டவுடனேயே அவர்களின் கதைகள் நம் கண் முன்னே பளிச்சிடுகின்றன.

படைப்பின் போதே 'நாமம்' என்ற இந்த அமைப்பைத் தேவன் நியமித்தபோது, அதன் பயன்பாட்டில் அவர் மிகவும் தீவிரமாக இருந்தார். அவர் படைத்த அனைத்திற்கும் பெயரிட்டார். மேலும் ஆதாமுக்கு, தனது மனைவிக்கும், விலங்கினத்திற்கும் பெயரிடும் பாக்கியத்தை வழங்கினார். அதைச் சாதாரணமாக எடுத்துக் கொள்ளவில்லை. ஒரு குழந்தைக்கு வழங்கப்படும் பெயர் ஒவ்வொரு முறையும் யாராவது அவர்களை அழைக்கும் போது குழந்தையின் வாழ்க்கையில் ஆசீர்வாதம் பேச வேண்டும். துரதிர்ஷ்டவசமாக, இன்று, பலருக்கு இந்த வெளிப்பாடு இல்லை. இந்தியாவில், பாரம்பரிய பெயரளவு கிறிஸ்தவர்கள், அர்த்தமற்ற பாரம்பரியங்களைப் பின்பற்றுவதற்கும், தங்கள் குழந்தைகளுக்கு தங்கள் மூதாதையர்களின் பெயரை வைப்பதற்கும் மாறிவிட்டனர், **பெயருக்குப் பாதகமான அர்த்தம் இருந்தாலும் கூட.** அவர்களுக்குத் தேவனுடைய வார்த்தையை விட குடும்பப் பெருமையே ரொம்ப முக்கியம். அவர்களுடைய பாரம்பரியங்கள் அவர்களுடைய வாழ்க்கையில் தேவனுடைய வார்த்தையின் முக்கியத்துவத்தை மீறுகின்றன. கர்த்தராகிய இயேசு மாற்கு 7:13-ல் 'நீங்கள் போதித்த உங்கள் பாரம்பரியத்தினால் தேவ வசனத்தை அவமாக்குகிறீர்கள்' என்று கூறினார். கொலோசெயர் 2:8-ல் பவுல் கொலோசெயரை எச்சரித்தான்.

தேவன் வேதாகமத்தில் உள்ள ஒரு சிலரின் பெயர்களை மாற்றினார். அவர்களின் பார்வையை விரிவுபடுத்தவும், அவர்களின் அழைப்பை அடையவும் அவர்களுக்கு உதவினார். விசுவாசத்தோடு இணைந்ததால் பெயர்களுக்குத் தேவன் கொடுக்கும் வல்லமை அது. ஆபிராமை ஆபிரகாமாகவும், சாராயை சாராளாகவும், சீமோனை பேதுருவாகவும், சவுலை பவுலாகவும் மாற்றினார். மறுபுறம், பிறக்கும் குழந்தைக்கு என்ன பெயர் வைக்க வேண்டும் என்கிற

காரியத்தில், பல பெற்றோர்களுக்கு மட்டுமின்றி, கர்த்தராகிய இயேசு கிறிஸ்துவின் பூமிக்குரிய பெற்றோரான மரியாளுக்கும் யோசேப்புக்கும் கூட அவர் திட்டவட்டமான அறிவுறுத்தல்களைக் கொடுத்தார். பெயர்கள் மிகவும் முக்கியத்துவம் வாய்ந்தவை. ஏனென்றால், தேவன் வார்த்தைகளை முக்கியமானதாக நியமித்துள்ளார். உண்மையில், அவர் நம்மைப் பெயர் சொல்லி அழைக்கிறார் என்று வார்த்தை கூறுகிறது!

இப்போது தேவனுடைய நாமத்தைப் பற்றிப் சிந்திப்போம். தேவன் ஒருவரே, திரியேகத்தில் பிதா, குமாரன், பரிசுத்த ஆவி. இது ஆதியாகமம் முதலாம் அத்யாயத்திலிருந்தே தெளிவாகிறது. மனிதனின் மூளை தன்னைச் சுற்றிக் கொள்ளவோ, கட்டுப்படுத்தவோ அல்லது அவரை முழுமையாகப் புரிந்து கொள்ளவோ முடியாது. தேவனை நாம் முடிந்தவரை மிக நெருக்கமாக அறிந்துகொள்ள வேண்டும் என்பது, தேவனுடைய சித்தமாயிருக்கிறது. கருத்தாய் தேடுகிறவர்களுக்குத் தம்மை வெளிப்படுத்துகிறார். நாம் கற்பனை செய்யக்கூடிய எவருக்கும் அல்லது எதற்கும் அவர் முற்றிலும் மேலேயும் அப்பாற்பட்டவராகவும் இருக்கிறார்! அவருடைய மகிமையைப் பார்க்க ஒரு வாய்ப்பைப் பெற்ற தேவமனிதர்கள் அவருடைய மகிமையின் வல்லமையைதாங்க முடியாமல், அநேக சமயங்களில் அவருக்கு முன்பாக நெடுஞ்சாண்கிடையாக விழுந்தார்கள். கேருபீன்களும் சேராபீன்களும் எப்பொழுதும் தேவனுக்கு முன்பாகத் தங்கள் முகங்களை மூடிக்கொண்டு, அவருடைய மிகுந்த மகிமையை நோக்காதிருக்கின்றன. மறுரூப மலையில், கர்த்தராகிய இயேசு தம்முடைய உண்மையான மகிமையை வெளிப்படுத்தத் தற்காலிகமாக மாம்சத்தின் திரையை இழுத்த தருணத்தில், பேதுருவும், யாக்கோபும், யோவானும் அவருக்கு முன்பாக நெடுஞ்சாண்கிடையாக விழுந்தனர். அவருடைய மகிமை அத்தகையது, அதைவிட அதிகமானது! தேவனை ஒரே வார்த்தையில் வர்ணிக்க முடியாது. வரையறுக்கப்பட்ட எண்ணிக்கையிலான சொற்களால் அவரை ஒருபோதும் முழுமையாக விவரிக்கவும் முடியாது! ஆனால் தேவன் தம்முடைய வார்த்தையில் அவருடைய பெயரை அல்லது நாமங்களை நமக்குக் கொடுத்தார். அவரை நெருக்கமாக அறிந்துகொள்ள, நாம் எவ்வளவு எடுத்துக்கொள்ள முடியுமோ, அவ்வளவு அருள் செய்தார். சர்வ வல்லமையுள்ளவராக இருப்பதால், அவர் தம்மை 'ஒரு நாமத்தில்' கட்டுப்படுத்திக் கொள்ள வேண்டிய அவசியமில்லை. இருப்பினும், மனுக்குலத்தின் நிமித்தம், இந்த உலகில் உள்ள ஒவ்வொரு நபரும் ஆரம்பத்திலிருந்தே தொடர்புப்படுத்தக்கூடிய பெயர்களை அவர் தமக்கு ஏற்படுத்திக் கொண்டார், நமது மூளையை விட நம் இருதயத்துடன்.

பழைய மற்றும் புதிய ஏற்பாடுகள் உட்பட வார்த்தையில் குறிப்பிடப்பட்டுள்ள தேவனையுடைய நாமங்கள் ஒரு நீண்ட பட்டியல். அநேகமாக ஒரு விரிவான ஆய்வுக்குப் பிறகு இந்த தலைப்பின் அடிப்படையில் ஒரு புத்தகம் எழுதப்படலாம். இப்போது, தேவன் எனக்குக் கொடுத்த வெளிப்பாட்டின்படி இந்த தலைப்பின் அடிப்படைகளைப் புரிந்துகொள்ள நான் உங்களுக்கு உதவ முடியும் என்று நம்புகிறேன்.

தேவனுடைய நாமத்தைப் படிக்கும்போது, அல்லது தேவனுடைய வார்த்தையைப் படிக்கும்போது, விவிலிய மொழிகளான எபிரேய மற்றும் கிரேக்கத்தைப் பற்றிய அறிவைப் பெறுவது மிகவும் உதவியாக இருக்கும் என்பதை நான் கண்டுபிடித்தேன். இவை அதை நன்கு புரிந்துகொள்ள உதவுகின்றன. இந்த மொழியியல் அறிவு நமக்கு இல்லாவிட்டாலும், தேவன் நமக்குக் கற்பிக்க வல்லவர். ஆனால் வார்த்தையைப் பற்றி அதிகம் அறியத் தூண்டப்பட்டவர்கள் அவரைத் தேடுவதற்கான கூடுதல் முயற்சியில் ஈடுபடுகிறார்கள். அதற்கேற்ப அவர்கள் வெகுமதி பெறுகிறார்கள். தனிப்பட்ட முறையில், எனக்கு வேதாகம மொழிகள் எதுவும் தெரியாது. ஆனால் இந்த மொழிகளை அறிந்துகொண்டு வார்த்தையைப் பிரசங்கிக்கும் போதகர்கள் மற்றும் ஆசிரியர்களின் செய்தியைக் கேட்டதனால் நான் பெரிதும் பயனடைந்தேன். மேலும், அவர்கள் வெளிப்பாடுகளைப் பகிர்ந்து கொள்கிறேன். நாம் தவறவிடும் இதுபோன்ற மதிப்புமிக்க தகவல்களைப் பகிர்ந்து கொண்டதற்காகத் தேவன் அவர்களை ஆசீர்வதிப்பாராக. அதில், நாம் தேடினால், அவருடைய பிள்ளைகள் தம்முடைய வார்த்தையை ஒரு வழியில் அல்லது வேறு வழியில் பெறுவதைத் தேவன் உறுதி செய்கிறார். தேவனுக்கு சித்தமானால், என்றாவது ஒரு நாள் இந்த மொழிகளைக் கற்றுக் கொள்ள விரும்புகிறேன். இந்த இரண்டு வேதாகம மொழிகளும் மிகவும் விளக்கமானவை, எபிரெய மொழியை விட கிரேக்கம் அதிகம். மேலும் அவை பேசப்படும் வார்த்தையின் உண்மையான அர்த்தத்தையும் அது புரிந்துகொள்ளப்பட வேண்டிய விதத்தையும் பெரிதாக்குகின்றன.

பரிசுத்த வேதாகமத்தில் குறிப்பிடப்பட்டுள்ள எண்ணற்ற தேவனுடைய நாமங்களுடன், அவை அனைத்தின் கூட்டுத்தொகையும் கூட தேவனைச் சுற்றி ஒரு வட்டத்தை வரையத் தவறிவிடுகிறது. ஆனால் இந்த பூமியில் வெற்றிகரமாக வாழ்ந்து நம் வாழ்க்கையை முடிக்க அவை நிச்சயமாக நமக்கு நல்ல நுண்ணறிவையும் போதுமான அறிவையும் தருகின்றன. நம்மால் எவ்வளவு உள்வாங்க முடியுமோ அவ்வளவு கொடுக்கிறார். நாம் நமது

கோப்பையைப் பெரிதாக்கினால், நாம் அதிகம் பெறலாம் (லூக்கா 8:18). இவை அனைத்திற்கும் பரிசுத்த ஆவியானவரின் வெளிப்பாட்டின் மூலம், நமது இரட்சகராகிய கர்த்தராகிய இயேசு கிறிஸ்துவின் மூலமாக, நமது பிதாவாகிய தேவனுடன் நெருக்கமான தனிப்பட்ட உறவு தேவைப்படுகிறது.

எல்லாவற்றிற்கும் மேலாக தேவன் இருப்பதால், நம் பரலோகத் தகப்பன் தம்மை 'நம்முடைய தேவன்' அல்லது 'இஸ்ரவேலின் தேவன்' என்று அடையாளப்படுத்த விரும்புகிறார். 'நான் உன் தேவனாக இருப்பேன்', 'நான் உன் தேவன்' என்று திரும்பத் திரும்பச் சொல்கிறார். இந்த பூமியில் நம்முடைய தேவனுக்கு ஒப்பான தேவன் யாருக்காவது உண்டா? இவ்வளவு உயர்ந்தவராகவும், மேலாகவும் இருந்தும் நம்மை அடையாளம் கண்டு நம்மை அவருடையவர்களாகத் தத்தெடுக்க முன்வருவதன் மூலம் தம்மைத் தாழ்த்துகிறார்.

தேவனுடைய நாமத்தைப் பற்றி நேரடியாகக் கேட்ட ஒரு நபர். மோசே. அதற்கு அவர், **"இருக்கிறவராகவே இருக்கிறேன்"** என்பது என் நாமம் என்றார். அன்றைய காலகட்டத்தில், இன்று நம்மிடம் இருப்பதைப் போன்ற எழுத்துப்பூர்வ பதிவு எதுவும் இல்லை. தேவன் இஸ்ரவேலரை எகிப்திலிருந்து விடுவித்த பின்பு, எழுதப்பட்டவைகளெல்லாம் மோசேயால் செய்யப்பட்டவையே. எனவே, மக்கள் அறிந்த அனைத்தும் முந்தைய தலைமுறையினரின் வாய்மொழி பதிவுகள் மூலம்தான். வார்த்தையில் மேற்கோள் காட்டப்பட்ட எல்லா பெயர்களிலும், கர்த்தராகிய இயேசு குறிப்பாக மிக முக்கியமான ஒன்றை வெளிப்படுத்த வந்தார்: **"அப்பா பிதாவே"** என்று அழைப்பதுதான். மறுபடியும் பிறந்தவர்களாகிய நாம் அறிந்துகொள்ள வேண்டிய நாமம் இதுவே. இந்த பெயர் கர்த்தராகிய இயேசுவால் முதன்முறையாக வெளிப்படுத்தப்பட்டது மற்றும் மிக முக்கியமானது. இந்த நாமத்தின் சாராம்சத்தை நாம் சரியாகப் புரிந்து கொள்ளும்போது தேவனுடனான நமது உறவு பலமாகிறது. இந்த உலகில், ஒரு நல்ல உயிரியல் தந்தையைப் பெறும் பாக்கியம் பலருக்கு உள்ளது. ஆனால் இன்னும், அவர்களில் மிகச் சிறந்தவர்களிடமிருந்து கூட, நம் பிதாவாகிய தேவனுடன் ஒப்பிடுகையில் மிகவும் குறைவு உள்ளது. பலர் தங்கள் உயிரியல் தந்தைகளின் கைகளில் மிகவும் துன்புற்றிருக்கிறார்கள். அந்த வார்த்தையின் சிந்தனையை வெறுக்கிறார்கள். கர்த்தராகிய இயேசு என்ன அர்த்தப்படுத்தினார் என்பதன் உண்மையான அர்த்தத்தை அறிந்துகொள்ளவும், புரிந்துகொள்ளவும் தேவனிடமிருந்து ஒரு தனிப்பட்ட வெளிப்பாடு தேவை.

ரபிகளின் பழக்கவழக்கங்களின்படி, தேவனின் மிக முக்கியமான ஏழு பெயர்கள் உள்ளன. இந்த பெயர்கள் மிகவும் புனிதமானதாகக் கருதப்படுகின்றன, யூதர்கள் அவற்றை ஒருபோதும் உச்சரிக்க மாட்டார்கள். கர்த்தராகிய இயேசுவின் காலத்தில் இது நடைமுறையாக இருந்தது. அவர்கள் ஜெபிக்கும்போது அல்லது மக்களுக்கு ஆசீர்வாதங்களை உச்சரிக்கும்போது, தேவனைக் குறிக்க மாற்றுப் பெயர்களைப் பயன்படுத்தினர். தேவனின் பெயரைக் குறிப்பிடுவதற்குக் கூட தகுதியற்ற இந்த உணர்வு உச்சத்தை அடைந்தது என்று நான் நம்புகிறேன். ஏனென்றால் தேவனின் பரிசுத்தத்தை விட மனிதனின் குற்ற உணர்வு மற்றும் தகுதியின்மை பற்றிய விழிப்புணர்வு அதிகரித்து வருகிறது என்ற காரணத்திற்காக. இருப்பினும், பழைய ஏற்பாட்டில் அவர்கள் தேவனுடைய பெயரை உச்சரிக்கக்கூடாது என்று எந்த குறிப்பிட்ட சட்டமும் இல்லை. கர்த்தராகிய இயேசு சிலுவைக்குச் சென்று, நம்மீது பிதாவின் அன்பை வெளிப்படுத்தவும், நம்மை அவரிடம் நெருங்கி வரவும் இந்த குற்ற உணர்வு மற்றும் கண்டனத்தின் சுமையை அழித்தார். தேவனின் இந்த ஏழு நாமங்கள்:

- ✡ **யெகோவா** : இருக்கிறவராகவே இருக்கிறவர்.
- ✡ **ஏல்** : தேவன்
- ✡ **ஏலோகி** : என் தேவன் (ஆபிரகாமின் தேவன், ஈசாக்கின் தேவன் போன்று)
- ✡ **எலோஹிம்** : சிருஷ்டி கர்த்தா, மகத்துவர் மற்றும் வல்லமையுள்ளவர்.
- ✡ **ஷடாய்** : சர்வவல்லமையுள்ளவர்.
- ✡ **ஏலிஹே** : இருக்கிறவராகவே இருக்கிறேன்.
- ✡ **சவோத் அல்லது ஷபோத்** : சேனைகளின் கர்த்தர்.

யெகோவா மற்றும் ஏல் என்ற பெயர்களுடன், தேவனை மேலும் தனிப்பயனாக்க சில பின்னொட்டுகள் சேர்க்கப்பட்டன. இவற்றில் சில பின்வருமாறு:

- ✡ **ஏல் எலியோன்** : உன்னதமான தேவன்
- ✡ **ஏல் ஷடாய்** : எல்லாம் வல்ல தேவன்.
- ✡ **ஏல் ஓலம்** : நித்திய பிதா.
- ✡ **ஏல் ஹை** : ஜீவிக்கிறவர்.

✡ ஏல் ரோய் : என்னைக் காண்பவர்

✡ ஏல் கிப்போர் : வல்லமையுள்ள தேவன்

✡ ஏல் சுவால் : ஜீவனை அளிக்கும் தேவன்

✡ ஏல் தேயா : கர்த்தர் ஞானமுள்ள தேவன்

✡ யெகோவா மெக்காதீஸ் : பரிசுத்தமாக்குகிற கர்த்தர்

✡ யெகோவா ரோஹி / யெகோவா ராஆ் : கர்த்தர் என் மேய்ப்பர்

✡ யெகோவா ஷம்மா : உடன் இருக்கிற கர்த்தர்

✡ யெகோவா ரப்பா : பரிகாரியாகிய கர்த்தர், குணமாக்குகிற கர்த்தர்

✡ யெகோவா சித்கேனு : கர்த்தர் நம்முடைய நீதி.

✡ யெகோவா யீரே : கர்த்தர் பார்த்துக்கொள்ளுவார்.

✡ யெகோவா நிசி : கர்த்தர் எங்கள் ஜெயக்கொடி

✡ யெகோவா ஷாலோம் : சமாதான கர்த்தர்

✡ யெகோவா சபயத் : சேனைகளின் கர்த்தர்.

இந்தப்பட்டியல் மேலும் தொடர்கிறது. வாசகர்கள் இதை மேலும் படிக்க நான் ஊக்குவிக்க விரும்புகிறேன். இவ்வளவு அம்சங்கள் விவரிக்கப்படுவதற்கான காரணம் என்னவென்றால், ஒரு நபர் எதிர்கொள்ளும் ஒவ்வொரு சவாலுக்கும், தேவனே பதில். பிதாவாகிய தேவன் மற்றும் கர்த்தராகிய இயேசு கிறிஸ்துவைத் தவிர வேறு எந்த பதிலும், வழியும் இல்லை. ஒரு மனிதனுக்குத் தேவையான அனைத்தையும் தேவனால் மட்டுமே வழங்க முடியும். வேறு எங்கிருந்து பதில் கிடைத்தாலும், அது மிகவும் தாழ்ந்ததாகவும், தற்காலிகமானதாகவும் இருக்கும். தேவன் என்றால் நம்முடைய தேவை, நம்முடைய விருப்பம் எல்லாம். தேவன் "அனைத்தையும் உள்ளடக்கியவர்" மற்றும் ஒவ்வொரு பாத்திரத்திற்கும் பொருந்துகிறார். அவரால் மட்டுமே அது முடியும்! பூரண திருப்தி அவருக்குள்ளும் அவர் மூலமாகவும் மட்டுமே உள்ளது. தேவனின் பல்வேறு பெயர்கள் இந்த உண்மையை விவரிக்கின்றன.

வேறு சில பெயர்கள் பின்வருமாறு:

✡ அடோனாய் : என் ஆண்டவர்

✡ ஏலா : தேவனை குறிக்கும் அராமிக் வார்த்தை.

✡ ஷெகினா : மனிதர்கள் மத்தியில் உலாவ விரும்பின மகிமையின் தேவன்

✡ அட்டிக்யூம் : ஆதி, நித்திய பிதா

நான் விரிவாகக் கூற விரும்பும் ஒரு சிறப்புப் பெயர் இங்கே: **எஹ்யோஷேர் எஹ்யே: இருக்கிறவராகவே இருக்கிறேன்**

தேவன் மோசேயிடம் இந்தப் பெயரைச் சொன்னபோது, அவர் இவ்வாறு அர்த்தப்படுத்தினார்:

✡ இருக்கிறவராக இருக்கிறேன்

✡ நான் யாராக இருப்பேனோ அவராகவே இருப்பேன்.

✡ நான் யாராக இருப்பேனோ, அதை நிரூபிப்பேன்.

✡ நான் இருப்பதால், நான் இருப்பேன்.

✡ நான் இருப்பேன், இருப்பேன்.

எபிரேய மொழியில் (கணக்கியல் அமைப்பு), இந்த வார்த்தை இன்னும் முழுமையடையாத எந்தவொரு செயலையும் குறிக்கிறது. எனவே இது முன்னர் விவரிக்கப்பட்டபடி, தேவன் எந்தப் பாத்திரத்திற்கும் பொருந்துகிறார் என்பதையும் சுட்டிக்காட்டுகிறது.

தேவனுடைய நாமத்தின் முக்கியத்துவத்தை தாவீது அறிந்திருந்தான். ஏலா பள்ளத்தாக்கில் கோலியாத்தை அவன் சந்தித்ததை நாம் நினைவுகூரும்போது, இரண்டு சேனைகளின் முன்னிலையிலும், பெலிஸ்தனை நோக்கி "நீ பட்டயத்தோடும், ஈட்டியோடும், கேடகத்தோடும் என்னிடத்தில் வருகிறாய்; நானோ நீ நிந்தித்த இஸ்ரவேலுடைய இராணுவங்களின் தேவனாகிய சேனைகளுடைய கர்த்தரின் நாமத்திலே உன்னிடத்தில் வருகிறேன்" என்று தைரியமான அறிவிப்பை அறிவிக்கிறான் (1 சாமுவேல் 17:45). நாம் ஆராதிக்கும் தேவனுடைய நாமத்தினால் அதிகாரத்தைப் புரிந்துகொள்வது பற்றிப் பேசுவோம்! தாவீது கையில் ஒரு கவண் மற்றும் ஐந்து மென்மையான கற்களை அந்த ராட்சதன் சுமந்து வந்த அனைத்து ஆயுதங்களுடனும் ஒப்பிட முடியாது. ஆனால், கவணைப் பயன்படுத்துவதில் தாவீதுக்கு இருந்த திறமை மீதோ, கற்களின் தரத்தின் மீதோ அவன் நம்பிக்கை வைக்கவில்லை. இவை செங்கடலைப் பிரிக்கவும், எகிப்து தேசத்தில் பல்வேறு அதிசயங்களை

நடப்பிக்கவும் பயன்படுத்தப்பட்ட மோசேயின் கையிலிருந்த தேவனுடைய கோலுக்குச் சமமானவை என்பதை அவன் அறிந்திருந்தான். கோலியாத்தின் தேவதூஷணத்தை தாவீது லேசாக எடுத்துக்கொள்ளவில்லை. தாவீதின் நம்பிக்கை தேவனுடைய பெயரிலிருந்தது, அந்த ராட்சதனைக் கொல்ல தேவையான எல்லா வல்லமையையும் அதிகாரத்தையும் அவர் அருள் செய்திருக்கிறார் என்பதை அறிந்திருந்தான். கவணிலிருந்து எறியப்பட்ட கல் தேவனுடைய நாமத்தினால் வீசப்பட்டதால், வல்லமை வாய்ந்ததாக இருந்தது! நம்முடைய வார்த்தைகளும் அப்படித்தான்.

தாவீது இந்த சங்கீதத்தை எழுதியபோது, இன்னும் பல சமகால மதங்கள் இருந்தன. இந்த மதங்களில் பெரும்பாலானவற்றின் சிறப்பியல்பு என்னவென்றால், ஒவ்வொரு தேவைக்கும் ஒரு கடவுள் அல்லது தெய்வம் இருந்தது: ஒன்று அமைதிக்காகவும், மற்றொன்று செழிப்புக்காகவும், இன்னும் சில போர், அறுவடை, நல்ல அதிர்ஷ்டம், காதல் போன்றவற்றிற்காகவும் இருந்தன. ஆகவே அவர்களுடைய ஒவ்வொரு தேவைக்கும் அவர்கள் ஒரு குறிப்பிட்ட தெய்வத்தை வணங்க வேண்டியிருந்தது. இந்தக் காட்சியைத் தனித்துவமான மற்றும் ஒன்றான மெய் தேவனாகிய தனது கர்த்தருடன் ஒப்பிட்டுப் பார்த்து தாவீது தேவனுடைய நாமத்தை மகிமைப்படுத்துகிறான். அதைப் பற்றி ஒரு வெளிப்பாட்டைக் கொண்டிருந்தான். இதில் சிறப்பான அம்சம் என்னவென்றால், இஸ்ரவேலின் ஒவ்வொரு எதிரியும் 'இஸ்ரவேலின் தேவனை' அறிந்திருந்தார்கள். தேவனுடைய நாமம் அவருடைய சத்துருக்களின் இருதயங்களில் பயத்தை உண்டாக்கியது. வானத்தையும் பூமியையும் சிருஷ்டித்த தேவனுக்கு எதிராக யாரும் நிற்க முடியாது. சில ஆணவக்காரர்கள் அவ்வாறு செய்ய முயன்று கடினமான வழியில் தங்கள் பாடத்தைக் கற்றுக்கொண்டனர். இந்த உண்மையை அறிந்துகொண்டு நாம் அவரை தொழுது கொள்ள வேண்டும் என்று தேவன் எதிர்பார்க்கிறார்.

மனிதன் தன்னைச் சுற்றியுள்ள இயற்கையையோ அல்லது தனது சொந்த சரீரத்தைக் கவனித்தால், இந்த சிருஷ்டித்ததில் அடங்கியுள்ள அறிவு, ஞானம் மற்றும் புரிதல் கண்டு அவன் பிரமிப்பாவது உறுதி. அண்ட சராசரமும் பிரம்மாண்டமான வஸ்துக்களால் நிரம்பியுள்ளது. இவை அனைத்திலும் கவனம் செலுத்தாத ஒரு நபர் நிறைய இழக்கிறார். நாம் ஒரு கணம் எடுத்து தேவனுடைய சிருஷ்டிப்பைப் பற்றிச் சிந்திக்கும்போது, அதன் மகத்துவம் மற்றும் மகிமையால் நாம் மூழ்கடிக்கப்படுகிறோம் - மலைகள், கடல்கள், விலங்கு மற்றும் தாவர

வாழ்க்கை, சூரியன், சந்திரன் மற்றும் நட்சத்திரங்கள் போன்றவை. இன்றைய நாளில் நம்மிடம் உள்ள ஒவ்வொரு துளி பயனுள்ள அறிவும் தேவனிடமிருந்து பெறப்படுகிறது. அந்த புரிதலை மனிதனுக்குக் கொடுப்பது தேவன் தான். அதனால்தான் இன்று இந்த கண்டுபிடிப்புகள் அனைத்தும் நம்மிடம் உள்ளன. சிலர் தேவனின் கரத்தை ஒப்புக் கொள்ளாவிட்டாலும், தங்கள் கண்டுபிடிப்புகளுக்கு தங்களைப் பெருமைப்படுத்தவில்லை என்றாலும், தேவனின் நல்ல உள்ளம் அதன் விளைவுகள் மனிதகுலத்திற்கு நீண்ட காலத்திற்குப் பயனளிக்க அனுமதித்தது. ஆனால், மனிதன் ஒருபோதும் உருவாக்குவதில் தேவனுக்கு இணையாக இருக்க முடியாது.

உலகைப் சிருஷ்டித்த போது தேவன் பல்வேறு ஈர்ப்பு விசை, மின்சாரம், ஆற்றல் போன்ற விதிகளை நிறுவினார். அதைப் பற்றி ஆழமாகப் படித்தவர்களால் மட்டுமே இது பின்னர் கண்டுபிடிக்கப்பட்டது. ஆனால் அதை உருவாக்கியவர்கள் அவர்கள் அல்ல. ஒரு மருத்துவரிடம் கேளுங்கள், மனித உடல் எவ்வளவு அற்புதமானது என்று அவர் உங்களுக்குச் சொல்வார்; ஒரு இயற்பியலாளரிடம் கேளுங்கள், அணு எவ்வாறு செயல்படுகின்றன என்பதை அவர் உங்களுக்கு விளக்குவார். நாம் உண்மையில் சூரியனைப் பற்றிப் படிக்கையில், அதன் பண்புகளைக் கண்டு ஆச்சரியப்படுவோம்! ஒவ்வொரு சிருஷ்டிப்பும் தேவனுடைய மகிமையின் ஒரு பகுதியை அவர் படைத்ததிலிருந்து கொண்டுள்ளது. ஆனால் தேவனுடைய மகிமை இந்த எல்லாவற்றின் மகிமையையும் விட மிகப் பெரியது! அது வானங்களுக்கு மேலே உள்ளது! ஆனால் தேவனுடைய நன்மை, "கிறிஸ்துவானவர் மகிமையின் நம்பிக்கையாக உங்களுக்குள் இருக்கிறார்" என்று அவர் நமக்கு வாக்களித்தபடியே, இந்த மகிமையைக் காணவும், பயன்படுத்தவும் நம்மை அனுமதித்துள்ளது. தேவன் எல்லாவற்றிற்கும் மேலாக மகிமையில் சிறந்து விளங்குகிறார்!

பூமி பரிபூரணமாக சிருஷ்டிக்கப்பட்டது. ஆனால் வீழ்ச்சியானது பூமியை ஒழுங்கின்மைக்கு (மரணம் மற்றும் சீரழிவு) உட்படுத்தியது. சிருஷ்டிப்புகள் ஒவ்வொன்றிலும் மரணம் காணப்படுவதற்கு இதுவே காரணம். இது கிறிஸ்துவின் இரண்டாம் வருகையில் நின்றுவிடும். இப்போதும் கூட, மறைந்து கொண்டிருக்கும் ஒன்று (சிருஷ்டிப்பு) நமக்குப் பிரமிப்பைத் தருகிறது. ஆனால் இப்போதும், ஒன்று முற்றிலும் பரிபூரணமாக இருக்கிறது - பரலோகம். பொன் வீதிகளும், விலையேறப்பெற்ற கற்களால் போடப்பட்ட அஸ்திபாரங்களும், முத்துக்களாலான வாசல்களும், ஆக்கிரமிக்கக்

காத்திருக்கும் மாளிகைகளும் கொண்ட அது பரிபூரணமானது. நம்முடைய கர்த்தராகிய இயேசு கிறிஸ்துவால் 'நித்தியம்' என்று அழைக்கப்படும் அந்த ஸ்தலம் ஒரு காலத்திற்காக ஆயத்தப்படுத்தப்படுகிறது. அது மகிமையானது! ஆனால் தேவனின் மகிமை வானங்களுக்கு மேலானது. தேவனுடைய மகிமைக்குப் போட்டியாளர் யாரும் இருக்க முடியாது. தேவன் தம்முடைய பிள்ளைகளுக்குள்ளும், பிள்ளைகள் மூலமாகவும் கிரியை செய்து, அவருடைய நோக்கங்களை நிறைவேற்றும்போது, அவருடைய மகிமை வெளிப்படுத்தப்படுகிறது. ஏனென்றால் எதுவாக இருந்தாலும், மனிதனின் முயற்சியால் அது போன்ற ஒரு நிகழ்வை ஒருபோதும் உருவாக்க முடியாது. அதனால்தான் கொலோசெயர் 1:27-ல் "கிறிஸ்துவானவர் மகிமையின் நம்பிக்கையாக உங்களுக்குள் இருக்கிறார்" என்று தேவன் கூறுகிறார். நம்முடைய வாழ்க்கையில், நம் வாழ்வில் அவருடைய வழியைக் கொண்டிருக்கும்போது நம்முடைய கர்த்தராகிய தேவனுடைய பிரசன்னமே இந்த மகிமையை ருசிக்கும் சிலாக்கியத்தை நமக்குத் தருகிறது.

2. பகைஞனையும் பழிகாரனையும் அடக்கிப்போட, தேவரீர் உம்முடைய சத்துருக்களினிமித்தம் குழந்தைகள் பாலகர் வாயினால் பெலன் உண்டுபண்ணினீர்.

இந்த சங்கீதத்தில் இது மிக முக்கியமான வசனம். ஏனென்றால், கர்த்தராகிய இயேசு கிறிஸ்து இந்த பூமியில் மனிதனாய் சஞ்சரித்த நாட்களில் மிக முக்கியமான குறித்த காலத்தில் இதை மேற்கோள் காட்டினார். 'குழந்தைகள் பாலகர்' பற்றிய குறிப்புகளை இரண்டு வழிகளில் படிக்கலாம். தேவனுடைய ராஜ்யத்தின் பொக்கிஷங்களை மறைத்து வைத்து, குழந்தைகளுக்கு (மீனவர்கள், அவருடைய சீஷர்கள் போன்ற ஆவிக்குரிய எளிய மக்கள்) வெளிப்படுத்தியதற்காக கர்த்தராகிய இயேசு தாமே பிதாவாகிய தேவனுக்கு நன்றி செலுத்தினார். நிச்சயமாகப் பிதாவாகிய தேவன் பூமியில் உள்ள ஞானிகளுக்கு எதிரானவர் அல்ல. அவரே எல்லா ஞானத்திற்கும், அறிவுக்கும் ஆதாரம். நீதிமொழிகள் 9:1-ல் ஞானம் தன் வீட்டைக் கட்டி, தன் ஏழு தூண்களையும் சித்திரந்தீர்த்தது. யாக்கோபு 3:17-ல் இந்த ஏழு தூண்கள் என்னவென்று பட்டியலிடுகிறது. பரத்திலிருந்து வருகிற ஞானமோ முதலாவது சுத்தமுள்ளதாயும், சமாதானமும், சாந்தமும், இணக்கமுமுள்ளதாயும், இரக்கத்தாலும் நற்கனிகளாலும் நிறைந்ததாயும்,

பட்சபாதமில்லாததாயும் மற்றும் மாயமற்றதாயுமிருக்கிறது. இது 'ஜீவ விருட்சம்' என்று அடையாளப்படுத்தப்பட்டு, நமது கர்த்தராகிய இயேசு கிறிஸ்துவில் உருவகப்படுத்தப்பட்டுள்ளது.

நன்மை தீமை அறியத்தக்க மரத்தில் ஒரு போலி ஞானம் இருந்தது; இது தேவனின் ஞானத்தைக் குறைத்து மதிப்பிடும் உலக (பூமிக்குரிய) ஞானம். சாத்தான் இந்த மரத்தின் அருகிலே ஆசனம் போட்டு அமர்ந்து, இன்றும் கூட அதை நன்றாகப் பயன்படுத்துவதில் சிறந்து விளங்குகிறான். இன்று மனிதர்களைத் தேவனுடைய வழியில் செல்ல விடாமல் தங்கள் சுய புத்தியின்படி செல்லவைத்து ஏமாற்றுவதில் பயன் அடைகிறான். இது நுட்பமானது. நாம் நம் இருதயத்தையும், மனதையும் பாதுகாக்காவிட்டால், நாம் அவனது ஏமாற்றுதலுக்கு இரையாகிவிடுகிறோம். ஏதோ ஒரு காரணத்திற்காக, ஏவாள் இந்த பூமிக்குரிய ஞானம் தேவனுடைய ஞானத்தை விட மேலானது என்று நினைத்து, அதில் பங்கு கொள்ளத் நினைத்து, தேவனின் ஞானம் ஏதோ ஒரு வகையில் குறைபாடுடையது என்று அவள் தீர்மானித்தாள். இதன் விளைவாக வீழ்ச்சி ஏற்பட்டது. இந்த போலி ஞானம் இன்று எந்த அளவிற்கு இயல்பாக்கப்பட்டுள்ளது என்றால், மனிதகுலத்திற்கு உதவுவதே தேவனின் நோக்கமாக இருக்கும்போது கூட, அது இந்த கருத்தை தீவிரமாக நிராகரிக்கிறது. இந்த போலி ஞானத்தின் செல்வாக்கின் கீழ் மனிதர்கள் முழுமையான பெருமையால் நிரப்பப்படுகிறார்கள் (உலக தரநிலைகளின்படி அவர்கள் தாழ்மையுள்ளவர்களாகத் தோன்றினாலும்). அவர்கள் தேவனுடன் உடன்படுவதில்லை! ஆனால், அந்தப் போலி ஞானத்தின் சங்கிலிகளை முறியடித்து, அதிலிருந்து மீள்வதற்கான அவருடைய கிருபையைப் பெற முடிந்தவர்கள், கர்த்தர் அவர்களை அழைத்த நோக்கத்தை நிறைவேற்ற முடியும் (உதாரணத்திற்கு: அப்போஸ்தலன் பவுல்). இது 'ஜீவ விருட்சம்' என்று அடையாளப்படுத்தப்பட்டு, நமது கர்த்தராகிய இயேசு கிறிஸ்துவில் உருவகப்படுத்தப்பட்டுள்ளது.

இந்த வசனத்தின் இரண்டு அம்சங்களையும் பார்ப்போம்:

✡ குழந்தைகள் மற்றும் பாலகர்களைக் நேரடியாகக் குறிக்கும் போது.

✡ இது தேவன் இந்த பூமியில் தமது விருப்பத்தையும், ராஜ்யத்தின் நோக்கங்களையும் மேம்படுத்தத் தேர்ந்தெடுத்த அறியாமை ஜனங்களைக் குறிக்கும் போது.

✡ குழந்தைகள் மற்றும் பாலகர்கள்:

தாவீது தன் காலத்தில் கிடைத்த வார்த்தையைப் பற்றிய நல்ல அறிவைக் கொண்டிருந்தான். அவனது வாழ்க்கையில் நடந்த பல சம்பவங்கள் அவன் தேவனுடைய வார்த்தையைத் தியானித்து, ஏராளமான ஞானப் பொக்கிஷங்களைப் பெற்றிருந்தான் என்பதைக் குறிக்கின்றன. இதுபோன்ற இரண்டு சம்பவங்கள் தாவீதின் நாட்களுக்கு முன்னதாகவே அரங்கேறியிருந்தன. அதை அவன் கண்டுகொண்டான். ஒன்று நோவாவின் குமாரர்களின் வாழ்க்கை. மற்றொன்று, தாவீதை அபிஷேகம் செய்து அவனது வாழ்க்கையில் மிக முக்கியமான பங்கைக் கொண்டிருந்த தீர்க்கதரிசி சாமுவேலின் வாழ்க்கை.

அ. நோவாவின் மகன்கள்: பேழையைக் கட்ட தேவன் நோவாவை அழைத்தபோது அவனுக்கு ஐநூறு வயது. இந்த கட்டத்தில். நோவாவின் மகன்கள் பிறந்திருக்கவில்லை. இந்தப் பேழையைக் கட்ட நோவாவுக்கு குறைந்தபட்சம் நூறு ஆண்டுகள் ஆனது. நோவா பேழையைக் கட்ட ஆரம்பித்து இரண்டு ஆண்டுகளுக்குப் பிறகு, மூன்று குமாரர்கள் பிறந்தார்கள். கணக்கீட்டை உருவாக்க நீங்கள் ஆதியாகமம் 5:32, 7:11, 10:21 மற்றும் 11:10 ஆகியவற்றைப் பார்க்கலாம். அந்த நாட்களில் பரவலான தேவபக்தியற்ற தன்மை இருந்தபோதிலும், நோவா தன் பிள்ளைகளைச் சரியான வழியில் நடத்தினான். மேலும், அவர்கள் உலகின் தெய்வபக்தியற்ற வழிகளுக்குச் செல்வதற்குப் பதிலாகப் பேழையைக் கட்ட அவனுக்கு உதவினார்கள். இது எவ்வளவு எளிது என்று பெற்றோர்களிடம் நான் கேட்கலாமா? நோவாவின் உடன்பிறப்புகளும், மாமாக்களும், அத்தைகளும், நெருங்கிய இரத்த உறவினர்களும், பேழையைக் கட்டியதன் மூலம் நோவா பிரசங்கித்த செய்தியைக் கேட்டும்கூட ஏற்றுக்கொள்ளாமல் இருந்தார்கள். அவன் செல்ல தேவாலயமோ, கலந்து கொள்ள வேதாகம வகுப்புகளோ, படிப்புகள் அல்லது மற்ற விசுவாசிகளுடன் ஐக்கியமோ இல்லை. அவனும் அவனது சிறிய குடும்பமும் மட்டும்தான். எனவே, சந்தேகத்திற்கு இடமின்றி, சிறு பிள்ளைகளாக இருந்தபோதும், இந்த மூன்று சிறுவர்களும் தங்கள் தந்தைக்குக் கீழ்ப்படிந்து, அவருக்குத் தேவையானதைச் செய்ய உதவி செய்ததினிமித்தம் தேவனை மகிமைப்படுத்தினர் என்பதைப் புரிந்து கொள்ளலாம்.

ஆ. சாமுவேல் தீர்க்கதரிசி: சாமுவேலின் பிறப்பு ஒரு அதிசயத்திற்குச் சற்றும் குறைந்ததல்ல. சாமுவேலின் தந்தை, எல்க்கானா, ஒரு லேவியன். அவனுக்கு

இரண்டு மனைவிகள்: அன்னாள் (சாமுவேலின் தாய்) மற்றும் பெனின்னாள். கர்த்தர் அவள் கர்ப்பத்தை அடைத்த படியினால், அவளுடைய சக்களத்தி அவள் துக்கப்படும்படியாக அவளை மிகவும் விசனப்படுத்துவாள். சீலோவிலிருந்த ஆசரிப்புக் கூடாரத்தில் கர்த்தருக்கு முன்பாக விசாரத்தினாலும் கிலேசத்தினாலும் விண்ணப்பம் பண்ணினாள். "ஒரு ஆண்பிள்ளையை" கர்த்தர் கொடுத்தால், "அவன் உயிரோடிருக்கும் சகல நாளும் நான் அவனைக் கர்த்தருக்கென்று ஒப்புக்கொடுப்பேன்" என்று ஒரு பொருத்தனை பண்ணினாள். அன்னாள் ஞானமுள்ள பெண்! எதற்காக விண்ணப்பம் பண்ண வேண்டும் என்பதை அவள் சரியாக அறிந்திருந்தாள். அந்த விண்ணப்பத்தின் மையத்தில் அவள் தேவனை வைத்தாள். பிரதான ஆசாரியனாகிய ஏலி 'நீ இஸ்ரவேலின் தேவனிடத்தில் கேட்ட உன் விண்ணப்பத்தின்படி அவர் உனக்குக் கட்டளையிடுவாராக' என்றான். அவள் தன் பொருத்தனையை நிறைவேற்றி, பால்மறந்து அவனைக் கர்த்தருக்கு ஒப்புக்கொடுத்தபோது, சாமுவேல் ஒரு சிறுவனாக ஏலியின் கீழ் கூடாரத்தில் சேவை செய்தான். அன்னாள் மேலும் ஐந்து பிள்ளைகளைப் பெற்றெடுக்கும் பெரிய ஆசீர்வாதத்துடன் ராமாவுக்குத் திரும்பினாள். இன்னும் என்ன? பேழை பெலிஸ்தியர்களால் கைப்பற்றப்பட்டு ஏலி இறந்த பிறகு, இளம் சாமுவேல் தனது சொந்த ஊரான ராமாவுக்குத் திரும்பி (சீலோவை விட்டு வெளியேறி) அங்கேயே இறக்கும் வரை வசித்து வந்தான். அன்னாள் சாமுவேலை சில வருடங்கள் விட்டுவிட வேண்டியிருந்தது (அது எவ்வளவு கடினமாக இருந்திருக்குமோ அவ்வளவு கடினமாக இருந்திருக்கலாம்). கடைசியில், **கர்த்தர் அவனை ஆயுள் முழுவதும் அவளிடம் திரும்ப ஒப்படைத்தார்!** நம்முடைய விண்ணப்பங்களில் தேவனை மையமாக வைப்பதில் ஒரு மறைமுக ஆசீர்வாதம் இருப்பதை நீங்கள் புரிந்துகொள்கிறீர்களா? அது அதிவேகமாக நம்மிடம் திரும்பி வருவதை அவர் உறுதி செய்கிறார்! தேவன் சாமுவேலை வீட்டுக்குத் திரும்ப அழைத்து வந்தபோது அன்னாள் மிகவும் ஆசீர்வதிக்கப்பட்டாள்!

அந்நாட்களில் கர்த்தருடைய வார்த்தை அரிதாயிருந்தது. ஏனென்றால், ஏலியின் ஆசாரிய வம்சத்தில் அக்கிரமம் தலைவிரித்தாடியது. தேவனுக்குப் பலி செலுத்துவதை ஜனங்கள் வெறுத்தார்கள். ஏலியின் இரண்டு குமாரர்களும் தேவனுக்குச் சொந்தமான பங்கை அபகரித்துக் கொண்டதினிமித்தம், தேவன் ஏற்படுத்தி வைத்திருந்த பலியை அசட்டை பண்ணினர். ஆசரிப்புக் கூடாரத்திற்கு விண்ணப்பஞ்செய்ய வந்த பெண்களையும் அவர்கள் பாலியல் பலாத்காரம் செய்தனர். இதுபோன்ற ஏலி மகன்களின் நடத்தையால் மக்கள் எரிச்சலடைந்தனர். ஏலி அவர்களை மெதுவாகக் கண்டித்தானே

தவிர வேறொன்றையும் செய்யவில்லை. தன் மகன்கள் வேண்டுமென்றே கர்த்தருடைய பங்கை எடுத்துக்கொண்டார்கள் என்பதை அறிந்திருந்தும், இறைச்சியை உண்டு கொழுக்கச் செய்தான். இதனால் ஏற்படவிருக்கும் விளைவுகளைப் பற்றி தேவன் ஏலியை திரும்பத் திரும்ப எச்சரித்தார். ஆனால், நிலைமையைச் சரிசெய்ய அவன் இடங்கொடுக்கவில்லை. 'தகப்பனாக', 'பிரதான ஆசாரியனாக' இருக்க வேண்டுமென்றால் இந்த சூழலை அவன் திறம்படக் கையாண்டிருக்க வேண்டும். 'சிறுவன் சாமுவேலை' அழைத்துப் பேசிய தேவன், ஏலியின் குடும்பத்தார் மீதான தனது நியாயத்தீர்ப்பை அவனுக்கு வெளிப்படுத்தினார். கர்த்தர் சாமுவேலிடம் பேசினார் என்பதை ஏலி அறிந்திருந்தான். அது என்னவென்று அறியப் பிடிவாதமாக இருந்தான். அவன் (சாமுவேல்) தேவனுடைய வார்த்தையை ஏலியிடம் சொன்னபோது அவனை நம்பினான். குழந்தைகள் மற்றும் பாலகர் வாயினால் பெலன் உண்டுபண்ணினார் என்பதை இது காட்டுகிறது.

இ. கர்த்தராகிய இயேசுவின் காலத்தில்: பூமியில் தம்முடைய ஊழியத்தின் முடிவில், கர்த்தராகிய இயேசு கழுதையின் மேல் சவாரி செய்து எருசலேமுக்குள் வெற்றிகரமாக நுழைந்தார். சகரியா தீர்க்கதரிசி பல நூற்றாண்டுகளுக்கு முன்பு தீர்க்கதரிசனம் உரைத்தபடி (சகரியா 9:9), திரளான ஜனங்கள் தங்கள் வஸ்திரங்களையும் குருத்தோலைகளையும் அவருக்கு முன்பாக வைத்தார்கள். அவரை எருசலேமுக்குள் வரவேற்றஜனங்கள், கர்த்தராகிய இயேசு யூத தேசத்தை விடுவிக்க ரோம அதிகாரத்திற்கு எதிராக சரீரப்பிரகாரமாக போராடுவார் என்று நினைத்தார்கள். எனவே, வழிநெடுகிலும் அவர்கள், "தாவீதின் குமாரனுக்கு ஓசன்னா! கர்த்தருடைய நாமத்தினாலே வருகிறவர் ஸ்தோத்திரிக்கப்பட்டவர்! உன்னதத்தில் ஓசன்னா!" என்று ஆர்ப்பரித்தார்கள்.

அவர்கள் எதிர்பார்த்ததற்கு மாறாக, அவர்களுக்கு மிகவும் ஆச்சரியமான விதத்தில், கர்த்தராகிய இயேசு, கர்த்தரால் 'தேர்ந்தெடுக்கப்பட்டவர்கள்' செய்துகொண்டிருந்த அநீதியை எதிர்த்தார். கர்த்தராகிய இயேசு ஆலயத்திற்கு நேராகத் திரும்பி, ஒரு சாட்டையை உருவாக்கி, ஆலயத்திற்குள் அந்தக் கால மதத் தலைவர்களின் ஒப்புதலுடன் வியாபாரம் செய்து கொண்டிருந்த அனைத்து மனிதர்களையும் விரட்டினார். பரிசேயர்கள் அல்லது சதுசேயர்கள், ரோம அதிகாரிகள் அல்லது படைவீரர்கள், ஏரோதியர்கள், பிரதான ஆசாரியர்கள், வேதபாரகர்கள் அல்லது மூப்பர்கள் என எவராலும் அவர் செய்வதைத் தடுக்க முடியவில்லை. இதை நாம் சற்று சிந்தித்து பார்க்கவேண்டும்!

அவர்களின் கைகள் கட்டப்பட்டிருந்தது ஏன்? ஏனெனில், தேவனுடைய குமாரன் சிலுவையில் அறையப்படும் காலம் வரை ஒருவனும் அதை செய்யக் கூடாதிருந்தது (யோவா 10:18). அவ்வளவு வல்லமையுடனும் அதிகாரத்துடனும் அவர் மனுஷகுமாரனாக இந்த பூமியில் நடந்தார்! அவர் தேவனுடைய வார்த்தையை அதிகாரப்பூர்வமாக மேற்கோள் காட்டி, "எழுதப்பட்டிருக்கிறதே: **நீங்கள் அதை வாசிக்கவில்லையா?"** என்று வெளிப்படையாகக் கேட்டார். இது வனாந்தரத்தில் நடந்த சோதனையின் போது அவர் சாத்தானை எதிர்த்த விதத்திற்கு மிகவும் ஒத்திருக்கிறது. அவர் தேவனுடைய வார்த்தையை மேற்கோள் காட்டியபோது, அவருக்குத் தீங்கு செய்ய விரும்பிய எவரையும், அனைவரையும் அது நிராயுதபாணியாக்கியது. நாம் சோதிக்கப்படும்போது விசுவாசத்தை நினைவில் வைத்து நடைமுறைப்படுத்த இது மிக முக்கியமான திறவுகோல்.

அவர் அவர்களைத் துரத்திய பிறகு, ஆலயத்திற்கு வெளியே பிச்சை எடுத்துக்கொண்டிருந்த குருடர்களும், சப்பாணிகளும் அவரிடத்தில் வந்தார்கள். அவர் அவர்களைச் சுகமாக்கி, ஆலயத்திற்குள் உண்மையில் என்ன செய்ய வேண்டும் என்பதை அனைவருக்கும் காட்டினார். அந்தக் கால மதத் தலைவர்கள் நிர்ணயித்த முன்னுரிமைகளை அவர் மாற்றினார். வெளியே பிச்சை எடுத்துக்கொண்டிருந்த ஆதரவற்றவர்கள் தேவனுடைய ஆலயத்திற்குள் கொண்டு வரப்பட்டு நம்பிக்கை அளிக்கப்பட்டனர். அதே நேரத்தில் அந்த மாய்மாலக்காரர்கள் துரத்தப்பட்டு அவர்களால் ஒருபோதும் மறக்க முடியாத பெரிய பாடம் கற்பிக்கப்பட்டனர்.

இது பஸ்காவுக்குச் சற்று முன்பு நடந்தது என்பதை இப்போது நினைவில் வையுங்கள். இஸ்ரவேல் முழுவதிலுமிருந்து ஜனங்கள் தங்கள் முழு குடும்பத்தோடும் பண்டிகையைக் கொண்டாட எருசலேம் ஆலயத்திற்கு வருகை தந்திருந்தார்கள். இந்த நேரத்தில், இந்த குருடர் மற்றும் சப்பாணிகளை அவர் குணமாக்கியதினிமித்தம், தேவாலயத்திலிருந்த பாலகர்கள் சத்தமிட்டு, "தாவீதின் குமாரனுக்கு ஓசன்னா!" (மத்தேயு 21:15) என்று ஆர்ப்பரித்தனர். இது 'பெரியவர்களை' முற்றிலும் கோபப்படுத்தியது. அவர்கள் குழந்தைகளைப் பேசாமல் இருக்கும்படி அதட்டி. அவர்களின் ஆர்ப்பரிப்பை குறித்து கர்த்தராகிய இயேசுவிடம் கேள்வி எழுப்பினார்கள். இதில்தான் அவர் இந்த வசனத்தை மேற்கோள் காட்டி, "ஆம். 'குழந்தைகள் பாலகர் வாயினால் பெலன் உண்டுபண்ணினீர்' என்று நீங்கள் வாசித்ததில்லையா?". இது தாவீதின்

தீர்க்கதரிசனம், இன்று நிறைவேறியது என்று கர்த்தராகிய இயேசு அவர்களிடம் தெளிவாகச் சொன்னார்! ஞானிகளால் பார்க்க முடியாததை, ஏற்றுக்கொள்ள முடியாததைச் சிறியவர்கள் மிகத் தெளிவாக உணர்ந்து உடனடியாக ஏற்றுக்கொண்டனர். அதுதான் இந்த வசனத்தின் சிறப்பு.

தாவீது இதை அறிவித்தபோது, தேவன் குழந்தைகள் பாலகர் வாயினால் **'பெலன் உண்டுபண்ணினீர்'** என்று கூறினான். ஆனால் கர்த்தராகிய இயேசு அதை மேற்கோள் காட்டியபோது, தேவன் குழந்தைகளுடைய வாயினாலும், பாலகருடைய வாயினாலும் **'துதி உண்டாகும்படி செய்தீர்'** என்பதை நீங்கள் ஒருக்காலும் வாசிக்கவில்லையா என்றார். இரண்டையும் சமன்படுத்தி, 'துதி உண்டாகும்படி செய்தீர்' என்பது 'பெலன் உண்டுபண்ணினீர்' என்பதற்குச் சமம் என்று நாம் கூறலாம். எனவே, தேவனைத் துதிப்பது நமக்குப் பெலனை அளிக்கிறது. உங்கள் சரீரத்திலும் ஆத்துமாவிலும் பலவீனமாக உணர்கிறீர்களா? இதற்கான எளிய தீர்வு, தேவனை இன்னும் அதிகம் துதிப்பதே! (ஏசாயா 61:3)

'குழந்தைகளின் வாயிலிருந்து வரும் துதி' தேவனுக்கு ஏன் மிகவும் முக்கியமானது? தேவன் குழந்தைகளை நேசிக்கிறார். அவர்கள் அவரை தூய்மையான, அப்பாவி இருதயங்களுடன் (பெரியவர்களின் இரைச்சலான இருதயங்களைப் போலல்லாமல்) துதிக்கும்போது அவர் பெரிதும் மகிமைப்படுத்தப்படுகிறார். நாம் மனந்திரும்பிச் சிறு பிள்ளைகளைப் போல் ஆகாவிட்டால், பரலோக ராஜ்யத்தில் ஒருபோதும் பிரவேசிக்க மாட்டோம் என்று கர்த்தராகிய இயேசு நமக்குச் சொன்னார். என் குழந்தைகளிடம் அவர்கள் ஜெபம் செய்யும் நேர்மையை நான் கவனித்திருக்கிறேன். நமக்கு அற்பமாகத் தோன்றும் விஷயங்களை அவர்கள் அவரிடம் கேட்பதற்கு இருமுறை யோசிப்பதில்லை. சில நேரங்களில் அவர்கள் தேவனிடம் பேசுவதைக் கேட்கும்போது, அவர்களின் புரிதல் குறித்து நான் அதிர்ச்சியடைகிறேன். ஒரு இரவு எங்கள் குடும்ப பிரார்த்தனையின் போது, என் மகளுக்கு ஆறு வயதாக இருந்தபோது, அவள் தன் சிறிய கிட்டாரைச் சீரற்ற முறையில் வாசிக்கத் தயங்கவில்லை. அது கேட்பதற்கு இனிமையாக எந்த மெல்லிசையும் இல்லாமல் இருந்தது. நாங்கள் பாடும்போது அவள் எல்லா ஸ்வரங்களையும் அவளால் முடிந்தவரைச் சத்தமாக மீட்டினாள். அவள் வாசித்த இசையில் எந்த அர்த்தமும் இல்லை என்பதைப் பற்றி அவள் கவலைப்படுவதாக எங்களுக்குத் தெரியவில்லை. அவள் தேவனைத் துதிக்க தன்னால் முடிந்த அனைத்தையும் செய்ய விரும்பினாள். அற்புதமான இசையை வாசிக்கும் தனது மூத்த பதின்ம

வயது (டீன் ஏஜ்/teenage) சகோதரனால் அவள் மிகவும் ஈர்க்கப்பட்டாள்! அவளை நிறுத்துவிடக்கூடாது என்று கற்றுக்கொண்டோம். என் பிள்ளைகள் இருவரும் தேவனை ஆராதிப்பதில் உயர்ந்த நிலைக்கு வருவதற்கு எனக்குச் அது சவாலாக அமைந்தது.

இதைப்பற்றி நான் சிந்தித்தபோது, யூத குழந்தைகளின் கல்வி குறித்து நான் சில ஆராய்ச்சி செய்தேன். இது நிறைய விஷயங்களைப் புரிந்துகொள்ள எனக்கு உதவியது. நான் கற்றுக்கொண்டதை உங்கள் அனைவருடனும் சுருக்கமாகப் பகிர்ந்து கொள்ள விரும்புகிறேன். இது மீண்டும் ஒரு பரந்த தலைப்பு என்பதால், ஒவ்வொருவரும் தாங்களே ஆராய்ச்சி செய்ய ஊக்குவிக்கிறேன்.

நம்முடைய சர்வவல்லமையுள்ள தேவன் இஸ்ரவேல் ஜனங்களுக்கு உபாகமம் 6:6 லிருந்து 9 வரை, தேவனுடைய வார்த்தையை அவர்களுடைய அடுத்தடுத்த தலைமுறைகளுக்குக் கொடுப்பதைக் குறித்து வெளிப்படையாகக் கட்டளையிட்டார். "இன்று நான் உனக்குக் கட்டளையிடுகிற இந்த வார்த்தைகள் உன் இருதயத்தில் இருக்கக்கடவது. நீ அவைகளை உன் பிள்ளைகளுக்குக் **கருத்தாய்ப்** போதித்து, நீ உன் வீட்டில் உட்கார்ந்திருக்கிறபோதும், வழியில் நடக்கிறபோதும், படுத்துக்கொள்ளுகிறபோதும், எழுந்திருக்கிறபோதும் அவைகளைக் குறித்துப் பேசி, அவைகளை உன் கையின்மேல் அடையாளமாகக் கட்டிக்கொள்வாயாக; அவைகள் உன் கண்களுக்கு நடுவே ஞாபக்குறியாய் இருக்கக்கடவது. அவைகளை உன் வீட்டு நிலைகளிலும், உன் வாசல்களிலும் எழுதுவாயாக" என்று.

யூதர்கள் இந்தக் கட்டளையை உணர்வு பூர்வமாகப் பின்பற்றி, மிகச் சிறு வயதிலிருந்தே, தங்கள் பிள்ளைகளுக்குத் தேவனுடைய வார்த்தையைக் கற்பிக்க அதிக முயற்சி எடுக்கின்றனர். குழந்தைகள் முதலில் அவர்களின் பெற்றோரால் வீட்டிலேயே கற்பிக்கப்பட்டனர். மேலும் நாட்கள் செல்லச் செல்ல, ஒரு கல்வி முறை நடைமுறைக்கு வந்தது. அங்கு வீட்டிற்கு வந்து குழந்தைகளுக்குக் கற்பிக்க ஆசிரியர்கள் பணியமர்த்தப்பட்டனர். குழந்தைகள் ஜெப ஆலயங்களில் அல்லது அதற்கு அருகில் அமைக்கப்பட்ட பள்ளிகளுக்கு அனுப்பப்பட்டனர். ஐந்து வயதிற்குள் குழந்தைகள் எழுதப்பட்ட தோராவைப் படிக்க வேண்டியிருந்தது. பத்து வயதிற்குள், அவர்கள் வாய்வழி தோராவைப் (மிஷ்னா) படிக்க வேண்டியிருந்தது. இது மீண்டும் மீண்டும் ஒரு

படிப்பாகும். மேலும் இது எழுதப்பட்ட தோராவின் கட்டளைகள் எவ்வாறு அடையப்படுகின்றன என்பதைக் குறிக்கும் சுருக்கமான மற்றும் துல்லியமான கட்டளைகளைக் கொண்டிருந்தது. பதிமூன்று வயதிற்குள், பரிசேயர்கள் மிகவும் கண்டிப்பாகக் கடைப்பிடித்த, அதாவது சுமார் 613 கட்டளைகளைக் கொண்ட மிட்ஸ்வாவில் அவர்கள் தங்களை முழுமையாக்கிக் கொள்ள வேண்டியிருந்தது. இது யூத அறிஞர்கள் என்று அழைக்கப்படுபவர்களால் தேவனுடைய சட்டங்கள் மனிதர்களால் விளக்கமாக எழுதப்பட்டது. பதினைந்து வயதிற்குள், அவர்கள் டால்முட்டைப் படித்திருக்க வேண்டும், அதாவது வாய்மொழி மற்றும் எழுதப்பட்ட நியாயப்பிரமாணத்தை புரிந்துகொள்வது மற்றும் கட்டளைகளைப் பற்றிச் சிந்திப்பது. எனவே யூத கலாச்சாரத்தில் கல்வி என்பது ஒரு தீவிரமான விஷயமாக இருந்தது.

ஆரம்பத்தில், இந்த கல்வி அனைத்தும் வீட்டில் பெற்றோரால் முறைசாரா முறையில் செய்யப்பட்டது. அதைத் தொடர்ந்து ஜெப ஆலயங்களின் ஐக்கியத்தில் ஆசாரியர்கள், பின்னர் வேதபாரகர்கள் மற்றும் பரிசேயர்களால் பயிற்றுவிக்கப்பட்டது. ஆலயத்தில் பணி செய்தவர்களும், நியாயப்பிரமாண புத்தகத்தின் நகல்களை உருவாக்கியவர்களும், குழந்தைகளுக்கு கற்பித்தவர்களும் ரபிக்கள். எழுபது வருட சிறையிருப்பின் போது, யூதர்கள் எல்லா இடங்களிலும் சிதறடிக்கப்பட்டனர். 'வேதபாரகர்' என்று அறியப்பட்ட மக்கள் தோன்றினர். அவர்கள் பெரும்பாலும் லேவியர்களாக இருந்தனர். லேவிய ஆசிரியர்களில் மிகவும் உயரடுக்கு மக்கள், சிறையிருப்பிலிருந்து திரும்பிய பிறகு, தேசத்தின் மீது ராஜா இல்லாததால் அரசியலில் ஈடுபட்டனர். இவர்கள் சதுசேயர்கள். அவர்கள் எழுதப்பட்ட தோராவை மட்டுமே நம்பினர். வாய்வழி தோரா, தீர்க்கதரிசிகள் அல்லது மரித்தோரிலிருந்து உயிர்த்தெழுதல் கோட்பாட்டின் எழுத்துக்களுக்குக் கவனம் செலுத்தவில்லை. எஸ்றாவின் காலத்திலிருந்து, வேதாகம புலமை மற்றும் விளக்கம் வேதபாரகர்களின் ஒரு சிறப்பு வகுப்பினருக்குக் கடத்தப்பட்டது. இப்போது வேதபாரகர்கள் தான் தேவனுடைய வார்த்தையின் எழுதப்பட்ட பிரதிகளை உருவாக்கி, மக்களுக்குத் தேவனுடைய சட்டங்களையும், கட்டளைகளையும் கற்பித்தவர்களாக ஆனார்கள்.

மற்றொரு குழு பரிசேயர்கள் என்று அழைக்கப்பட்டது. இவர்களும் சிறையிருப்பிலிருந்து திரும்பிய பிறகு தோன்றிய கூட்டத்தினர். எந்த கோத்திரத்தைச் சேர்ந்தவரும் பரிசேயராக முடியும். எழுதப்பட்ட மற்றும்

வாய்வழி தோரா, மிட்ஸ்வோத் மற்றும் டால்முட் ஆகியவற்றைக் கண்டிப்பாகக் கடைப்பிடிப்பதற்கும், பின்பற்றுவதற்கும் அவர்கள் தங்கள் வாழ்க்கையை அர்ப்பணித்தனர். அவர்கள் கிரேக்க கலாச்சாரத்தை ஏற்றுக்கொள்வது ஊக்குவிக்கவில்லை. இதை சதுசேயர்கள் தங்கள் அரசியலுக்கு ஆதாயமாக்கவே ஆதரித்தனர். தேவனுடைய நியாயப்பிரமாணத்தை விளக்குகையில் தங்களுக்கு மோசேயின் அதிகாரம் இருப்பதாக அவர்கள் நம்பிக்கை கொண்டிருந்தனர். இப்படித்தான் மிட்ஸ்வோத் உருவானது. இந்த பரிசேயர்கள் தேவனுடைய சட்டங்களைப் பற்றி முற்றிலும் சரீரப் பிரகாரமான முடிவுக்கு வந்து, தேவையற்ற விதிகள் மற்றும் ஒழுங்குமுறை இயற்றி பொது மக்கள் மீது சுமையேற்றினார்கள். மனிதனால் இயற்றப்பட்ட இத்தகைய சட்டங்கள் கர்த்தராகிய இயேசு கிறிஸ்துவால் எப்போதும் விமர்சிக்கப்பட்டன. பரிசேயர்களைப் பொறுத்தவரை, விபச்சாரம் என்பது சரீரத்தால் செய்யப்பட்ட ஒன்று மட்டுமே. ஆனால் கர்த்தராகிய இயேசு, அது இருதயத்திலே அரங்கேறிவிடுவதாகப் பார்த்து சிந்தனையின் தரத்தை உயர்த்தினார்.

இந்த வேதபாரகரும், பரிசேயரும் முன்வைத்த கட்டளைகள் ஜனங்களுக்கு பாரமாக இருந்தன. கர்த்தராகிய இயேசு அவர்களுடைய மாய்மாலத்தை மீண்டும் மீண்டும் அம்பலப்படுத்தினார். நியாயப்பிரமாண புத்தகத்திலிருந்து பரிசேயர்கள் மேற்கோள் காட்டிய தேவனுடைய கட்டளைகளைப் பின்பற்றும்படி கர்த்தராகிய இயேசு மக்களுக்கு அறிவுறுத்தினார். ஆனால், அவர்களின் செயல்களைப் பின்பற்ற வேண்டாம். ஏனென்றால் அவர்கள் சுயநீதியுள்ள மாய்மாலக்காரர்கள், மனிதர்களின் புகழ்ச்சிக்காகவும் மரியாதைக்காகவும் வெளிப்புறமாகப் பரிசுத்தமாக வாழ்ந்தார்கள். கர்த்தராகிய இயேசு தேவனுடைய நியாயப்பிரமாணத்தைப் பற்றிய அவர்களின் விளக்கவுரைக்கு எதிராக இருந்தார். ஏனென்றால், அதில் பெரும்பாலானவை அவர்களுக்குச் சாதகமாக இயற்றப்பட்டிருந்தன.

சிறையிருப்பின் போது புறஜாதி நாடுகளில் மூன்று நிறுவனங்கள் அமைக்கப்பட்டன:

- ✡ குடியிருப்பு மன்றம் (House of Assembly) : ஜெப ஆலயம் (Synagogue)

- ✡ பிரார்த்தனை மன்றம் (House of Prayer) : புரோசூச்சே (Proseuche)

- ✡ பயிற்சி மையம் (House of Study) : மிட்ராஷ் (Midrash)

சொந்த தேசத்திற்குத் திரும்பியபோது இவை அனைத்தும் முன்னெடுத்துச் செல்லப்பட்டன. இந்த இடங்களில் ஒன்றில்தான் கர்த்தராகிய இயேசு கூட கல்வி கற்றார். சிறு வயதிலேயே குழந்தைகள் ஆலயத்திற்குள் நுழைந்து விடுவார்கள். கர்த்தராகிய இயேசு பன்னிரண்டு வயதில் ஆலயத்தில் இருந்ததைப் பற்றிய ஒரு நிகழ்வை வேதாகமம் நமக்குத் தருகிறது. இந்த வயதில், கர்த்தராகிய இயேசுவின் வார்த்தையைப் பற்றிய அறிவும் புரிதலும் அன்றைய மத போதகர்களைப் பிரமிப்புக்குள்ளாக்கியது. பரிசேயர்கள், வேதபாரகர்கள், சதுசேயர்கள் பின்பற்றிய கொள்கைகள் மிகச் சிறிய வயதிலேயே பிள்ளைகளுக்குக் கற்பிக்கப்பட்டன. கர்த்தராகிய இயேசு அவர்களின் கோட்பாட்டைச் சவால் செய்தபோது, அவர்கள் அவரை தங்கள் எதிர்காலத்திற்கு ஒரு பெரிய அச்சுறுத்தலாகக் கருதினர். எருசலேமின் மதிப்புமிக்க ஆலயத்தில் குழந்தைகள் மற்றும் பாலகர்கள் வாயினால் கர்த்தராகிய இயேசுவைக் குறித்த துதி எழும்பியபோது, அவர்கள் மிகவும் வருத்தப்பட்டனர். இந்த குழந்தைகள் அவர்களின் எதிர்காலம், அவர்களின் மாய்மாலமான பாரம்பரியத்தை முன்னெடுத்துச் செல்ல வேண்டியவர்கள். கர்த்தராகிய இயேசு அதை எளிதாக மாற்றி அமைத்துக் கொண்டிருந்தார். இளம் மனங்கள் தாங்கள் கற்றுக்கொண்ட வார்த்தையை கர்த்தராகிய இயேசு தங்களுக்குக் காட்டிய தெய்வீகத்தின் நடைமுறை விளக்கத்துடன் தொடர்புபடுத்தினர். அவர்கள் அனைவரும் அவரைப் பார்த்துப் பிரமித்தனர். இப்போது அவர்கள் பின்பற்ற ஒரு புதிய "மாதிரி" இருந்தது. கர்த்தராகிய இயேசு மாம்சத்திலிருந்து கவனத்தை இருதயத்திற்கு மாற்றினார். அவர்களின் ரபிகள் அவர்கள் மீது சுமத்தப்பட்ட பெரும் சுமைகளுடன் ஒப்பிடுகையில், இது இளைஞர்களுக்கு பெரும் நிம்மதியைக் கொடுத்திருக்க வேண்டும். சுயநீதியில் மூழ்கியிருந்த மக்களுக்கு தேவனால் வழங்கப்பட்ட அன்பைப் பெறுவது எப்போதும் கடினம் அல்லது கிட்டத்தட்டச் சாத்தியமற்றதாக இருந்தது.

✡ **பூமியில் தமது ராஜ்யத்தின் நோக்கங்களை மேலும் மேம்படுத்துவதற்காகத் தேவன் தேர்ந்தெடுத்த அறியாத மக்களை இது பிரதிநிதித்துவம் செய்யும்போது:**

1 கொரிந்தியர் 1:26 லிருந்து 29 வரை, அப்போஸ்தலனாகிய பவுல் தேவனுடைய தேர்வின் தரத்தைத் தெளிவாகக் கூறுகிறான். "ஞானிகளை வெட்கப்படுத்தும்படி தேவன் உலகத்தில் பைத்தியமானவைகளைத் தெரிந்துகொண்டார்; பலமுள்ளவற்றை வெட்கப்படுத்தும்படி தேவன் உலகத்தில்

பலவீனமானவற்றைத் தெரிந்துகொண்டார். உள்ளவற்றை ஆவமாக்கும்படி, உலகத்தின் இழிவானவற்றையும், அற்பமாய் எண்ணப்பட்டவற்றையும், இல்லாதவற்றையும், தேவன் தெரிந்துகொண்டார". இன்றுவரை, இந்த தேர்வு இன்னும் நன்றாக உள்ளது. கர்த்தராகிய இயேசு கூட பூமியில் தம்முடைய சீடர்களைத் தெரிந்துகொண்டபோது இந்த அளவுகோல்களைப் பயன்படுத்தினார். தேவன் பணக்காரர்கள், படித்தவர்கள், பிரபலமானவர்கள் அல்லது புத்திசாலிகளுக்கு எதிரானவர் அல்ல. அவர்கள் தங்களைத் தாழ்த்திக் கொண்டு தேவனுக்கு முதலிடம் கொடுத்தால், அவரும் அவர்களுடன் கூட்டுச் சேர்வார்! புத்திசாலிகளும் சாமர்த்தியவாதிகளும் அந்த அளவுகோலுக்கு அடிபணிவது கடினம்.

நான் இங்கே உங்களைத் தற்காலிகமாகத் திசைதிருப்பி, இதை உங்களுக்கு விளக்க விரும்புகிறேன். நான் பள்ளியில் படிக்கும் போது, ஆசிரியர்கள் புத்திசாலி மாணவர்களிடம் சாதகமாக நடந்து கொள்வதை அடிக்கடி பார்த்திருக்கிறேன். இன்றும் என் குழந்தைகளின் பள்ளியில் அதுதான் நடக்கிறது. இது அசாதாரணமானது அல்ல. பெரும்பாலான நேரங்களில் மிகச் சாதாரணமாக அரங்கேறுகிறது. நான் 'புத்திசாலி மாணவர்களில்' ஒருத்தி அல்ல. பெரும்பாலானவர்களால் கவனிக்கப்படாமல் போனேன். சில நேரங்களில் சில ஆசிரியர்களால் குறிவைக்கப்பட்டேன். சில சமயங்களில் வேண்டுமென்றே என்னைத் தோல்வியடையச் செய்த சில ஆசிரியர்களால் குறிவைக்கப்பட்டேன். இது என் உளவியலைப் பாதித்தது. அத்தகைய செயல்கள் எனது கல்வி செயல்திறனைப் பாதித்தது. என்னைப் போன்ற அல்லது என்னை விடப் பின்தங்கிய மாணவர்கள் மீது ஆசிரியர்கள் கவனம் செலுத்துவது அல்லது அக்கறை செலுத்துவது மிகவும் அரிதானது. ஆனால் ஒரு கனிவான ஆசிரியை அதைச் செய்தார், அவர் எனது மூன்றாம் வகுப்பு ஆசிரியை (திருமதி மெதோரா). அவர் எல்லா மாணவர்களையும் சரி சமமாக நடத்தினார். மற்றவர்களால் அற்பமாகக் கருதப்பட்டு வெளிப்படையாக ஒதுக்கப்பட்ட மாணவர்களுக்குச் சிறப்புக் கவனம் கொடுத்தார். இன்று வரை, நான் தொடர்பில் இருக்கும் ஒரே ஆசிரியர் (பத்தாண்டுகளுக்கும் மேலான பள்ளிப் படிப்பில்) அவர் மட்டும் தான். அவர் மீது எனக்கு மிகுந்த மரியாதை உண்டு! அந்த எட்டு வயதில் அந்த ஆசிரியை என் மீது வைத்திருந்த அன்பு இன்று வரையிலும் எண்ணில் தாக்கத்தை ஏற்படுத்தியிருக்கிறது. அனைத்து கிறிஸ்தவ ஆசான்களும் அவரைப் போலவே இருக்க வேண்டும் என்று நான் நிச்சயமாக விரும்புகிறேன். **திறமையான மாணவர்களை மேம்படுத்துவதில்**

ஆசிரியர்கள் பெருமை கொள்வதில் எந்த அர்த்தமும் இல்லை. மந்தமாக இருப்பவர்களைத் தேர்ந்தெடுத்து அவர்களுக்காக உழைக்கவும்; அவர்கள் சிறந்து விளங்கும்போது, உலகம் உங்கள் முயற்சியைப் பாராட்டும். அதுதான் பணிவு! ஆசிரியர் தொழிலில் உள்ள என் சக விசுவாசிகள் இதை முயற்சிக்குமாறு நான் வேண்டுகோள் விடுகிறேன்!. கர்த்தராகிய இயேசு இதற்கு ஏற்ற பரிபூரணமான ஒரு முன்னுதாரணத்தை அமைத்தார்!

ஞானிகள், பலமுள்ளவர்கள் மற்றும் உன்னதமானவர்களை விட, தேவன் இவர்களைத் தேர்ந்தெடுத்ததற்குக் காரணம், அவர் அவர்களிடத்திலும் அவர் மூலமாகவும் செயல்பட அவர்கள் அனுமதித்ததே ஆகும். மறுபுறம், தன்னிறைவு பெற்றவர்கள் தங்கள் அறிவையும், சாதனைகளையும் சார்ந்திருந்தனர். அவர்களின் போதாமை அல்லது தன்னிறைவு (பெருமை) ஒதுக்கி வைக்க வழங்கப்படும் கிருபையின் அளவு இரு தரப்பினருக்கும் ஒன்றுதான். சில காரணங்களால், மனிதர்கள் தங்கள் தன்னிறைவை விட தங்கள் போதாமையை ஒதுக்கி வைப்பது எளிது. அதனால்தான் கர்த்தராகிய இயேசு பரிசேயர் மற்றும் சதுசேயர் கூட்டத்திற்குப் பதிலாக மீனவர்கள் மற்றும் வரி வசூலிப்பவர்களின் குழுவைக் கொண்டு தமது அற்புதங்களைச் செய்தார். மீனவர்களும், வரி வசூலிப்பவர்களும் தங்களின் குறைவை உணர்ந்தவர்கள். ஆனால் பரிசேயரும் சதுசேயரும் தங்களின் சொந்த திறமை மீது பெருமை கொண்டவர்கள்.

கர்த்தரிடத்தில் பட்சபாதமில்லை! அவருடைய சித்தத்தைப் பின்பற்றி நிறைவேற்றுவதற்காக அவருடைய அபரிமிதமான கிருபையைப் பெறத் தவறியவன் மனிதன் தான். அந்தக் கிருபையைப் பரிசேயனாயிருந்த அப்போஸ்தலன் பவுல் பெற்றிருந்தான். அவன் உலகத்தை மாற்றுவதில் வெற்றி பெற்றான். வியக்கத்தக்கச் சத்தியங்களை வழங்கத் தேவன் அவனை மிகவும் திறம்படப் பயன்படுத்தினார். அவை இன்றும் நமக்கு மிகப்பெரிய அளவில் ஆசீர்வாதமாக இருக்கின்றன, இனியும் அவ்வாறே இருக்கும்.

பாலகர் மற்றும் குழந்தைகளின் வாயினால் மூலம் அவருடைய துதியை நிறைவேற்றுவதன் முக்கிய நோக்கம், "அவருடைய சத்துருவை அமைதிப்படுத்துவதாகும". தேவனுக்குச் சத்துரு யார், எவை? அது சாத்தான் மற்றும் அவன் செய்யும் அனைத்தும். மரணத்தில் முடிவடையும் அனைத்தும் தேவனின் எதிரி தான். வியாதி, வறுமை, குறைவு மற்றும் கலாத்தியர் 5:19 லிருந்து 21 வரை, குறிப்பிடப்பட்டுள்ள மாம்சத்தின் கிரியைகள் அனைத்தும்

தேவனுடைய சத்துருக்கள். இவற்றில் ஏதாவது ஒன்றின் செல்வாக்கின் கீழ் நாம் இருக்க நேரிட்டால், அவற்றைப் பற்றிய தேவனுடைய சத்தியத்தை ஒப்புக்கொண்டு, நம் வாழ்க்கையில் துதி மற்றும் ஜெபத்தைப்பற்றிய வெளிப்பாட்டை நாம் அதிகரிக்க வேண்டும். எதிரியாகிய சத்துருவைச் செயலிழக்கச் செய்து நாம் வெற்றி காண்பதற்கான வழிமுறை இதுதான்.

இதுவரை, "குழந்தைகளும் பாலகர்களும்" தேவனைத் துதிப்பதைப் பற்றி இரண்டு அம்சங்களில் பேசினோம். தேவனுடைய வார்த்தையில் அத்தகைய துதி ஏற்றெடுக்கப்பட்டபோது, எதிரியும், பழிவாங்குபவர்களும் முற்றிலும் அமைதியாகிவிட்டதற்கான பல நிகழ்வுகள் குறிப்பிடப்பட்டுள்ளன. அவர்களால் தங்களின் தீய சதித்திட்டங்களில் மேலும் செல்ல முடியவில்லை. இருப்பினும், அவர்கள் தேவனுடைய பிள்ளைகளைத் துன்புறுத்துவதற்கு ஒரு புதிய வழியைத் தேட வேண்டியிருந்தது. ஆனாலும் அவர்கள் ஒவ்வொரு முறையும் அதே விதியை எதிர்கொண்டனர்.

சில விசுவாசிகள் விடுதலை பெற சம்மதியாமல் கிறிஸ்துவினிமித்தம் மரிப்பதையே தேர்ந்தெடுத்தனர். மத்தேயு 10:28-ல் கர்த்தராகிய இயேசு சொன்னார், "ஆத்துமாவைக் கொல்ல வல்லவர்களாயிராமல், சரீரத்தை மாத்திரம் கொல்லுகிறவர்களுக்கு நீங்கள் பயப்படவேண்டாம்; ஆத்துமாவையும் சரீரத்தையும் நரகத்திலே அழிக்க வல்லவருக்கே பயப்படுங்கள்" என்று. இரத்த சாட்சியாக மரித்த மக்களுக்கு இந்த ரகசியம் தெரியும். ஆகையால், ஸ்திரீகள் சாகக்கொடுத்த தங்களுடையவர்களை உயிரோடெழுந்திருக்கப் பெற்றார்கள்; வேறுசிலர் மேன்மையான உயிர்த்தெழுதலை அடையும்படிக்கு, விடுதலைபெறச் சம்மதியாமல், வாதிக்கப்பட்டார்கள் (எபிரெயர் 11:35). ஆனால் தேவனுடைய பிள்ளைகளைக் கொன்றுகுவித்த துன்மார்க்கர்கள் இந்த சத்தியத்தை அறிந்திருக்கவில்லை. அவர்கள் ஜீவனை எடுத்ததனால் தாங்கள் வெற்றி பெற்றதாக அவர்கள் நினைத்தனர். அத்தகைய கொலைகாரர்களுக்கு இம்மையிலும், நியாயதீர்ப்பு நாளிலும் அதிக பொறுப்புடைமை உண்டாயிருக்கும். தங்கள் ஜீவனைக் கொடுத்த ஒவ்வொருவருக்கும் ஒவ்வொரு நாளும் அதிக எண்ணிக்கையிலான சீடர்கள் உருவாக்கப்படுகிறார்கள். கர்த்தராகிய இயேசு இந்த பூமியில் தேவனுடைய ராஜ்யத்தை ஆரம்பித்து வைத்த நாளிலிருந்து, அது எப்போதும் வளர்ந்து செழித்தோங்கியுள்ளது. இந்த அதிவேக முன்னேற்றத்தை எந்த நேரத்திலும் தடுக்க இவ்வுலகில் எந்த வல்லமையும் இல்லை.

3. உமது விரல்களின் கிரியையாகிய உம்முடைய வானங்களையும், நீர் ஸ்தாபித்த சந்திரனையும் நட்சத்திரங்களையும் நான் பார்க்கும்போது,

நாம் இந்த சங்கீதத்தை ஆராயும் போது, தாவீது இயற்கையை உன்னிப்பாகக் கவனித்தான் என்பதை அறிகிறோம். நிலம், கடல்கள், ஆகயமண்டலம், விலங்குகள், பறவைகள், நீர் வாழ் உயிரினங்கள் போன்றவை. தாவீது ஒரு இளைஞனாகத் தனது தந்தையின் ஆடுகளை மேய்த்துக் கொண்டிருந்தபோது இயற்கையைப் பற்றி அதிகம் கற்றுக்கொண்டான் என்று நான் தனிப்பட்ட முறையில் நம்புகிறேன். இது தாவீதீன் **'ஆயத்த காலம்'**. இந்த கருத்தை விளக்கிக் காண்பித்தால், மனச்சோர்வு மற்றும் எதிர்மறைகள் ஒருவரின் வாழ்க்கையிலிருந்து உண்மையில் துடைக்கப்படலாம். நாம் தேவனை அறிந்தது முதல், பிரத்தியட்சமான பலனைக் காணும் வரை, ஒரு ஆயத்த காலம் உள்ளது. இந்தக் காலத்தின் நீளம் நாம் அதை எப்படிக் கையாள்கிறோம் என்பதைப் பொறுத்தது. அதிகம் கற்றுக்கொள்வதும், பயிற்சி பெறுவதும் அவசியம் என்பதையும் மிகவும் முக்கியமானது என்பதை நாம் அறிந்தால், சரியாகச் செயல்படுவோம். எதிர்காலத்தில் நடக்கும் எல்லாவற்றிற்கும் தேவன் நம்மை ஆயத்தப்படுத்துகிறார். யோசேப்பு போத்திபாரின் வீட்டிலும் சிறைச்சாலையிலும் பதின்மூன்று ஆண்டுகள் இந்தப் பயிற்சியைப் பெற்றான். தன்னால் முடிந்த எல்லாவற்றையும் அவன் கற்றுக்கொண்டான். அவன் பார்வோனுக்கு முன்பாக நின்றபோது அந்த பயிற்சி அவனுக்கு உதவியது. தாவீதும் கூட தனது ஆடுகளை மேய்த்துக் கொண்டிருக்கும்போது, சவுலுக்கு தப்பும் படிக்கும் வனாந்தரத்தில் அதேபோன்ற பயிற்சியைப் பெற்றான். எனவே இத்தகைய ஆயத்தக் காலங்களில் தேவன் செய்யும் வேலை அற்புதமானது மற்றும் வலுவான அடித்தளத்தை அமைக்க உதவுகிறது. இது அடிப்படையில் **'அடித்தளம் அமைக்கும் நேரம்'**, அடித்தளம் எவ்வளவு வலுவாக இருக்கிறதோ, கட்டிடம் அவ்வளவு வலுவாக இருக்கும்! உங்கள் ஆயத்த நாட்களின் மதிப்பை ஒருபோதும் குறைத்து மதிப்பிடவோ அல்லது இழிவுபடுத்தவோ வேண்டாம். இந்த பருவத்தில் பெரும்பாலான வளர்ச்சி நல்ல பிடிப்பிற்காக நிலத்தில் ஆழமாகச் செல்லும் தாவரத்தின் வேர் போன்றது. தளிர் இன்னும் சிறியதாக இருக்கலாம். பூமிக்கடியில் நிகழும் வளர்ச்சி வெளி உலகுக்குத் தெரிவதில்லை. ஆனால் வேர் நிறுவப்பட்டவுடன், வலுவான தண்டு வளர நேரம் எடுக்காது. உலகம் தேவன் செய்யும் மகத்துவத்தைக் காணும்.

இன்றைய உலகில், சமீபத்திய தொழில்நுட்பத்தின் மூலம் இயக்கப்படும் சாதனங்களும், ஊடகத்தில் பிரபலமாகப் பிரசாரமாக உள்ள பொழுதுபோக்கு சேவைகளின் தரமும், மனிதர்களுக்குச் சீராகச் சிந்திப்பதற்கான மிகக் குறைந்த நேரத்தையே வழங்குகின்றன. பெரும்பாலானவர்கள், தேவனுடன் செலவிடும் நேரம் காலை ஐந்து நிமிடம் மற்றும் இரவு ஐந்து நிமிடம் என்ற நிலையில் மட்டுமே இருக்கின்றது. இது ஒரு பொதுவான மதவாதி, தனது கரடுமுரடான மனசாட்சியைத் திருப்திப்படுத்துவதற்காகச் செய்யும் செயல் மட்டுமே. இது நமக்கு லாபமற்றது. தேவன் நம்முடைய வாழ்க்கையில் முதலாகவும், இடையிலும், கடைசியாகவும் இல்லை என்றால், அது அடிப்படையில் அர்த்தமற்றது. ஜனங்கள் (கிறிஸ்தவர்களும் உள்பட) தெய்வீகமற்ற செயல்பாடுகள் மற்றும் பொழுதுபோக்குகளால் ஈர்க்கப்படுகிறார்கள். பலர் இயற்கையைக் கவனித்தாலும், சிருஷ்டிகரைத் தொழுது சேவியாமல் சிருஷ்டியைத் தொழுது சேவிக்கிறார்கள். 'இயற்கை அன்னை' என்ற வார்த்தையைக் கேட்பது அசாதாரணமானது அல்ல. இது பல மதங்களில் பாவிய ஒரு பொதுவான தெய்வமாக உள்ளது, பிதாவாகிய தேவனை அவமானப்படுத்துவதாகும்.

சமூக ஊடகங்கள் மற்றும் பிற ஊடகங்களும் நம் வாழ்வில் குறிப்பிடத்தக்கத் தாக்கத்தை ஏற்படுத்துகின்றன. தெய்வீக வெளிப்பாட்டைக் கேட்டு அதைச் சரியான முறையில் பயன்படுத்தும்போது, அது நம்மை மேம்படுத்துகிறது. மறுபுறம், இது அதிகபட்ச அழுக்கின் மூலமாகவும் இருக்கலாம். இத்தகைய அலைவரிசைகளில் வரும் குப்பைகளால் நாம் திசை திருப்பப்படுவது, இயற்கை வெளிப்படுத்தும் தேவனுடைய வல்லமையையும், மகத்துவத்தையும் நாம் கவனிக்காமல் புறக்கணிப்பதற்கான ஒரு காரணமாக அமையும்.

தேவனுடைய வார்த்தையையும் அவருடைய கிரியையையும் தியானிப்பது ஒரு விசுவாசியின் வாழ்க்கையின் ஒரு முக்கிய பகுதியாக இருக்க வேண்டும். தாவீது வானங்களை "கவனித்தான்". வேறு வார்த்தைகளில் கூறுவதானால், அவன் தேவனுடைய சிருஷ்டிப்பைப் பார்த்து, அதைப் பற்றிச் சிந்தித்தான். தேவனுடைய வார்த்தையைப் பற்றிச் சிந்திப்பது, தியானிப்பது மற்றும் கருத்தில் கொள்வது முற்றிலும் நம் வாழ்க்கையை மாற்றும். ஏனெனில், பரிசுத்த ஆவியானவர் அவற்றின் மூலம் நமக்கு வழங்கிய வெளிப்பாடு அத்தகையது. நமது எண்ணங்களும், கருத்துக்களும் தேவனுடைய இராஜ்ஜியத்தின் நிலைக்கு ஏற்ப உயர்த்தப்படுகின்றன. தேவன் இயற்கையில் தமது பல

பண்புகளை மறைத்து, அவற்றைத் தேட நமக்குச் சிலாக்கியம் அளித்துள்ளார்! இதற்குத் தேவையானது நமது முடிவிலிருந்து நேரமும் விருப்பமும் மட்டுமே. வெளிப்பாடு இருக்கும்போது, நம்பிக்கையும் விசுவாசமும் எழுகின்றன, அடிமைத்தனங்கள் உடைக்கப்படுகின்றன. மேலும், தேவனுடைய சத்தியத்தை அறிவதனால் நடக்கும் தாக்கம் நம்மை விடுவிக்கிறது.

தேவன் ஆதியிலே எல்லாவற்றையும் சிருஷ்டித்தபோது, இந்த உலகம் இருக்கும் நாளெல்லாம் அதை நிர்வகிக்கும் சில சட்டங்களை விதித்தார். அற்புதங்கள் மூலம் தேவன் தம்முடைய கரத்தை வெளிப்படுவதற்காகத் தற்காலிகமாக அவற்றை நிறுத்தி வைத்தாலொழிய இந்த சட்டங்களை ஒருபோதும் ரத்து செய்ய முடியாது. அப்படிப்பட்ட ஒரு நியாயப்பிரமாணம் ஆதியாகமம் 8:22-ல் கொடுக்கப்பட்டுள்ளது. "பூமியுள்ள நாளளவும் விதைப்பும் அறுப்பும், சீதளமும் உஷ்ணமும், கோடைகாலமும் மாரிகாலமும், பகலும் இரவும் ஒழிவதில்லை என்று தம்முடைய உள்ளத்தில் சொன்னார்". இந்த சட்டங்கள் இன்றுவரை செல்லுபடியாகும், இனிமேலும் அப்படியே இருக்கும். இயற்கையைக் கவனிப்பதை இந்த தெய்வீக சட்டங்கள் நமக்குக் கற்றுக்கொடுக்கிறது மற்றும் அவற்றை நம் வாழ்வில் நடைமுறைப்படுத்த ஊக்குவிக்கிறது. ஒரு விவசாயி இதை நேரடி அர்த்தத்தில் எடுத்துக்கொண்டு விதைப்பு கால அறுவடையின் சட்டத்தைப் பின்பற்றுவது மிகவும் நடைமுறைக்குரியது. ஆனால் இந்த கொள்கையை நம் தனிப்பட்ட வாழ்க்கையில் விரிவுபடுத்தி, தேவனுடைய வார்த்தையை நம் இருதயங்களில் விதைத்து, பொறுமையுடன் காத்திருந்து, முடிவை (அறுவடை) பார்க்க வேண்டும். நாம் எதை விதைக்கிறோமோ அதையே அறுவடை செய்கிறோம்!

தாவீதின் காலத்தில், விண்வெளி உட்பட நட்சத்திரங்களைக் கவனிக்கப் பல விஞ்ஞான சாதனங்கள் இருந்ததில்லை. அவர்களுக்குத் தங்கள் கண்கள் மட்டுமே வழிகாட்டியாக இருந்தது. இன்று அறிவியல் நமக்கு அளித்துள்ள அறிவும் அவர்களிடம் இல்லை (சான்றுகள் அடிப்படையிலானது). ஆயினும் தாவீது வளிமண்டலத்தின் மகத்துவத்தை வெளிப்பாடுகள் மூலம் அறிந்திருந்தான். சந்திர சுழற்சியின் அடிப்படையில்தான் அவர்கள் தங்கள் நாட்கள், வாரங்கள், மாதங்கள் மற்றும் ஆண்டுகளைக் கணக்கிட்டனர். வானத்தில் சூரியன் மற்றும் சந்திரனின் நிலை பழங்காலத்திலிருந்தே ஒரு கால அமைப்பை அமைக்கப் பயன்படுத்தப்படுகிறது. நட்சத்திரங்களின் நிலை திசைகளை நிறுவியது, குறிப்பாக நிலம் மற்றும் கடல் வழியாகப்

பயணிக்கும்போது. தங்களுக்குக் கிடைத்த வளங்களைக் கொண்டு அவர்கள் நிறையத் தகவல்களைச் சேகரித்தார்கள். அதற்காகத் தேவனுக்கு மகிமை செலுத்தினார்கள். தாவீது 'சிருஷ்டி கர்த்தாவை' ஒருபோதும் சந்தேகிக்கவில்லை.

நவீன கல்வி முறைகள் உயர் கல்வி கற்ற மூடர்களை உருவாக்கியுள்ளது. அவர்கள் தேவனின் பாதையை முற்றிலும் தவிர்க்கும் வகையில் பரிணாமக் கருத்தை முன்வைக்கின்றனர். இது சாத்தானிய சத்தியத்தின் திரிபுக்கு ஒரு நல்ல எடுத்துக்காட்டு. ஆனால் இந்த பயனற்ற மற்றும் ஆதாரமற்ற கோட்பாடுகளைப் பரப்ப முயற்சிப்பவர்கள் எங்கும் செல்ல முடியாது. அவற்றை அவர்கள் என்ன செய்தாலும் நிரூபிக்க முடியாது. அவர்கள் உறுதியாக தங்கள் கருத்தைக் கடைப்பிடிக்கும்போது, தேவன் ஒருபோதும் இந்த 'மேதைகளின்' மனதை மாற்றத் தலையிடவோ அல்லது கட்டாயப்படுத்தவோ மாட்டார். இருப்பினும் இதற்கு மாறாக, பூமிக்குரிய பெருமையை ஒதுக்கி வைத்துவிட்டு, தொல்பொருள் சான்றுகள் மற்றும் அறிவியல் சோதனைகள் மூலம் சிருஷ்டிப்பை நிரூபிக்க விரும்பும் படித்தவர்களைத் தேவன் பயன்படுத்தியுள்ளார். இந்த மக்கள் தேவனின் அற்புதமான படைப்பை நிரூபிப்பதில் விதிவிலக்கான பணிகளைச் செய்துள்ளனர்.

சிருஷ்டிப்பின் போது, தேவன் ஆதியாகமம் 1:14-ல் பேசினார், பின்பு தேவன் "பகலுக்கும் இரவுக்கும் வித்தியாசம் உண்டாகத்தக்கதாக வானம் என்கிற ஆகாய விரிவிலே சுடர்கள் உண்டாகக்கடவது, அவைகள் அடையாளங்களுக்காகவும் காலங்களையும், நாட்களையும், வருஷங்களையும் குறிக்கிறதற்காகவும் இருக்கக்கடவது" என்றார். இது நிறைவேறுவதை மனுக்குலம் காலங்காலமாகக் கண்டுள்ளது. தாவீது இந்த சத்தியத்தைத் தேவனுடைய வார்த்தையில் வாசித்தது மட்டுமல்லாமல், தேவனுடைய விரல்களின் கிரியையின் மகத்துவத்தையும், அழகையும் சிந்தித்தான். தேவன் தம்முடைய வார்த்தையில் பல பெரிய மற்றும் அற்புதமான சத்தியங்களைப் பேசியுள்ளார். இதையெல்லாம் தியானிக்க நேரம் ஒதுக்கும் எவருக்கும் அவர்களின் வாழ்க்கையை என்றென்றும் மேம்படுத்தும் வெளிப்பாடுகள் நிச்சயமாகக் கிடைக்கும். சில நேரங்களில், ஒரே வசனத்தை மீண்டும் மீண்டும் படிக்கும்போது, ஒவ்வொரு முறையும் புதிய புதிய வெளிப்பாட்டைப் பெற்றுக்கொள்ளலாம். உதாரணமாக, நான் இதை எழுதும்போது, பூமிக்கு உதவுவதற்காகச் சூரியன், சந்திரன் மற்றும் நட்சத்திரங்களைத் தேவன்

வைத்தார் என்று எனக்குத் தோன்றியது. வேறு வார்த்தைகளில் சொன்னால், பூமி முதலில் வடிவமைக்கப்பட்டது. பின்னர் பூமிக்குச் சேவை செய்வதற்காகச் சூரியன், சந்திரன் மற்றும் நட்சத்திரங்கள் படைக்கப்பட்டன! இன்று மக்கள் சிருஷ்டிகரைத் தொழுது சேவியாமல் சிருஷ்டியைத் தொழுது சேவிக்கிறார்கள். பூமிக்கும் அதன் குடிமக்களுக்கும் சேவை செய்யச் சூரியனைப் படைத்தது சர்வவல்லமையுள்ள தேவன் என்பதை அவர்கள் உணரவில்லை. அப்படியானால் நாம் யாரைத் தொழுது கொள்ள வேண்டும்?

மனிதகுலத்தின் வீழ்ச்சியின் காரணமாக, சிருஷ்டிகரை விடச் சிருஷ்டிப்பு முன்னுரிமை பெற்றது. இன்றும், பல கிறிஸ்தவர்கள் தொடர்ந்து இராசி அறிகுறிகளை பார்க்கிறார்கள். நட்சத்திரங்கள் தங்கள் விதியை கட்டுப்படுத்துகின்றன என்று நம்புகிறார்கள். மக்கள் எவ்வளவு அப்பாவியாக இருக்கிறார்கள் பாருங்கள்? தேவன் தான் நட்சத்திரங்களை அங்கே வைத்து, மேசியாவின் செயல்பாட்டை அதன் மூலம் சித்தரித்திருக்கிறார். கன்னி (கன்னி, செப்டம்பர்) தொடங்கி சிம்மம் (சிங்கம், ஆகஸ்ட்) வரை, தேவனின் உண்மை நற்செய்தி, உலகம் முழுவதும் காணக் காட்டப்படுகிறது. நீங்கள் அதைப் பார்த்து மேலும் படிக்கப் பரிந்துரைக்கிறேன். இராசி அறிகுறிகள் பற்றிய தவறான விளக்கம் ஏற்பட்டது. ஏனென்றால், அவற்றை விளக்கியவர்கள் சிருஷ்டிகரைச் சமன்பாட்டிலிருந்து வெளியேற்றினர். வானியல் தேவனுடைய கையின் கிரியை. ஆனால், சாத்தான் அதை ஜோதிடமாக மாற்றினான். அவர்கள் தேவனிடம் கேட்டிருந்தால், அதன் பின்னணியில் உள்ள உண்மையை அவர் மிகவும் மகிழ்ச்சியாக வெளிப்படுத்தியிருப்பார். கிழக்கிலிருந்து வந்த ஞானிகள் யூதர்களின் ராஜாவை வந்து வணங்க முடிந்தது. ஏனெனில், அவர்கள் வானவியலில் கவனம் செலுத்தினர், தேவன் அதைப் பயன்படுத்தி அவர்களுக்கு அறிவுறுத்தினார்!

இன்று, பூமியில் உள்ள கிட்டத்தட்ட ஒவ்வொரு மதமும் சூரியனை ஒரு தெய்வமாக வழிபடுகிறது, அதை வெவ்வேறு பெயர்களில் அழைக்கிறது. சூரியக் கடவுளின் மகத்துவத்தைக் கொண்டாடும் பண்டிகைகள், ராட்சதர்கள் (நெஃபிலிம்) போன்ற உயிரினங்கள் மற்றும் பாதி மனிதர்-பாதி விலங்கு உயிரினங்கள், இந்தியாவில் பிரதானமாக உள்ளன. அது தேவனுடைய அன்பான இதயத்தை எவ்வளவு வருத்தப்படுத்தும்? பல கிறிஸ்தவர்கள் கூட இந்த பண்டிகைகளின் போது தங்கள் நண்பர்கள் மற்றும் சகாக்களுக்கு வாழ்த்து தெரிவித்து, அதேபோல் ஆடை அணிந்து, இந்த நிகழ்வுகளில்

கலந்து கொள்வதன் மூலமும், சமரசம் செய்து கொள்வதன் மூலமும், தங்கள் மூடத்தனத்தை உணராதிருக்கிறார்கள். மனிதர்களைப் புண்படுத்துவதற்குப் பதிலாகத் தேவனுடைய இருதயத்தை அவர்கள் காயப்படுத்த விரும்புகிறார்கள். அவர்களுடைய "சகிப்புத்தன்மை" என்று அழைக்கப்படுவதை மகிமைப்படுத்துகிறார்கள். அது சுத்த போலித்தனம்!

தயவுசெய்து இதைக் கவனமாகக் கேளுங்கள். நீங்கள் மக்களின் (பிறமத) பண்டிகைகளின் சந்தர்ப்பத்தில் அவர்களுக்கு வாழ்த்துத் தெரிவிக்கும்போது, நீங்கள் அடிப்படையில் 'உங்கள் விக்கிரகங்களை வழிபட்டுத் தொடர்ந்து தொலைந்து போங்கள்!' என்று சொல்கிறீர்கள் என்பதை எப்போதும் நினைவில் கொள்ளுங்கள். இன்னும் என்ன? இந்தியப் பிரசங்கிகள் மற்றும் போதகர்கள் கூட தங்கள் 'சகிப்புத்தன்மையை' வெளிப்படுத்தப் பிரசங்க பீடத்திலிருந்து வாழ்த்துகளைத் தெரிவிப்பதை நான் கேள்விப்பட்டிருக்கிறேன்! சர்வவல்லமையுள்ள தேவன் அந்த இடத்தில் காணப்பட்டால், நீங்கள் அதைச் செய்வீர்களா? நான் உங்களைத் துணிச்சலோடு கேட்கிறேன்!!! ஐயா, நீங்களே விக்கிரக ஆராதனையில் ஈடுபடும்போது, அழிவை நோக்கி போய்க்கொண்டிருக்கும் உலகிற்கு நீங்கள் எப்படி சுவிசேஷத்தைப் பிரசங்கிக்க முடியும்? கானானியர்கள், பேய்களையும் மற்ற படைப்புகளையும் வழிபட்ட பண்டிகைகளின் போது அவர்களுடன் சமரசம் செய்த இஸ்ரவேலர்களிடமிருந்து நாம் எவ்வாறு வேறுபட்டவர்கள்? நாம் சர்வவல்லமையுள்ள தேவனை ஏமாற்ற முடியாது! கர்த்தர் இதை எனக்கு வெளிப்படுத்திய நாளிலிருந்து, நான் ஒருபோதும் யாருக்கும் அவர்களின் பிறமத பண்டிகைகளுக்கு வாழ்த்துத் தெரிவித்ததில்லை. அந்த நட்பு எனக்கு இழப்பானாலும் பரவாயில்லை, கர்த்தரின் அங்கீகாரம் எனக்கு மிகவும் மதிப்பு வாய்ந்தது. எந்த விலை கொடுத்தாலும் உங்கள் விசுவாசத்தை உறுதியாகப் பின்பற்றுங்கள்!

இன்று எந்த ஒரு காரணத்திற்காகவாவது நீங்கள் சோர்வடைந்திருந்தாலும் அல்லது திகைத்துப் போயிருந்தாலும், தேவனுடைய சிருஷ்டிப்பைக் கவனிக்க நேரத்தைச் செலவிடுங்கள். தேவன் அவருடைய சத்தியத்தைப் பேச உங்கள் இருதயத்தில் அவரை அனுமதிக்கவும், அது சந்தேகத்திற்கு இடமின்றி எந்த நேரத்திலும் சுமையை இறக்கிவிடும்.

4. மனுஷனை நீர் நினைக்கிறதற்கும், மனுஷகுமாரனை நீர் விசாரிக்கிறதற்கும் அவன் எம்மாத்திரம் என்கிறேன்.

தேவன் உலகில் உள்ள அனைத்தையும் சிருஷ்டித்த பிறகு மனிதனை உண்டாக்கினார். புருஷனுக்கும் மனைவிக்கும் எல்லாம் ஆயத்தமாக வைக்கப்பட்டிருந்தது. அவர்களுக்கான தேவை கவனிக்கப்படாமல் விடப்படவில்லை; அவர்களிடம் எந்தக் குறையும் இல்லை. ஏதேன் தோட்டத்தில் அது ஒரு அழகான, பரிபூரணமான வாழ்க்கை. அதை மிகவும் பயனுள்ளதாக்க தேவன் மனிதனுக்குத் தமது படைப்பைக் கவனித்துக்கொள்ள ஒரு வேலையைக் கொடுத்தார் (அவனுக்கு ஒரு மனைவியயைக் கொடுப்பதற்கு முன்பே). மேலும், இந்தப் பணியை நிறைவேற்றத் தேவையான அதிகாரத்தையும் கொடுத்தார். தேவன் தமது படைப்புகளை நேசிக்கிறார், அவரது சிருஷ்டிப்புகள் அனைத்தும் அவரை வணங்குகின்றன. தேவன் நம்மோடு தம்முடைய உறவை ஸ்தாபித்ததன் அடிப்படை **"அன்பு"** ஆகும். இது அனுதாபம், பச்சாத்தாபம், பரிதாபம், கருணை அல்லது நம்மை உருவாக்கியதற்கான தேவனுடைய கடமை அல்ல. **அவர் அன்புடன் ஆரம்பித்தார், அது நித்தியம் வரை தொடர்கிறது.** அவர் நம்மீது வைத்துள்ள அன்புக்கு முடிவே இல்லை. நாம் ஒரு நல்ல வாழ்க்கையைப் பெற வேண்டும் என்று தேவன் விரும்புகிறார் (எரேமியா 29:11), மற்றும் வாழ்க்கை தேவனை மையமாகக் கொண்டிருக்கும்போது மட்டுமே நன்றாக இருக்க முடியும். தேவனை முழுமையாகச் சார்ந்திருக்கும் ஒவ்வொரு மனிதனுக்கும் நல்ல நம்பிக்கையும் எதிர்காலமும் இருக்கிறது.

ஆதாமும் ஏவாளும் வாழ்ந்த சூழல் பரிபூரணமாக இருந்தபோதிலும், விலக்கப்பட்ட மரத்தின் கனியைப் புசித்ததனால் தங்கள் சுய புத்தியைச் சார்ந்திருக்க அவர்கள் தீர்மானித்தார்கள். மனிதன் தேவனை விட தன்னுடைய ஞானத்தைத் தெரிந்துகொள்ளும்போது என்ன நடக்கிறது என்பதற்குத் தேவன் சிறந்த உதாரணத்தை நமக்குத் தருவதை அங்கேயே காண்கிறோம். பெரும்பாலும் சாத்தான் உயிர்களை அழிக்கிறான் என்று நாம் நினைக்கிறோம். அது நிச்சயமாக உண்மை என்றாலும், பெரிய உண்மை ஏதேன் தோட்டத்திலிருந்து தெளிவாகத் தெரிகிறது.

ஒவ்வொரு நாளும் ஒவ்வொரு கணமும், 'ஜீவ விருட்சம்' (தேவனின் ஞானம்) மற்றும் 'நன்மை மற்றும் தீமை பற்றி அறிகிற அறிவின் விருட்சம்' (நமது ஞானம்) ஆகியவற்றில் ஒன்றைத் தொடர்ந்து தேர்ந்தெடுத்து வருகிறோம். சாத்தானுக்கு

ஜீவ விருட்சத்தின் மீது அதிகாரம் இல்லை; அதன் அருகில் கூட அவனால் வர முடியாது. ஆனால், அவன் நன்மை தீமை அறியும் மரத்தின் கீழ் தனது சிறிய குடிசையைக் கட்டியுள்ளான். மேலும், அந்த மரத்தின் பழத்தை உண்ணத் தேர்ந்தெடுக்கும் அனைவருக்கும் (வஞ்சகம், பயம், கவலை போன்றவை) உதவத் தயாராக இருக்கிறான். அந்த பழத்தைச் சாப்பிட நாம் எத்தனை முறை ஆசைப்படுகிறோம்!? நாம் அப்படிச் செய்கையில், நம்முடைய வீட்டுச் சாவியை ஒரு திருடனிடம் கொடுத்து, அவன் இஷ்டப்படி உள்ளே வந்து வெளியே போக அனுமதிப்பதற்கு ஒப்பாக இருக்கிறது. தேவன் கொடுத்த நம்முடைய அதிகாரத்தை அவன் அபகரிக்கும் சூட்சுமமான வழி இதுதான்.

ஆதாமும் ஏவாளும் அவ்வாறே செய்து தங்கள் நிலையை இழந்தனர். இருப்பினும் கூட, குற்றவுணர்வு நிறைந்த இந்த முக்கியமான கட்டத்தில் தேவன் அவர்களைக் கைவிடவில்லை. அத்தி இலைகளால் (சுய நீதி / மாம்சத்தின் வேலை) தங்கள் நிர்வாணத்தை மறைக்க அவர்கள் எடுத்த முயற்சி பயனற்றது என்பதை அவர்களுக்குக் காட்டிய அதே வேளையில், ஏதேன் தோட்டத்தில் பலியிடப்பட்ட முதல் விலங்கின் தோலை அவர்களுக்கு உடுத்தினார். இது அவரது நேச குமாரன் எதிர்காலத்தில் நிறைவேற்றவிருக்கும் தியாகத்தைச் சுட்டிக்காட்டியது, மனுக்குலத்திற்கான அவரது மீட்பின் திட்டம் என்னவென்பதை காட்டியது. இந்த மிருகஜீவன்களின் பலிகளைக் கடைப்பிடிப்பதன் முக்கியத்துவத்தையும் அவர் அவர்களுக்கும் அடுத்தடுத்த தலைமுறையினருக்கும் கற்பித்தார். அவர் தொடர்ந்து மனிதனை ஆதரித்தார். அவன் தேர்ந்தெடுத்த சாப வாழ்க்கையிலிருந்து அவனை மீட்டு, இரக்கத்துடன் அவனை நடத்த விரும்பினார். **"அகாப்பே அன்பின்"** உந்துதலால் இவை அனைத்தையும் அவர் செய்தார்.

மனிதனின் ஆணவமும், தன்னம்பிக்கையும் தமக்கு முன்பாக தன்னை நியாயப்படுத்திக் கொள்வதற்காகத் தேவனுடைய நியாயப்பிரமாணத்தைப் பெறவேண்டும் என்று கோரியது. எனவே அவர் அவர்கள் விரும்பியதை அவர்களுக்குக் கொடுத்தார். அதுதான் பத்து கட்டளைகள். இந்தக் கட்டளைகள் அனைத்தையும் கடைப்பிடிப்பது நிச்சயமாகச் சாத்தியமற்றது. ஆனால் அவர் அவற்றை அவர்களுக்குக் கொடுத்ததற்கான காரணம், தேவனுக்கு முன்பாக மனிதர்கள் தங்களை நியாயப்படுத்திக் கொள்வதற்கான எந்த நன்மையும் மனிதனின் மாம்சத்தில் இல்லை என்பதைக் காட்டுவதற்காகவே. அவர்கள் அனைவருக்கும் ஒரு இரட்சகர் தேவை! அவர்கள் நியாயப்பிரமாணத்தை

நிச்சயம் நிறைவேற்றத் தவறிவிடுவார்கள் என்பதை நன்கு அறிந்திருந்ததால், மேசியாவை அடையாளப்படுத்திய மிருகஜீவன்களின் பலிகளின் மூலம் அவர்களுடைய பாவங்கள் மன்னிக்கப்படுவதற்கான தற்காலிக வழியை அவர் அவர்களுக்குக் காட்டினார். **இந்த பலிகளை செலுத்தும் விசுவாசத்தின் மூலம் எதிர்காலத்தில் கிடைக்கவிருக்கும் மீட்பை அவர்கள் அறிவித்தனர்.** தேவன் உடன்படிக்கையில் தமது பங்கைக் காப்பாற்றினார், ஆனால் மனிதன் ஒவ்வொரு முறையும் தோல்வியுற்றான்.

இன்னும் அன்பினால் தூண்டப்பட்டு, கர்த்தராகிய இயேசு கிறிஸ்துவின் மூலம் புதிய உடன்படிக்கையை நமக்காக நியமித்தார். இந்த உடன்படிக்கை நம்மீது அவர் வைத்துள்ள அன்பை முழுமையாக மேன்மைப்படுத்துகிறது. நம்முடைய பலவீனங்களை அறிந்து, நம்முடைய கர்த்தராகிய இயேசு கிறிஸ்துவின் மூலமாக மிகப் பெரிய உடன்படிக்கையை அவர் நடைமுறைக்குக் கொண்டுவந்தார். அதை மனிதன் ஏற்றுக்கொள்ளாதிருப்பது முற்றிலும் மூடத்தனம். இந்த உடன்படிக்கையின் மூலம், தேவன் எப்போதும் நமக்குள்ளும் நம் மூலமாகவும் வாழ்கிறார்.

ஒவ்வொரு கட்டத்திலும், தேவன் எப்போதும் நம்மைப் பற்றி 'மனநிறைவாக' இருக்கிறார். பல ஆண்டுகளாக, நான் இந்த வார்த்தையின் முக்கியத்துவத்தைக் கவனிக்கத் தவறினேன். இது சாதாரணமான "மனதில்" நினைப்பது அல்ல (அதாவது, அவர் எப்போதாவது ஒரு முறை நம்மை நினைத்துக் கொள்கிறார்); இது "மனதில் நிரந்தரமாக நிறைந்த" நிலையாகும்! நாம் எப்போதும், இருபத்தி நான்கு மணி நேரமும், அவரது மனதை நிரப்புகிறோம்! இந்த உண்மையை என் மனதில் பதித்துக் கொண்டேன். டான் மோயென்னின் 'என்னைப் படைத்த ராஜா' (My Creator King by Don Moen) என்று பாடியதைக் கேட்டபோது தேவன் இதை என் இருதயத்தில் பொறித்தார். பல்லவியில் 'மனதை நிறை' (Mindful) என்ற சொல்லை அவர் கச்சிதமாகப் பிரித்தார். 'மனதை' இழுத்து 'நிறையை' சேர்த்து, அதை அழகாக வலியுறுத்தினார்). இந்த இடத்திற்கு மனிதன் தகுதியானவனாக இருக்கும் அளவுக்கு மனிதன் தேவனுக்காக அப்படி என்ன செய்திருக்கிறான்? நிச்சயமாக ஒன்றுமில்லை! ஒவ்வொரு சந்தர்ப்பத்திலும், மனிதகுலத்தின் எண்ணங்கள் தொடர்ந்து தீயதாகவும் கலகத்தனமாகவும் இருந்தன. வேறு எதனாலும் அல்ல, அன்பு மற்றும் அன்பால் மட்டுமே தூண்டப்பட்டு, அவர் தொடர்ந்து நம்மை வழிநடத்துகிறார்.

"தேவனுடைய விசாரிப்பு"

தேவன் எங்கும் நிறைந்தவர். அவர் எல்லா இடங்களிலும் எல்லா நேரங்களிலும் இருக்கிறார். ஆனால் மனிதன் தனது பாவங்களின் காரணமாகவும், குற்ற மனசாட்சியின் காரணமாகவும் அவருடைய பிரசன்னத்தை மதித்துணர தவறிவிட்டான். நற்செய்தி என்னவென்றால், கர்த்தராகிய இயேசு பாவத்தை நீக்கினார். அவரால் நிறுவப்பட்ட ஞானஸ்நானம் பாவ மனசாட்சியைச் செல்லாததாக்குகிறது (1 பேதுரு 3:21). தண்ணீர் ஞானஸ்நானத்தின் நோக்கமும் அதன் தேவையும் அப்போஸ்தலன் பேதுருவால் இந்த வசனத்தில் மிகத் தெளிவாக விளக்கப்பட்டுள்ளது. தேவன் தன்னை விட்டு வெகு தொலைவில் இருப்பதாக மனிதன் உணர்ந்த தருணங்களில், அவர் பிரசன்னமாகவும், இரட்சிப்பதற்கு விருப்பமுள்ளவராகவும் இருக்கிறார் என்பதைத் தேவன் உறுதி செய்தார். இதைத்தான் தாவீது இங்கே "விசாரிப்பு" என்று குறிப்பிடுகிறான். தேவன் ஆதியிலிருந்தே எப்போதும் நம்மோடு இருப்பதாக வாக்களித்திருக்கிறார். தேவன் மாறாதவர். இது குறித்து நமக்குச் சரியான பார்வை இருக்க வேண்டும். அப்படி இருந்தால், தேவன் நம்மோடு இருக்கிறார் என்பதை நாம் எப்போதும் அறிந்திருப்போம். அவர் எப்போதும் தமது உடன்படிக்கையில் நிலைத்திருக்கிறார். நாம்தான் விலகிச் செல்கிறோம். இளைய குமாரன் வீட்டை விட்டு வெளியேறினான் என்பதை நினைவில் கொள்க, தகப்பன் இன்னும் தனது வீட்டில் வேரூன்றி இருந்தார் (லூக்கா 15) மற்றும் அவரது மகன் திரும்பி வருவதற்காக எப்போதும் எதிர்பார்த்துக்கொண்டு இருந்தார்.

'தேவன் நமக்குப் பதிலளிக்கிறார்' என்றும் தாவீது அர்த்தப்படுத்தியிருக்கலாம் என்று நான் நம்புகிறேன். தேவன் நம்முடைய ஜெபங்களைக் கேட்டு, அவருடைய சித்தத்தின்படி பதிலளிக்கும் நல்ல தேவன் (ஏனெனில், விவேகம் இல்லாததால், நம்மாலும் அழிவுகரமான விஷயங்களைக் கேட்க முடியும்). வேதாகமம் முழுவதும், அவர் நம் அனைவரையும் அவரை அணுகும்படி மீண்டும் மீண்டும் ஊக்குவிக்கிறார். அவர் நமக்குப் பதிலளிப்பார். அவர் நல்லவராகவும், செய்யக் கூடியவராகவும் இருப்பதால் அவர் நமக்குப் பதிலளிக்கிறார், நம்முடைய தகுதிகள் அல்லது நல்ல செயல்களால் அல்ல. நாம் எந்த சூழ்நிலையிலிருந்தாலும் சரி, நாம் சொல்வதைக் கேட்கவும் பதிலளிக்கவும் அவர் எப்போதும் தயாராக இருக்கிறார். அவருடைய குமாரனின் தியாகத்தின் மூலம் வெளிப்படுத்தப்பட்ட அவரது இரக்கம் மிகவும் பெரியது, அது மனித இனத்தின்

அனைத்து பாவங்களின் கூட்டுத்தொகையையும் வென்றது. அவருடைய கிருபை பெரியதாகவும் அவருடைய ஐசுவரியமும் ஏராளமுமாயிருக்கிறது. அவருடைய பிள்ளைகள் ஒவ்வொருவரும் அதைப் பெற்றுக்கொண்டால், அவருடைய சித்தத்தின்படி வாழ முடியும்.

சங்கீதம் 139:8-ல் தாவீது, "நான் வானத்திற்கு ஏறினாலும், நீர் அங்கே இருக்கிறீர்; நான் பாதாளத்தில் படுக்கை போட்டாலும், நீர் அங்கேயும் இருக்கிறீர்' என்று அதே அத்தியாயத்தின் 2-ஆம் வசனத்தில் அவன் கூறுகிறான். 'என் உட்காருதலையும் என் எழுந்திருக்குதலையும் நீர் அறிந்திருக்கிறீர்; என் நினைவுகளைத் தூரத்திலிருந்து அறிகிறீர்' என்றான். மனிதன் தேவனிடமிருந்து மறைந்திருக்க முடியாது. அவர் தன் படைப்புகளை ஒருபோதும் புறக்கணிப்பதில்லை. நாம் அவரிடமிருந்து எவ்வளவு தூரம் சென்றிருந்தாலும், நம்மை வெளியே இழுத்து ஒரு பரந்த இடத்திற்கு அழைத்துச் செல்லக்கூடிய ஒரே ஒருவர் நமது சர்வவல்லமையுள்ள தேவன் மாத்திரமே. அவரே நமது ஒரே நம்பிக்கை. மீட்பு அவருக்கு மட்டுமே சொந்தமானது.

**5. நீர் அவனை தேவதூதரிலும் சற்று சிறியவனாக்கினீர்;
மகிமையினாலும் கனத்தினாலும் அவனை முடிசூட்டினீர்.**

**6. உம்முடைய கரத்தின் கிரியைகளின்மேல் நீர் அவனுக்கு
ஆளுகை தந்து, சகலத்தையும் அவனுடைய பாதங்களுக்குக்
கீழ்ப்படுத்தினீர்.**

7. ஆடுமாடுகளெல்லாவற்றையும், காட்டுமிருகங்களையும்,

**8. ஆகாயத்துப் பறவைகளையும், சமுத்திரத்து மச்சங்களையும்,
கடல்களில் சஞ்சரிக்கிறவைகளையும் அவனுடைய
பாதங்களுக்குக் கீழ்ப்படுத்தினீர்.**

இந்தப் பகுதி பிரமிக்க வைக்கிறது. இதை நான் ஆழமாகப் படித்தபோது கிடைக்கப்பெற்ற வெளிப்பாடு என் தலையை ஆட்டிப் படைத்தது! இதைப் படித்து நீங்களே ஆச்சரியப்படுவீர்கள் என்று நம்புகிறேன்.

ஆதியாகமம் 1:1 கூறுகிறது, 'ஆதியில், தேவன் வானத்தையும் பூமியையும் சிருஷ்டித்தார்.' எனவே தேவன் முதலில் வானங்களையும் பின்னர் பூமியையும் சிருஷ்டித்தார். தேவதூதர்கள் மனிதர்களுக்கு முன்பே படைக்கப்பட்டனர்.

அவர்கள் வானத்தின் சேனையைச் சேர்ந்தவர்கள், நாம் பூமியின் சேனையைச் சேர்ந்தவர்கள். தேவன் அனைத்து சேனைகளுக்கும் கடவுள்.

தேவதூதர்களைப் பற்றிய விஷயத்தில் தேவனுடைய வார்த்தை ஒரு நல்ல உட்பார்வையை அளிக்கிறது. ஒரு சில முக்கியமானவர்களின் பெயர்கள் குறிப்பிடப்பட்டிருந்தாலும் (பிரதான தூதன் மிகாவேல் மற்றும் தூதன் காபிரியேல்), கேருபீன்கள் மற்றும் சேராபீன்கள் போன்ற தேவதூதர்களின் வகைகளைப் பற்றிய தகவலையும் இது நமக்குத் தருகிறது. தேவதூதர்கள் பரிபூரணமாகவும் ஒரு காரணத்திற்காகவும் படைக்கப்பட்டனர். அவர்களின் முதன்மை நோக்கம் தேவனைத் தொழுது கொள்ளுவதாகும் (மனுக்குலத்திற்குக் கொடுக்கப்பட்ட நோக்கத்திற்கு ஒத்ததாகும்). மேலும், தேவதூதர்களுக்கு நம்மை பாதுகாக்கும் பொறுப்பு வழங்கப்பட்டுள்ளது (சங்கீதம் 91:11, எபிரெயர் 1:14) என்று தேவன் நமக்குச் சொல்லியிருக்கிறார். அவர்கள் தேவனிடமிருந்து மனிதனுக்கு அனுப்பப்பட்ட தூதர்களாகவும், தேவனுடைய வார்த்தையை நிறைவேற்றும் பெரும்பாலும் கண்ணுக்குத் தெரியாத சிருஷ்டிகளாகவும் இருக்கிறார்கள் (சங்கீதம் 103:20).

தேவதூதர்கள் தேவனுக்கு முன்பாக வாழ்கிறார்கள், அவருடைய முன்னிலையில், அவருக்கு ஊழியம் செய்கிறார்கள். அவர்கள் பரமபிதாவின் சமுகத்தை எப்போதும் தரிசிக்கிறார்கள் (மத்தேயு 18:10). கர்த்தர் அவர்களுக்கு நியமித்த பணிகளை நிறைவேற்றி, தேவதூதர்கள் வானத்திற்கு ஏறுகிறவர்களும், பூமிக்கு இறங்குகிறவர்களுமாய் இருக்கிறார்கள். யாக்கோபின் சொப்பனம் இந்த உண்மையை நமக்கு நிரூபிக்கிறது. இருப்பினும், 'தேவதூதர் சேவை' அனைவருக்குமானது இல்லை. இந்த வாழ்க்கையில் இரட்சிப்பை ஏற்றுக்கொண்ட அல்லது ஏற்றுக்கொள்ளப் போகும் தேவனுடைய பிள்ளைகளுக்கானது மட்டுமே. தேவதூதர்கள் ஏறுகிறவர்களும் இறங்குகிறவர்களுமாய் இருந்த ஏணி நம்முடைய கர்த்தராகிய இயேசு கிறிஸ்து. தேவதூதர் சேவையைப் பெற இயேசுகிறிஸ்துவை விசுவாசிப்பது அவசியம் என்பதைக் குறிக்கிறது. லூக்கா 12:8 மற்றும் 9-ல், கர்த்தராகிய இயேசுவால் மேலும் ஒரு அளவுகோல் சேர்க்கப்பட்டது: "மனுஷர் முன்பாக என்னை அறிக்கைபண்ணுகிறவன் எவனோ அவனை மனுஷகுமாரனும் தேவதூதர் முன்பாக அறிக்கைபண்ணுவார். மனுஷர் முன்பாக என்னை மறுதலிக்கிறவன் தேவதூதர் முன்பாக மறுதலிக்கப்படுவான்" என்றார். எனவே, தேவதூதர் பாதுகாப்பு மற்றும் ஊழியத்தை தேவனுக்கு வெளிப்படையான சாட்சியாக

நிற்காத எவராலும், அனைவராலும் சாதாரணமாக எடுத்துக்கொள்ள முடியாது. நாம் நம்பும் மற்றும் பின்பற்றும் கோட்பாட்டில் மிகத் தெளிவாக இருக்க வேண்டும். தேவனுடைய வார்த்தையே நமது ஆதாரம் என்பதை உறுதிப்படுத்திக் கொள்ள வேண்டும்.

சங்கீதம் 103:20 கூறுகிறது, கர்த்தருடைய வார்த்தையைக் கேட்டு, அவருடைய வசனத்தின்படி செய்கிற பலத்த சவுரியவான்களாகிய அவருடைய தூதர்களே, அவரை ஸ்தோத்திரியுங்கள் என்று. ஏதேன் தோட்டத்திலிருந்தே, தேவதூதர்கள் மனுக்குலத்திற்குச் சேவை செய்ய வைக்கப்பட்டுள்ளனர். மிகவும் சுவாரஸ்யமான இந்த விஷயத்தில் நான் மேலும் நுண்ணறிவு கொடுக்கத் தொடங்குவதற்கு முன், எசேக்கியேல் 28, ஏசாயா 14 மற்றும் வெளிப்படுத்துதல் 12-யைப் படிக்கும்படி கேட்டுக்கொள்கிறேன். இந்த மூன்று பகுதிகளும் ஒன்றாகச் சேர்க்கப்பட்டால் சாத்தானின் (பிசாசின்) வரலாற்றை வெளிப்படுத்துகின்றன.

தேவதூதர்கள் இயற்கைக்கு அப்பாற்பட்ட வல்லமைகளைப் பெற்றுள்ளனர். அவர்கள் வானத்திற்கும் பூமிக்கும் இடையில் ஏறி இறங்குகிறார்கள், தேவனுடைய பிரசன்னத்தை அணுகுகிறார்கள், பூமியின் ஒரு முனையிலிருந்து மறுமுனைக்கு நொடிப்பொழுதில் செல்கிறார்கள், ஒருவருடைய கண்ணுக்குப் புலப்படாமல் இருக்கும்போது மற்றொரு நபருடைய கண்ணுக்குப் புலப்படுகிறார்கள். இந்த விஷயத்தில், தேவதூதர்கள் நம்மை விட உயர்ந்தவர்கள். இதைத்தான் தாவீது 5-ஆம் வசனத்தில் தெளிவுபடுத்துகிறான்.

"ஒடுக்கினவன் ஒழிந்துபோனானே! பொன்னகரி ஒழிந்துபோயிற்றே!" என்று பாபிலோனின் ராஜாவைக் குறித்து ஏசாயா 14:3 லிருந்து 17 வரையிலான வசனங்களில் கூறப்பட்டுள்ளதையும், "ஞானத்தாலும், அழகாலும்" நிறைந்திருந்த தீருவின் ராஜாவைக் குறித்து எசேக்கியேல் 28:12 லிருந்து 19 வரையிலான வசனங்களில் கூறப்பட்டுள்ளதையும் ஒப்பிட்டுப் பார்க்கும்போது, சாத்தானின் படைப்பு மற்றும் வீழ்ச்சி குறித்த சில புரியாத விஷயங்கள் தெளிவாகின்றன. இங்கே "ஹெலேல்" (எபிரேய மொழியில் 'ஒளிர்பவன்', 'விடிவெள்ளி', 'அதிகாலையின் மகனாகிய விடிவெள்ளி' என்று பொருள்படும் சொல். இது சில ஆங்கில மொழிபெயர்ப்புகளில் 'லூசிபர்' என்று மொழிபெயர்க்கப்பட்டுள்ளது) என்று குறிப்பிடப்படுபவன். பாபிலோனின்

ராஜாவையும் (அழகும், ஆடம்பரமும் நிறைந்திருந்த ஒரு கலகம் செய்யும் நகரம்). தீருவின் ராஜாவையும் (குறிப்பாக கப்பல் தொழில் மற்றும் ஊதா சாய கண்டுபிடிப்பில் ஞானத்திற்கு பெயர் பெற்றிருந்த ஒரு கலகம் செய்யும் நகரம்) குறிக்கிறது என்பது தெளிவாகிறது.

எபிரேய வார்த்தையான 'ஹெலேல்' தனித்துவமானது. இது பழைய ஏற்பாடு முழுவதிலும் ஒரே ஒரு முறை மட்டுமே பயன்படுத்தப்பட்டுள்ளது. இந்த வார்த்தையானது ஒளிருகின்ற ஒளிமயமான பிரகாசித்த ஒரு தனித்துவமான சிருஷ்டியை குறிக்கிறது. ஞானத்தாலும் அழகாலும் நிறைந்திருந்த இந்த மகிமையான சிருஷ்டி ஒரு கேருப் என்றும், தேவன் அவனை ஏதேன் தோட்டத்தில் வைத்தார் என்றும் எசேக்கியேல் தீர்க்கதரிசி குறிப்பிடுகிறான். ஒவ்வொரு விலையுயர்ந்த கல்லும் அவனுடைய போர்வையாக இருந்தது, மேலும் இசைக்கருவிகள் அவனுக்குள்ளேயே கட்டமைக்கப்பட்டிருந்தன. அவனுடைய மிகச்சிறிய அசைவு கூட தேவனை மகிமைப்படுத்தும் ஒரு மெல்லிசையை வெளிப்படுத்தியிருக்கும் என்று நான் நம்புகிறேன்!

இந்த கேருபீன் "அபிஷேகம் செய்யப்பட்டான்" (எபிரேய மொழியில் 'மிம்ஷாக்') என்று 14-வது வசனத்தில் தீர்க்கதரிசி வெளிப்படையாகக் கூறியுள்ளார். இங்கே குறிப்பிடப்பட்டுள்ள எபிரேய வார்த்தையான "மிம்ஷாக்" தனித்துவமானது. எபிரெய வேதாகமத்தில் ஒரே ஒரு முறை மட்டுமே தோன்றுகிறது, அது 'ஹெலேல்' (லூசிபர்) என்பதைக் குறிக்கிறது. அவனுடைய அழைப்பு தனித்துவமானது என்பதை இது குறிக்கிறது! அவன் அக்கினிமயமான கற்களின் மத்தியில் வானத்திற்கும் பூமிக்கும் இடையில் நடந்தான் என்றும் தெளிவாக குறிப்பிடப்பட்டுள்ளது. 'காப்பாற்றுகிற' (எபிரேய மொழியில் 'ககாக்') என்ற சொல்லுக்கு மறைத்தல், வேலி, தங்குமிடம் அல்லது பாதுகாப்பு என்று பொருள்.

இந்த பரிபூரணத்திலும், அழகிலும், ஞானத்திலும் அவன் 'மறைக்க (பாதுகாக்க) அபிஷேகம் செய்யப்பட்டான்'. அப்படியானால் அவன் எதை மறைக்க வேண்டும் அல்லது எதை பாதுகாக்க வேண்டும்? அவன் ஏதேன் தோட்டத்தில் வைக்கப்பட்டிருந்ததால், ஆதாமையும் ஏவாளையும் பாதுக்காவல் செய்யும் பொறுப்பை தேவன் அவனுக்கு நியமித்திருக்க கூடுமோ? அப்படியும் இருக்கலாம்! அவன் அங்கு இருந்தபோது, தேவனுக்கும் மனுக்குலத்திற்கும் இடையிலான அன்பான உறவை அவன் கண்ணாரக் கண்டிருக்கக் கூடும்.

மனுஷகுமாரன் தேவதூதர்களை விட சற்று சிறியவனாக படைக்கப்பட்டான் என்று பரிசுத்த வேதாகமம் (சங்கீதம் 8:5) கூறுகிறது. ஆதாம் மற்றும் ஏவாள் இருவரும் வீழ்ச்சிக்கு முன்னர் கர்த்தராகிய தேவனுடன் நேரடியாக உரையாடும் உறவை கொண்டிருந்தனர், அவர்களுக்கு மத்தியஸ்தராக இருப்பதற்கு தேவதூதர்கள் தேவைப்படவில்லை. மனுக்குலம் சர்வவல்லமையுள்ள தேவனை நேரடியாக அணுகியது, தேவனுக்கும் மனிதனுக்கும் இடையிலான இந்த அன்பான உறவு, ஹெலேல் என்பவனுக்கு எரிச்சலூட்டி பொறாமையைத் தூண்டியிருக்குமா? இது சாத்தியம்!

பொறாமை எவ்வளவு ஆபத்தானது என்பதை நாம் அனைவரும் அறிவோம். நீதிமொழிகள் 27:4-ல் 'கோபத்தையும் உக்கிரதையும் விட பொறாமை மோசமானது' என்று கூறுகிறது. விலையுயர்ந்த கற்களாலும் உள்ளடங்கிய இசைக்கருவிகளாலும் மகிமையுடன் படைக்கப்பட்ட ஹெலேல், "உன்னதமானவரைப் போல" இருக்க வேண்டுமென்ற பெருமை மற்றும் ஆசையின் காரணமாக தனக்கு அருளப்பட்டிருந்த அழகையும் ஞானத்தையும் கெடுத்தான். இந்தப் பெருமையை அவன் வாய்மொழியாக ஒருபோதும் அறிக்கை பண்ணவில்லை, ஆனால் அவன் தனது இருதயத்தில் அவ்வாறு எண்ணினான். தனது மகிமையைத் தக்க வைத்துக் கொள்வதற்காக, அவன் தனது ஞானத்தை சர்வவல்ல தேவனுக்கு எதிராகத் திருப்பினதினால் அதைக் கெடுத்தான். வீணான சொந்த ஆதாயத்திற்காகவும், தேவனுக்கு மட்டுமே சொந்தமான மகிமையையும் கனத்தையும் அபகரித்துக் கொள்வதற்காகவும் அவன் அவ்வாறு செய்தான். அதன் விளைவாக, அழகு மற்றும் ஞானம் எடுக்கப்பட்டு அதன் பின்னர் அவனும் அவன் சேனையும் பரலோகத்திலிருந்து தள்ளப்பட்டனர். இங்கே நாம் கவனிக்க வேண்டிய ஒரு விஷயம் என்னவென்றால், 'மனந்திரும்புதல்' என்பது அவனது சொல்லகராதியில் காணப்படாத ஒரு வார்த்தை, மேலும் அவனது நடத்தையில் இல்லாத ஒரு செயல். உண்மையில், அவன் முழுக்க முழுக்க கலகக்காரன்! வெளிப்படுத்தின விசேஷ புத்தகத்தில், அவன் ஏழு தலைகளும் பத்து கொம்புகளும் கொண்ட சிவப்பான பெரிய வலுசர்ப்பம் என்று அழைக்கப்படுகிறான். அப்பொழுதிருந்து, அவன் பூமியில் வாழ்கிறான். வெளிப்படுத்தின விசேஷம் 12 ஆம் அதிகாரத்தில் கூறப்பட்டுள்ளபடி, தேவனுடைய பிள்ளைகளை குறிவைத்துத் தாக்குகிறான்.

இது சாத்தானுக்குத் தேவன் மீது கடும் கோபத்தை உண்டாக்கியது. இன்றுவரை அவன் அப்படியே இருக்கிறான். தேவனுடைய திட்டங்கள் மற்றும்

நோக்கங்களுக்கு எதிராக அவன் தீமை செய்கிறான். அவன் எப்போதும் தேவனுடைய தரத்திற்கு எதிரான ஒரு போலியை உருவாக்கி, உலகை ஏமாற்றுவதில் வெற்றி பெற்றிருக்கிறான். மக்கள் அவனது வஞ்சகத்திற்கு அடிபணியும்போது, அவன் அவர்களை வெல்கிறான். அது எப்போதும் மனிதனின் மனதிலும் இருதயத்திலும் தொடங்குகிறது. ஆயினும்கூட, அவனது வஞ்சகம் ஒரு குறிப்பிட்ட காலத்திற்கு மட்டுமே, விரைவில் முடிவுக்கு வரும்.

சாத்தான் தோட்டத்திலிருந்ததால், ஆதாமும் ஏவாளும் அவனைத் தோற்றத்தால் அறிந்திருக்கலாம். சாத்தானுடைய வீழ்ச்சிக்குப் பிறகு, அவன் அவர்களை நேரடியாக அணுகவில்லை, மாறாக ஒரு சர்ப்பத்தின் வழியாக அணுகினான். சர்ப்பம் ஒரு மிருகம். இதைக் கொஞ்சம் சிந்திக்க வேண்டும். மனிதர்களைத் தொடுவதற்கு முன்பு சர்ப்பத்தின் (விலங்குகளின் இராஜ்ஜியம்) தனது கட்டுப்பாட்டின் கீழ் கொண்டு வருவதில் அவன் வெற்றி பெற்றான். எனவே, விலங்குகளின் இராஜ்ஜியம் முதலில் விழுந்தது என்று நான் நம்புகிறேன். விலங்குகளுக்கு ஆசீர்வாதம் வழங்கப்பட்டது, ஆனால் அதிகாரம் வழங்கப்படவில்லை; மனிதனுக்கு ஆசீர்வாதமும் அதிகாரமும் வழங்கப்பட்டது. அது நிச்சயமாக ஒரு வித்தியாசத்தை ஏற்படுத்துகிறது. மேலும் மனிதன் தனது வார்த்தைகளால் எதிர்த்துப் போராடியிருக்க முடியும். சாத்தானின் கட்டுப்பாட்டில் சர்ப்பம் இருந்தவுடன், **சாத்தானின் அடுத்த இலக்கு ஏவாள், ஆதாம் அல்ல.** ஏவாள் மூலமாக அவன் ஆதாமிடம் வந்தான். அவன் எப்போதும் பலவீனமானவரிடம் தொடங்கி தந்திரமாக மேலே செல்கிறான். அதை நாம் அறிந்திருக்க வேண்டும். **இந்த காரணத்திற்காக, குறிப்பாகச் சபையில் புருஷன்மேல் பெண்களுக்கு அதிகாரம் இருப்பதைத் தேவன் தடைசெய்தார்** (1 கொரிந்தியர் 14:34-35, 1 தீமோத்தேயு 2:11-14). இந்த நேரடியான கட்டளை இன்று ஏன் அவ்வளவு எளிதாகப் புறக்கணிக்கப்படுகிறது என்று எனக்குத் தெரியவில்லை. இந்த ஒரு விலக்கப்பட்ட மரத்திலிருந்து விலகியிருக்குமாறு தேவன் பெண்களாகிய எங்களுக்குக் கட்டளையிட்டார். ஆனால் ஏவாளின் குமாரத்திகள் சிலர் பிடிவாதமாய் அதில் பங்கெடுக்க விரும்புகிறார்கள்! நமக்கான தோட்டத்தில் ஆயிரக்கணக்கான நல்ல மரங்கள் உள்ளன. அவற்றில் நாம் மகிழ வேண்டும் அல்லவா?.

தேவன் மனிதனை உருவாக்கி ஏதேன் தோட்டத்தில் வைத்தபோது, தோட்டத்தைக் கவனித்துக்கொள்ளும் பொறுப்பையும், நன்மை தீமை அறியத்தக்க விருட்சத்தின் கனியைப் புசிக்கக் கூடாது என்ற குறிப்பிட்ட

கட்டளையையும் ஆதாமுக்குக் கொடுத்தார். பிற்பாடு, ஆதாமின் விலா எலும்பிலிருந்து தேவன் ஏவாளை உண்டாக்கினார். ஆகையால், விலக்கப்பட்ட மரத்திலிருந்து விலகியிருக்கும் இந்தக் கட்டளையைத் தேவன் கொடுத்தபோது, ஏவாள் சிருஷ்டிக்கப்படவில்லை. ஏவாளுக்கு இதை அறிவிக்க வேண்டிய கடமை ஆதாமுக்கு இருந்தது. தேவனுடைய கட்டளையைப் பற்றி ஆதாம் தன் மனைவிக்கு வார்த்தைக்கு வார்த்தை அறிவித்தானா இல்லையா என்பதை இப்போது நாம் உறுதியாக நம்ப முடியாது. ஏனெனில், சர்ப்பம் அவளை அணுகி, தேவனுடைய கட்டளையைக் கேள்விக்குள்ளாக்கியபோது, தேவன் முதன்மையாகச் சொன்னவற்றை மேற்கோள் காட்டினாள் (ஆதியாகமம் 2:3). மிகைப்படுத்தியதில், அவள் பொய் சொன்னாள்; அல்லது விலக்கப்பட்ட மரத்தைப் பற்றி ஆதாம் ஏவாளுக்குத் தெரிவித்தபோது, தேவன் சொன்னதோடு ஆதாமும் சிலதை சேர்த்துக் கூறியிருக்கலாம். அப்படியானால் அவன்தான் பொய்சொன்னானா என்று தோன்றுகிறது.

தோட்டத்தின் நடுவில் இரண்டு விருட்சங்கள் இருந்தன என்று வார்த்தை நமக்குத் தெளிவாகச் சொல்கிறது: ஜீவவிருட்சம், நன்மை தீமை அறியத்தக்க விருட்சம் (ஆதியாகமம் 2: 9). சர்ப்பம் அதன் கவனத்தை அதன் மீது கொண்டு வரும் வரை, அதன் பழங்களை அவர்கள் சாப்பிட ஆசைப்பட்டதாக எனக்குத் தோன்றவில்லை. இந்த உண்மைகளை ஏவாள் அறியாதவளாக இருந்திருக்கலாம் அல்லது தேவனை விடத் தன்னை ஞானமுள்ளவளாக நினைத்திருக்கலாம். இது அவளுக்கும், மனுக்குலத்திற்கும் பெரும் இழப்பை ஏற்படுத்தியது. இவை எல்லாவற்றிலும் ஆதாமின் பங்கைக் குறைத்து மதிப்பிட முடியாது. ஏவாள் அந்தப் பழத்தைச் சாப்பிட்டபோது அவன் அவளுடனே கூட இருந்தான் என்று அந்த வார்த்தை சொல்கிறது. இந்த நேரத்தில், இதை மேலும் விரிவுபடுத்திக் காண்பிக்க விரும்புகிறேன். தேவனுடைய வார்த்தை அறிவின் களஞ்சியம், தேவன் ஞானத்தையும் புத்தியையும் கொடுக்கிறவர். பரிசுத்த ஆவியானவரின் வழிநடத்துதலின் கீழ், அவருடைய வார்த்தையில் நாம் தரமான மற்றும் குறிப்பிட்ட நேரத்தைச் செலவிடாவிட்டால், ஏவாளைப் போல நாமும் சாத்தானின் வஞ்சனைக்கு இரையாவோம். தவறான போதனை (பிரசங்கம்) அதிக தீங்கு விளைவிக்கிறது. தம்முடைய ஜனங்கள் அறிவின்மையால் அழிந்து போகிறார்கள் என்று தேவன் தெளிவாகக் கூறினார்.

சாத்தான் ஏவாளிடம் தேவனுடைய வார்த்தையைச் சந்தேகிக்கும் விதமாக அணுகினான். தேவன் அவர்களிடமிருந்து ஏதோ முக்கியமான ஒன்றை மறைத்து

விட்டதாகக் கூறினான். தோட்டத்தில் எல்லாம் நல்லதாக இருந்த நிலையில், "தீமை/ மரண"மென்ற கருத்து அவர்களுக்குப் பரிச்சயமில்லாத ஒன்றாக இருந்தது. சாத்தான் "தீமை" என்ற கருத்தை மிகவும் சுவாரஸ்யமான முறையில் அறிமுகப்படுத்தி, அவளுடைய ஞானத்தையும், பகுத்தறிவையும் பயன்படுத்தத் தூண்டினான். அவளைப் பொறுத்தவரை, "தீமை" என்பதைத் தேவன் தங்களிடமிருந்து மறைத்து வைத்திருக்கும் ஒன்றாகத் தோன்றியிருக்கும். அவள் தேவனிடம் அதைப் பற்றிக் கேட்டிருக்கலாம்; ஏனென்றால் தேவன் தினமும் ஏதேனில் அவர்களுடன் உறவாடினார். ஆனால், சாத்தான் விழுந்த அதே வழியில் அவளும் விழுந்தாள். அவள் தன் சொந்த வாழ்க்கையை நிர்வகிக்கவும், அவளுடைய ஐம்புலன்களுக்கும் அதிக முக்கியத்துவம் கொடுக்கவும் முடிவு செய்தாள். அவள் தேவனிடம் நேரடியாக வாய்மொழியாகவோ அல்லது தூஷணமாகவோ பேசவில்லை. கீழ்ப்படியாமை அனைத்தும் அவள் இருதயத்தில் தொடங்கியது. அவள் வெறுமனே அதற்கு அடிபணிந்தாள். இறுதியில் ஆதியாகமம் 3:6-ல் மேற்கோள் காட்டப்பட்டுள்ளபடி, மாம்சத்தின் இச்சை (கனி உண்பதற்கு நல்லது), கண்களின் இச்சை (கனி கண்களுக்கு இனிமையானது), மற்றும் ஜீவனத்தின் பெருமை (ஞானத்தை அளிக்கும் விருட்சம்) ஆகியவை முழு அளவில் செயல்பட்டன (1 யோவான் 2:16). இந்த வெளிப்பாடு அனைத்தும் அவள் பழத்தைப் புசித்த பிறகு அவளுக்கு வரவில்லை. மாறாக, அவள் அதைச் சாப்பிடுவதற்கு முன்பு வந்தது என்பதைக் கவனியுங்கள். நாம் எதையாவது சிந்தித்து அதையே தியானித்தால், நிச்சயம் அதைச் செய்வோம் என்பதை இது நமக்குத் தெளிவாகக் காட்டுகிறது. எனவே, எதிர்மறை மற்றும் துன்மார்க்கமான விஷயங்களைப் பற்றிச் சிந்திப்பதையும் தியானிப்பதையும் நிறுத்தினால், பாவம் செய்வதைத் தவிர்க்கலாம். ஆதாம் அவளுடன் இருந்தான், இந்த விஷயத்தில் அவனிடமிருந்து எந்த எதிர்ப்பையும் நாம் காண முடிவதில்லை! ஆண்களே, ஜாக்கிரதையாக இருங்கள்! ஏவாள் அவனைத் தன்னுடன் இழுத்துச் செல்வதில் வெற்றி பெற்றாள்.

'தேவன் மனுஷனையும் மனுஷியையும் படைத்தபோது, அவர்களை மகிமையினாலும் கனத்தினாலும் முடிசூட்டினார்' என்று சொன்னாலும், எபிரேய வார்த்தையின் நேரடி அர்த்தம் 'சூழப்பட்டவன்' என்பதாகும். இந்தப் பண்புதான் மனிதன் பேசிய வார்த்தைகளுக்கு லிவியாதானை கூட கீழ்ப்படிய வைத்தது. அனைத்து மிருகங்களிலும் மற்ற விலங்குகளிலும் வலிமையானவை கூட மனிதனின் வார்த்தைக்குத் தலைவணங்க வேண்டியிருந்தது. தேவன்

மனிதர்களை ஆசீர்வதித்தபோது அவர்களுக்குக் கொடுக்கப்பட்ட அதிகாரம் இதுதான். சிருஷ்டிக்கப்பட்ட காலத்தில் அவர்கள் முழு நிர்வாணமாக இருந்தபோதிலும், மகிமையும் கனமும் நிறைந்த இந்த உடை அவர்களை மூடியது. அதனால் அவர்கள் தங்கள் நிர்வாணத்தை ஒருபோதும் அறிந்திருக்கவில்லை. ஆனால் விலக்கப்பட்ட கனியைச் சாப்பிட்டவுடன், ஐயோ!! இனி என்ன இருக்கிறது? இந்த மகிமையும் கனமும் எடுக்கப்பட்ட மாத்திரத்தில், அவர்கள் உணர்ந்த முதல் விஷயம் தங்கள் நிர்வாணத்தைத்தான் (அவமானம்). இது மனிதகுலத்தில் மரணம் செயல்படத் தொடங்குவதற்கான முதல் அறிகுறியாகும். இந்த கட்டத்திலிருந்து, முடிவுக்கான கடிகார முள் செயல்பட ஆரம்பித்தது.

ஆதாம், ஏவாளைக் குறை கூறுவதிலும், இகழ்வதிலும் நேரத்தை வீணாக்குபவர்கள் அனைவரும், இதைக் கருத்தில் கொள்வோம். நிலவும் சூழ்நிலைகள் அவர்களுக்கும் நமக்கும் வேறுபட்டிருந்தாலும், பொருள் ஒன்றுதான். ஆதியிலிருந்தே, தேவன் இரண்டு விருப்பங்களில் ஒன்றைத் தேர்ந்தெடுப்பதன் மூலம் வாழும் வாழ்க்கையை நிறுவினார். ஒன்று நாம் ஜீவ விருட்சத்தில் பங்கேற்று தேவனுடைய வழியில் வாழ்க்கையை வாழலாம் **அல்லது** நன்மை தீமை அறியத்தக்க விருட்சத்தில் பங்கேற்றும் வாழ்க்கையை வாழலாம். இதில் நமக்கு எது சிறந்தது என்பதை நாம் தீர்மானிக்கையில், ஒன்று தேவனை ஒதுக்கி வைக்கிறோம் அல்லது அவரை எங்காவது அடைத்து வைக்கிறோம். சாத்தானுக்கும் விருட்சத்துக்கும் எந்த சம்பந்தமும் இல்லை. விலக்கப்பட்ட மரத்தின் மீதும் அவனுக்கு உரிமை இல்லை. தேவன் தோட்டத்தில் பல மரங்களுக்கிடையில் இரண்டு மரங்களையும் வைத்திருந்தார் என்பதை நினைவில் கொள்க. தேவன் நம் அனைவருக்கும் ஒரு தேர்வைக் கொடுத்துள்ளார். இரண்டு விருட்சங்களும் நம் உலகில் இன்றும் உள்ளன. நீங்கள் தேவனின் வழியை **அல்லது** உங்கள் சொந்த வழியைத் தேர்வு செய்யலாம். இந்த சத்தியத்தை இந்த அடிப்படை நிலைக்கு நாம் எளிமைப்படுத்தும்போது, நாமே ஆதாம் ஏவாளைப் போலக் குற்றவாளிகளாகக் காணப்படலாம். இன்று தடைசெய்யப்பட்ட மரத்தில் பங்கெடுத்து வாழும் கிறிஸ்தவ மக்கள் அதிக எண்ணிக்கையில் இருப்பதைக் கண்டுபிடிப்பதில் ஆச்சரியமில்லை. அதற்கு முக்கிய காரணம் அறியாமை, கனப்படுத்தப்பட்ட இதயம் அல்லது அவர்களின் கலாச்சாரம் மற்றும் மரபுகளுக்கு இரையாவதன் மூலம் வெளிப்படையாகக் காணப்படும்

கீழ்ப்படியாமை. பாரம்பரியங்களால் ஏற்பட்ட மோசடியையும், நம் நாட்டில் கிறிஸ்தவர்களிடத்தில் அது வகித்த முக்கிய பங்கையும் நான் நேரில் கண்டிருக்கிறேன்.

அப்படியானால், இவை எல்லாவற்றிலும் சாத்தானுக்கு என்ன பங்கு இருக்கிறது? பதில் மிகவும் எளிது. மனிதன் தனது சொந்த தராதரங்களின்படி வாழ வேண்டும் என்று தீர்மானிக்கையில், அவன் தேவனிடமிருந்து விலகிச் செல்கிறான். நாம் விலகிச் செல்லும்போது, நம்மை இன்னும அதிகம் வஞ்சித்து நம் வாழ்க்கையை அழித்ததின் நிமித்தம் அதில் சாத்தான் அதிக மகிழ்ச்சியடைகிறான். நாம் நம்மை எவ்வளவு அதிகமாக நம்புகிறோமோ, அவ்வளவு ஆழமாக நமக்காக நாமே குழி தோண்டிக் கொண்டிருக்கிறோம். இதிலிருந்து வெளியே வருவது மிகவும் கடினம். சாத்தான் இதை ரசித்து, தேவனுடைய சிருஷ்டிப்பு சிருஷ்டிகருக்கு எதிராகக் கலகம் செய்வதைப் பார்த்து மகிழ்ச்சியடைகிறான். அதுதான் அடிப்படையில் அவனது குறிக்கோள்.

இருப்பினும், நம் வாழ்க்கையில் இன்னும் நம்பிக்கை இருக்கிறது. அத்தகைய மூழ்கும் சூழ்நிலையில் நீங்கள் இருப்பதைக் கண்டால், நீங்கள் நினைப்பதை விடத் தேவன் மிக நெருக்கமாக உங்கள் அருகில் இருக்கிறார். அவரை விட்டு ஓடுவதற்குப் பதிலாக அவரை அணுகுங்கள். நீங்கள் மனந்திரும்புங்கள். எப்படி இருந்தாலும் அவருக்குக் கீழ்ப்படியும்படியான தீர்மானத்தை எடுங்கள். உங்கள் வாழ்க்கையில் தேவன் அவருடைய சித்தத்தைச் செயல்படுத்த அனுமதியுங்கள். **தேவபக்தியற்ற மற்றும் வேதாகமத்திற்குப் புறம்பான பாரம்பரியங்களை அழிப்பது காலத்தின் தேவை.** கர்த்தர் நல்லவர். அவர் ஒருபோதும் நம்மீது எதையும் திணிப்பதில்லை. ஆனால் நாம் அவருக்கு அடிபணியும்போது, அவர் பரலோகத்தின் அனைத்து வல்லமையையும் நமக்காக வேலை செய்ய வைக்கிறார். அதற்கு நானும் ஒரு சாட்சி! உங்களுக்கு ஒரு உதவி செய்யுங்கள்: சர்ப்பத்தை நீங்கள் பார்த்தவுடன் அவனை வெளியே தள்ளுங்கள். தேவனின் வார்த்தைக்கு முரணான எதையும் அல்லது யாரையும் மகிழ்விக்காதீர்கள். ஏவாள் செய்ய வேண்டியதெல்லாம், தேவனின் கட்டளையைச் மேற்கோள்காட்டி சர்ப்பத்தின் வாயை அடைக்கச் செய்வது தான். **சோதனைக்காரனை விரட்ட வார்த்தையில் வல்லமையும் ஜீவனும் இருக்கிறது.** கர்த்தராகிய இயேசு நாற்பது நாட்கள் வனாந்தர சோதனையில் இதை நமக்குக் காட்டினார். அவர் "எழுதியிருக்கிறதே" என்று

சொன்னபோது, அடுத்தகட்ட பேச்சு வார்த்தைக்கு இடமில்லாமல் போனது. சாத்தானுக்கு ஓடிப்போகவும் அவரைத் தனியாக விடவும் செய்வதைத் தவிர வேறு வழியில்லை. எனவே தேவனுடைய வார்த்தையால் உங்களைத் தயார்ப்படுத்திக் கொள்ளுங்கள்!

ஏதேன்தோட்டத்தில் நடந்த சம்பவங்கள் மிகவும் ஏமாற்றமளித்தன. ஆயினும் தேவன் அதை சீர்படுத்த பெரும் விலை கொடுக்க வேண்டியதாயிருந்தது – அவருடைய ஒரே குமாரனின் ஜீவனை ஈந்து. அவர் தாம் தேர்ந்தெடுத்த படைப்பை ஒருபோதும் கைவிடவில்லை. தோட்டத்தில் சர்ப்பம், ஆதாம், ஏவாள் மீது சாபத்தை அறிவிக்கும் நேரத்தில், அவர் முழு உலகத்தையும் மீட்கும் "மேசியா" என்ற வாக்குறுதியைக் கொடுத்து, நம்முடைய கர்த்தராகிய இயேசு கிறிஸ்துவின் மூலம் தமது வாக்குறுதியை நிறைவேற்றினார்.

மேசியாவின் வருகை மற்றும் சிலுவையில் அவர் செய்து முடித்த வேலையுடன், அவருடைய நீதியின் வஸ்திரம் நமக்குத் தரிப்பிக்கப்பட்டுள்ளது. இந்த முழுமையான சத்தியத்தை நாம் முழு இருதயத்தோடும் விசுவாசிக்கும்போது, அதே மகத்தான மகிமையையும் கனத்தையும் பூமியில் தேவனுடைய ராஜ்யத்தின் செயலுக்காக நாம் பயன்படுத்தலாம். தாவீது இந்த அதிகாரத்தைப் பற்றி நிகழ்காலத்தில் பேசுகிறான், இந்த உண்மையை உறுதிப்படுத்துகிறான்.

9. எங்கள் ஆண்டவராகிய கர்த்தாவே, உம்முடைய நாமம் பூமியெங்கும் எவ்வளவு மேன்மையுள்ளதாயிருக்கிறது.

இப்போது, தாவீதுடன் சேர்ந்து, நமக்காகவும் நம் வாழ்க்கையிலும் அவர் செய்த வேலையை உணர்ந்து, நாமும் தேவனையும் அவரது பண்புகளையும் துதித்துப் போற்றலாம்.

சங்கீதம் 9

முன்னுரை:

தாவீதின் சங்கீதங்களில் பெரும்பாலானவை அவனால் தேர்ந்தெடுக்கப்பட்ட இசையுடன் இருந்தன. தேவன் அவனுக்குக் கொடுத்த ஞானத்தைப் பயன்படுத்தி, தனது சங்கீதங்களுக்குச் சரியான இசைக்கருவி அல்லது இசை பாணியைத் தேர்ந்தெடுப்பதைப் பார்ப்பது உண்மையிலேயே அற்புதம். அத்தகைய ஞானத்தின் மூலம் வரும் ஒரு அபிஷேகம், மக்களின் இதயங்களை மிகவும் திறம்படச் செயல்படுத்த வல்லது. ஒவ்வொரு சங்கீதத்திலும் எந்த குறிப்பிட்ட பாணி சிறப்பாகச் செல்லும் என்பது குறித்த அறிவு அவனுக்கு இருந்தது.

தாவீது முதன்முதலில் 1சாமுவேல் புத்தகத்தில் தனது தந்தையின் ஆடுகளை நேர்மையாகக் கவனித்துக்கொண்ட இளம் மேய்ப்பனாக நமக்கு அறிமுகப்படுத்தப்பட்டான். தீர்க்கதரிசி சாமுவேல் அவனை அபிஷேகம் செய்த பிறகு, கர்த்தருடைய ஆவியானவர் அவன் மீது இறங்கினார். அவன் அதிக தாலந்துகளால் ஆசீர்வதிக்கப்பட்டுப் பலப்படுத்தப்பட்டான் (1 சாமுவேல் 16:18), அவற்றில் ஒன்று இசை வாசிப்பது. ஆடுகளை மேய்க்கும்போது தாவீது இந்த தாலந்தை இன்னும் வளர்த்திருக்கலாம். தேவன் திறமைகளை அருளும் இந்த மாதிரியை தானியேலின் வாழ்க்கையிலும் காண முடிகிறது. ஒருவர் அதைக் கற்றுக்கொண்டு தேவனை மகிமைப்படுத்தப் பயன்படுத்த விரும்பினால், அது ஒரு வித தனித்துவமான அரிய நடைமுறை படிப்புப் பொருளை தரும்.

இந்த சங்கீதத்திற்கான தாவீது கொடுத்த ராகம் எபிரேய மொழியில் 'முத்லபேன்' என்று அழைக்கப்படுகிறது. இதன் பொருள் "மகனின் மரணம்". தாவீது தனது மகன்களில் யாராவது இறந்த பிறகு இந்த சங்கீதத்தை இயற்றியிருக்கலாம். தாவீது தனது அனைத்து மகன்களையும் நேசித்தான். ஆனால் சிலர் அவனது அன்பிற்கு ஈடாகவில்லை. அப்சலோமின் கலகத்தின் கதையை நான் முன்பு விரிவாக விளக்கியுள்ளேன்.

1. கர்த்தாவே, என் முழு இருதயத்தோடும் உம்மைத் துதிப்பேன்; உம்முடைய அதிசயங்களையெல்லாம் விவரிப்பேன்.

சங்கீதங்களில், தாவீதின் குணத்தின் ஒரு குறிப்பிட்ட பண்பு தனித்து நிற்கிறது: 'தேவனுடைய உண்மையை நினைவு கூறுதல்'. தேவன் தன்னுடைய ஜெபங்களைக் கேட்டுப் பதிலளித்தார் என்ற உண்மையை அவன் தொடர்ந்து நினைவுகூர்ந்தான். நம்மில் அநேகர் ஜெபத்தில் தேவனுக்கு முன்பாக நிறையக் கோரிக்கைகளை வைக்கிறோம். ஆனால் நம்மில் எத்தனை பேர் நம்முடைய ஜெபங்களுக்குப் பதிலளித்ததற்காக அவருக்கு நன்றி செலுத்துகிறோம்? நம்மில் எத்தனை பேர் ஒரு படி மேலே சென்று, மற்றவர்களுக்கு அவரது உண்மையைக் குறித்து சாட்சி பகர்ந்து, அவர் நமக்கு செய்த நன்மைகளை அறிவிப்போம்? ஒரு புதிய சவாலை எதிர்கொள்ளும்போது நம்மில் எத்தனை பேர் அவர் நமக்கு ஏற்கனவே செய்திருக்கும் விடுதலையை நினைத்து பார்ப்போம்? கர்த்தராகிய இயேசு கிறிஸ்துவின் வாழ்க்கையில் நடந்த ஒரு அழகான சம்பவத்துடன் இதை விரிவாகக் கூறுகிறேன், இது நாம் அவருக்குத் திருப்பிச் செலுத்தும் ஒவ்வொரு 'நன்றிக்கும்' தேவனிடமிருந்து ஒரு சிறப்பு 'அங்கீகாரம்' உள்ளது என்பதைக் காட்டுகிறது. நமது 'நன்றி, ஆண்டவரே' என்பது ஒருபோதும் முடிவில்லை!

லூக்கா 17:11 லிருந்து 19-ல் பத்து குஷ்டரோகிகளின் வாழ்க்கையைப் பற்றி வாசிக்கிறோம். சமாரியாவுக்கும் கலிலேயாவுக்கும் இடைப்பட்ட பகுதியிலிருந்த ஒரு கிராமத்தில் இது நடந்தது. இந்த பத்து பேர் கொண்ட குழு யூதர்கள் மற்றும் சமாரியர்களின் கலவையான மக்கள்தொகையாக இருந்தது. தொழுநோய் என்று அழைக்கப்படும் இந்த அழிவுகரமான மற்றும் பலவீனப்படுத்தும் நோயைப் பற்றி நம்மில் பெரும்பாலோர் அறிந்திருக்கிறோம். அது பாவம் செய்ததற்கான சாபமாகக் கருதப்பட்டது. மேலும் குஷ்டரோகிகள் அனைவரும் இஸ்ரவேலின் முகாமுக்கு வெளியே வைக்கப்பட வேண்டும். மேலும் அவர்கள் அசுத்தமானவர்கள் அல்லது தீண்டத்தகாதவர்கள் என்று முத்திரை குத்தப்பட்டது. இது ஒரு தொற்று நோயாக இருந்ததாலும், தனிமையான வாழ்க்கை வாழ்ந்ததாலும், பெரும்பாலும் சீக்கிரமே மரணத்தை தழுவ நேரிட்டாலும் அவர்களால் நகரத்திற்குள் நுழையவோ அல்லது சுற்றித் திரியவோ முடியவில்லை. அவர்கள் வெறுக்கப்பட்ட கூட்டமாக இருந்தனர். கர்த்தராகிய இயேசு இந்த கிராமத்தின் வழியாகச் சென்றபோது, இந்த பத்து பேரும் அவரிடம் இரக்கத்திற்காக வேண்டினர்.

இதன் அடிப்படை காரியம் என்னவெனில், தாங்கள் பாவிகள் என்றும், பாவமே தங்கள் வியாதிக்கு மூல காரணம் என்றும் அவர்கள் நன்கு அறிந்திருந்தார்கள். எனவே அவர்கள் அவரை அணுகியபோது, பாவத்தின் சாபத்திலிருந்து விடுதலையாகும்படி இரக்கம் கேட்டார்கள். என்றென்றும் இரக்கமுள்ள நம் ஆண்டவர் இயேசு அவர்களைத் கையசைக்காமலும் கூட அவர்களை நோக்கி: "நீங்கள்போய், ஆசாரியர்களுக்கு உங்களைக் காண்பியுங்கள்" என்றார். கேள்வி அல்லது சந்தேகம் இல்லாமல் உடனடியாக அவருக்குக் கீழ்ப்படிந்த இந்த பத்து பேரின் விசுவாசத்தைப் பார்ப்பது ஆச்சரியமாக இருக்கிறது. அந்தப்படி அவர்கள் போகையில் சுத்தமானார்கள். அவர்கள் செல்கையிலே அழுகிய சதைகள் புதிதானது. அது அந்த பத்து பேருக்கும் நிச்சயமாக ஒரு காணக்கூடிய அதிசயமாக இருந்திருக்க வேண்டும்! ஆனால் நம் ஆண்டவர் செய்த இந்த அற்புதம் ஒரே ஒரு நபரை மட்டுமே அசைத்தது. அவன் ஒரு சமாரியன். அவன் உடனடியாக கர்த்தராகிய இயேசு கிறிஸ்துவிடம் திரும்பிச் சென்று, அவரது பாதத்தில் முகங்குப்புற விழுந்து, உரத்த சத்தத்தோடே தேவனை மகிமைப்படுத்தி, அவருக்கு நன்றி செலுத்தினான். கர்த்தராகிய இயேசு அவனது 'நன்றியை' ஒரு சிறப்பான முறையில் அங்கீகரித்தார் - சொஸ்தமாக்கப்பட்ட இந்த சமாரிய குஷ்டரோகி 'முழுமையானவனாக' ஆக்கப்பட்டான்! (லூக்கா 17:19, KJV)

தொழுநோயை உண்டாக்கும் கிருமி விரல்களை மென்று, பாதிக்கப்பட்ட விரல்களைக் கடுமையாகச் சிதைத்து, தோல் புண்களை ஏற்படுத்துகிறது. அவன் தேவனுக்கு நன்றி சொல்லத் திரும்பியபோது, அவனது தோல் புண்கள் குணமடைந்தது மட்டுமல்லாமல், அவனுடைய விரல்கள் (கை மற்றும் கால் விரல்கள்) மற்றும் முகமும் கூட இயல்பு நிலைக்குத் திரும்பியது. அது எவ்வளவு அற்புதமானது?! சாராம்சத்தில், தாவீதுக்கும் இதுதான் நடந்தது. தேவன் தனது எதிரிகளைத் தண்டித்தது மட்டுமல்லாமல், சிங்காசனத்தையும் ராஜ்யத்தையும் அவனுக்கு மீட்டுக் கொடுத்தார். நாம் அவருக்கு நன்றி செலுத்தும்போது தேவன் உண்மையில் அகமகிழ்கிறார். ஒவ்வொரு முறையும் நமக்கு அதிக நன்மைகளை வழங்கி அவர் நம்மை விட உயர்ந்தவராகிறார்.

நன்றி செலுத்துதல் எவ்வளவு முக்கியமானது. அவருடைய நன்மைக்கும் அற்புதமான செயல்களுக்கும் சாட்சிகளாக இருப்பது தேவனுடைய அன்பின் கரத்தால் தொடப்படும் ஒவ்வொரு ஆத்துமாவின் அடையாளமாக இருக்க வேண்டும். அது அவருடைய பிள்ளைகளின் குணமாக இருக்க வேண்டும்.

அழிவின் மகனான யூதாஸ் ஸ்காரியோத்திற்கு பதிலாக இருந்தவன் உட்பட கர்த்தரின் அப்போஸ்தலர்கள் அனைவரும் கர்த்தருக்கு சிறந்த சாட்சிகளாக இருந்தனர். சுவிசேஷத்தை உலகம் முழுவதும் பரப்ப உதவியது அவர்களின் சாட்சி. அவர்களுடைய சாட்சி உலகத்தைப் புரட்டிப்போட்டு, கர்த்தராகிய இயேசு கிறிஸ்துவில் உண்டான இரட்சிப்பின் மூலம் அநேக ஆத்துமாக்கள் பிதாவுடனான உறவு கொள்ள நிச்சயமாகவே உதவியது.

நாம் இரட்சிப்பைப் பெறும்போது, தேவன் நம்மிலும், நம் மூலமாகவும் வாழ்கிறார். அவர் நம் வாழ்வில் செயல்படுகிறார், எல்லாவற்றையும் ஒழுங்காக்குகிறார். மேலும் நம் மூலமாக, பாவத்திலும் நம்பிக்கையின்மையிலும் மூழ்கியிருக்கும் உலகில் தம்முடைய நன்மையின் நறுமணத்தைப் பரப்புகிறார். சாட்சி கொடுப்பது ஒவ்வொரு விசுவாசிக்கும் அன்றாடச் செயலாக இருக்க வேண்டும். சாட்சி கொடுங்கள், உற்சாகப்படுத்துங்கள், மேம்படுத்துங்கள்! விழுந்து போன உலகத்திற்குச் சாட்சி பகிர்வதன் வல்லமையை ஒருபோதும் குறைத்து மதிப்பிடாதீர்கள். ஒரு விசுவாசியின் வாயிலிருந்து வரும் ஒரு சாட்சியால் எத்தனை ஆத்துமாக்கள் மாற்றப்படும் என்பது உங்களுக்குத் தெரியுமா?

கர்த்தர் பூமியில் தம்முடைய மீட்பின் வேலையை முடித்துவிட்டு பிதாவிடம் பரம் ஏறிச் சென்ற பிறகு, கொள்கையின் அடிப்படையில்தான் இந்தப் பெரிய கட்டளை நமக்கு வழங்கப்பட்டுள்ளது.

2. உம்மில் மகிழ்ந்து களிகூருவேன்; உன்னதமானவரே, உமது நாமத்தைக் கீர்த்தனம்பண்ணுவேன்.

இது ஒரு விசுவாசியின் 'மனப்பான்மையை' சித்தரிக்கிறது. நல்லதோ கெட்டதோ, எந்தச் சூழ்நிலையாக இருந்தாலும், நன்றி தெரிவிக்கும் மனப்பான்மையையும் மகிழ்ச்சியையும் தக்க வைத்துக் கொள்ள வேண்டும். இது காலத்தின் விஷயம் என்றும், வெற்றி ஏற்கனவே நம்முடையது என்பதையும் அறிவது, இந்த மனப்பான்மையைப் பராமரிக்க நமக்கு உதவுகிறது.

தாவீது தன் மகன்களால் தான் அனுபவித்த சோதனைகளை விவரிக்கும் சில சங்கீதங்களை எழுதியுள்ளான். அவற்றில் அவன் காட்டிய சிறந்த பண்பு தேவன் மீதுள்ள உறுதியான நம்பிக்கை ஆகும். இவ்வளவு மோசமான

சூழ்நிலையில் இருந்தபோதிலும், அவன் தனது எண்ணங்களைத் தெளிவாக வைத்திருந்தது மட்டுமல்லாமல், தேவன் தனக்கு நீதி வழங்குவார் என்பதை அறிந்து அமைதியாகவும் நிம்மதியாகவும் உறங்கினான்.

எல்லாம் நன்றாக இருக்கும்போது மகிழ்ச்சியடைவது உண்மையில் எளிதானது. ஆனால், புயல் போன்ற சூழ்நிலைகள் மத்தியிலும் நாம் நன்றியையும் துதியையும் செலுத்த வேண்டும் என்பதை தாவீது நமக்குக் காட்டுகிறான். எல்லாவற்றிற்கும் மேலாக நாம் தேவனை உயர்த்தும்போது இது துவங்குகிறது. நாம் தொடர்ந்து சூரியனை ஓரிரு நிமிடங்கள் பார்த்துவிட்டு விலகிச் செல்லும்போது, நமது பார்வை மங்கலாகி, சுற்றுப்புறத்திற்கு ஏற்ப மாற சிறிது நேரம் எடுக்கும். நாம் தேவனில் கவனம் செலுத்தி அவரை மகிமைப்படுத்தத் தேர்வு செய்யும் போதும் இதுவே நிகழ்கிறது. அதுபோலவே எல்லா நேரங்களிலும் அவரைப் புகழ்வதும், நன்றி செலுத்துவதும் சிரமமின்றி இருக்கும். மேலும் நாம் நம்மைப் பயிற்றுவித்து அந்த தசையை வளர்க்கலாம். நம்முடைய சர்வவல்லமையுள்ள தேவனுடைய வல்லமையோடும் மகிமையோடும் ஒப்பிடுகையில் எந்தப் பிரச்சினையும் மிகச் சிறியதாகத் தோன்றும். தேவன் நமக்காக யுத்தம் செய்கிறார் என்பதில் சந்தேகமின்றி நாம் உறுதியாக இருக்க வேண்டும். ஒவ்வொரு யுத்தத்தையும் ஒரு வெற்றி நிலைப்பாட்டிலிருந்து பார்க்க வேண்டும், ஏனென்றால் தேவன் ஒருபோதும் ஒரு யுத்தத்திலும் தோல்வியடைந்ததில்லை. தேவன் நமக்காகக் கிரிபை செய்யும்போது அவருடைய நீதியைத் தேடி நாம் பொறுமையுடன் அவருக்காகக் காத்திருக்க வேண்டும். அதே நேரத்தில், நாம் தவறு செய்யும்போது நம்மை நியாயப்படுத்திக் கொள்ளாமல் பார்த்துக் கொள்ள வேண்டும்.

நாம் இந்த மனப்பான்மையில் இருக்கும்போது, அது நம்மை விடுதலையின் பாதையில் கொண்டு செல்கிறது. மேலும், தேவனின் அற்புதமான வேலை நமது வாழ்க்கையில் வெளிப்படுவதை நாம் பார்க்கலாம். துதி, நன்றி மற்றும் ஆராதனை, சாத்தானையும் அவனது கூட்டத்தையும், அவனைப் பின்பற்றும் ஒவ்வொரு மனிதனையும் நிராயுதபாணியாக்குகின்றது. இது நம்மைத் தேவனுக்கு அதிக நன்றியுடனும் துதியுடனும் இருக்கச் செய்கிறது. இது ஒரு முடிவில்லாத சுழற்சி. தேவனைப் புகழ்வது உண்மையில் ஆவிக்குரிய யுத்தத்திற்காக அவர் நமக்கு வழங்கிய ஆயுதங்களில் ஒன்றாகும். அது நமது இருதயத்திலிருந்து உண்மையாக வெளிப்பட வேண்டும். அதை நன்றாகப் பயன்படுத்துங்கள்! இது பலவற்றைச் சாதிக்கின்றது.

3. என் சத்துருக்கள் பின்னாகத் திரும்பும்போது, உமது சமுகத்தில் அவர்கள் இடறுண்டு அழிந்து போவார்கள்.

4. நீர் என் நியாயத்தையும் என் வழக்கையும் தீர்த்து, நீதியுள்ள நியாயாதிபதியாய் சிங்காசனத்தின்மேல் வீற்றிருக்கிறீர்.

5. ஜாதிகளைக் கடிந்துகொண்டு, துன்மார்க்கரை அழித்து, அவர்கள் நாமத்தை என்றென்றைக்கும் இல்லாதபடி குலைத்துப்போட்டீர்.

தாவீது ஒரு யுத்த வீரன். சிறு வயதிலேயே யுத்தத்திற்குச் சென்றான். முதலாவதாக, அவன் சவுலின் ஆயுததாரியாகவும் இசைவாசிப்பவனாகவும் பணியமர்த்தப்பட்டான். சவுலுடன் பயணித்தபோது, போர் முறைகளைக் கற்றுக்கொண்டான். **ஆயத்த காலம் ஒருபோதும் வீணாகாது.** அவன் கோலியாத்துடன் போரிட்டான், சவுலின் படையில் உயர்ந்த நிலைக்கு உயர்த்தப்பட்டான். தாவீதின் வெற்றியால் சவுல் பொறாமை கொண்டபோது, அவன் சவுலிடமிருந்து தப்பி ஓடித் தலைமறைவாக வாழ வேண்டிய கட்டாயம் ஏற்பட்டது. அவன் வனாந்தரத்திலும், எதிரியின் பிரதேசங்களிலும் வாழ்ந்தான். இது போர் பற்றிய அறிவை பெருக்கியது. தாவீதின் வாழ்க்கையில் நடந்த இந்த நிகழ்வுகள் அனைத்தும் ஒரு நல்ல நோக்கத்திற்கு உதவியது. ஏனெனில், தேவன் எல்லாவற்றையும் அவனுக்கு நன்மையாக மாற்றினார். மேலும் இஸ்ரவேலின் எதிரிகளான பெலிஸ்தியர், மோவாபியர், அம்மோனியர், அமலேக்கியர் போன்றவர்களுக்கு எதிராக அவனை நன்றாகப் போரிட வைத்தார். தாவீது தனது எல்லா வெற்றிகளுக்கும் நூறு சதவீதம் தேவனுக்கு நன்றி செலுத்தினான். தேவன் அவர்களை முறியடித்ததால் தான் எதிரிகள் விழுந்தார்கள் என்பதை அவன் நன்கு அறிந்திருந்தான். இவை எல்லாவற்றிலும் தேவனுடைய இரக்கமுள்ள கரத்தை அவன் தொடர்ந்து பற்றிக் கொண்டான்.

நம் வாழ்வில் கஷ்டங்களையும், சோதனைகளையும் சந்திக்கும் போது, தேவனும் ஆச்சரியப்படுகிறார் என்று நாம் அடிக்கடி நினைத்துக் கொள்கிறோம். சோதனை நேரங்கள் உட்பட எல்லா நேரங்களிலும் தேவன் நம்மோடு இருக்கிறார் என்பது உண்மைதான். ஆனால் அவர் தமது சிங்காசனத்தில் வீற்றிருக்கிறார் என்பதை நாம் 'அறிந்து' ஒப்புக்கொள்ள வேண்டும். நமது கஷ்டங்கள் அவரை சிங்காசனத்திலிருந்து தள்ளாது. அவர் 'சர்வ வல்லமையுள்ள தேவன்' மற்றும்

'சர்வ அதிகாரம் கொண்டவர்'. அதுவே நம்மைத் தலை நிமிர்ந்து நிற்க வைக்க வேண்டும்! 'அவர் சிங்காசனத்தில் வீற்றிருக்கிறார், நீதியாக நியாயந்தீர்க்கிறார்' என்று தாவீது சொன்னான். தேவனை யாரும் மிரட்ட முடியாது!

அவனுடைய சங்கீதங்களின் மூலம் மிகவும் தெளிவாகத் தெரியும் மற்றொரு குறிப்பிடத்தக்க அம்சம் என்னவென்றால், தாவீது ஒருபோதும் தேவனுக்கு முன்பாகவோ அல்லது மனிதனுக்கு முன்பாகவோ தன்னை நியாயப்படுத்த முயற்சிக்கவில்லை. அவன் சில சமயங்களில் தனது குற்றமின்மையைப் பற்றிப் பேசினான். ஆனாலும், அவன் எப்போதும் தேவன் தம்முடைய இரக்கத்தின்படியும் கிருபையின்படியும் தன்னை நடத்த வேண்டும் என்று கேட்டான். இது உண்மையான தாழ்மையின் அடையாளம். பொறுமை இல்லாததால் பலமுறை விஷயங்களை நாம் நம் கைகளில் எடுத்துக்கொண்டு அவற்றைச் சரி செய்ய முயற்சிக்கிறோம். பத்சேபாளுடன் தவறு செய்து அவளது கணவனைக் கொன்றபோது தாவீது மிகவும் பெரிய பாடம் ஒன்றைக் கற்றுக் கொண்டான். இந்த நிகழ்வு விரைவில் அவனது குடும்பத்திற்குப் பல துன்பகரமான பின்விளைவுகளை ஏற்படுத்தியது. ஆனால் இவை அனைத்தின் மூலமும், தாவீது தனது வாழ்நாள் முழுவதும் தேவனைப் பற்றிக் கொண்டான். அவருடைய கிருபையால் ஒவ்வொரு பின்விளைவுகளையும் கடந்து வந்தான்.

அப்சலோம் தாவீதுக்கு இழைத்தது மாபெரும் துரோகம். அவனது தகப்பனான தாவீது உயிருடன் இருந்தபோதே, அவன் சிங்காசனத்தையும் ராஜ்யத்தையும் தவறாக அபகரித்துக் கொண்டான். அப்சலோம் தேவனை முற்றிலுமாக புறக்கணித்தான்! அதோனியாவும் அவ்வாறே செய்தான். தன்னை நியாயப்படுத்தவும் ராஜ்யபாரத்தைத் திரும்பப் பெறவும் போதுமான காரணங்கள் தாவீதிடமும் இருந்தன. ஆனால் அவன் தன் உத்தமத்தைக் காத்துக்கொண்டான். அவன் விட்டுக்கொடுத்து, தேவனுக்குச் சித்தமாக இருந்தால் தன்னை நியாயப்படுத்த அனுமதிப்பதையே விரும்பினான். தேவனுடைய முடிவை இறுதியானதாக ஏற்றுக்கொள்ள தாவீது எப்போதும் தயாராக இருந்தான். விஷயங்கள் அவனுக்குச் சாதகமாக இல்லாமல் வேறு வழியில் இருந்தாலும் (2 சாமுவேல் 15:25-26) தேவனுடைய முடிவை அவன் அங்கீகரித்து மதித்தான்.

விரைவிலேயே, அவன் எதிர்பார்த்தபடியே, கர்த்தர் தாவீதுக்கு நீதி வழங்கி, அவனுடைய எதிரிகளைத் தோற்கடித்தார். அப்சலோம் மற்றும்

அதோனியாவை மட்டுமல்ல, இஸ்ரவேலின் எதிரிகளையும் இது அச்சுறுத்தியது. தேவன் ஒவ்வொரு முறையும் யுத்தத்திற்குச் சென்று அவனுடைய எதிரிகளை முறியடித்தார். தாவீதின் ராஜ்யபாரத்தின் முடிவில், இஸ்ரவேலின் ஒவ்வொரு எதிரியும் அடக்கப்பட்டனர். அவனுடைய குமாரனாகிய சாலொமோன் சமாதானமாக, யுத்தமில்லாமல் ஆளுகை செய்து கொண்டிருந்தான். தேவன் நீதியையும், தீர்ப்பையும் செயல்படுத்தும்போது, அதை யாராலும் தடுக்க முடியாது. தேவன் எப்போதும் தம்முடைய பிள்ளைகளுக்காக நின்று அவர்களின் நீதியைப் பாதுகாக்கிறார். சர்வவல்ல பெரிய தேவன் நம் வாழ்க்கையை அவருடைய கரத்தில் வைத்திருக்கும்போது, நாம் ஏன் நம்மை நியாயப்படுத்த விரும்புகிறோம் அல்லது விஷயங்களை நம் கைகளில் எடுக்க வேண்டும்?

சர்வவல்லமையுள்ள தேவனுடைய பிள்ளைகளைக் பரிகாசம்செய்ய துணிபவர் தங்களைத் தாங்களே கண்டித்துக் கொள்கிறார்கள் (நாம் தவறு செய்யாத வரை). அவர்கள் உண்மையில் தேவனுக்கு எதிராக நிற்கிறார்கள். கடந்த யுகங்களிலிருந்தே, தேவன் ஒருபோதும், ஒரு போரிலும் தோற்றதில்லை என்பதையும், தேவனுடைய எதிரிகளில் ஒருவரும் அவருக்கு எதிராக ஒருபோதும் வெற்றி பெற்றதில்லை என்பதையும் நாம் அறிவோம். அவர்கள் அனைவரும் ஒவ்வொரு முறையும் அடக்கப்பட்டனர். இந்த உண்மையை அறிந்துகொள்வது, நம்மைத் தவறாக எதிர்த்துப் போராடும் மக்களிடம் நமது அணுகுமுறையை வெகுவாக மாற்றும். அவர்கள் தங்கள் துன்மார்க்கத்தை விட்டு விலகும்படி நாம் அவர்களுக்காக ஜெபிக்கலாம்.

வேதத்தில், தேவன் தம்முடைய பிள்ளைகளுக்கு எதிராக நின்ற கோலியாத் போன்ற ராட்சதர்களையும், ராஜாக்கள், தேசங்கள் மற்றும் ராஜ்யங்களையும் கீழ்ப்படுத்துவதைக் காண்கிறோம். அவர்கள் தங்கள் இருதயங்களைக் கடினப்படுத்தியபோது எகிப்து துடைத்தெறியப்பட்டது. பாபிலோன் இன்று குவியல் குவியலாக இருக்கிறது. எந்த தேசத்திற்கு எதிராக ஒரு தீர்க்கதரிசனம் உரைக்கப்பட்டதோ அங்கு எதிர்பார்த்த முடிவுக்கு வந்திருக்கிறது. தேவன் தேவனே! அவரை எதிர்த்து யாரும் நிற்க முடியாது.

துன்மார்க்கருடைய நாமத்தை என்றென்றைக்கும் இல்லாதபடி குலைந்து போகும். இது வார்த்தையில் ஒன்றுக்கு மேற்பட்ட இடங்களில் தேவனால் அறிவிக்கப்பட்டுள்ளது. இங்கே துன்மார்க்கன் என்பது இரட்சிக்கப்படாதவர்களைக் குறிக்கிறது. மிகவும் தயவான, இரட்சிக்கப்படாத

நபர் கூட துன்மார்க்கர் தான். அவர்களின் வசீகரம் காரணமாக, அவர்கள் பலருக்கு நல்லவர்களாகத் தோன்றலாம். ஆனால், அவர்கள் அனைத்தும் மறக்கப்பட்டிருப்பது சிறிது காலத்திற்குத் தான். இரட்சிக்கப்படாத ஒரு மனிதன் பூமியில் கடைசியாகச் சுவாசிக்கும் தருணத்தில், அவனுடைய ஆசைகள், நம்பிக்கைகள், இலட்சியங்கள் போன்றவை அனைத்தும் அழிந்துவிடுகின்றன. அதுவே அவனது முடிவு. அவனுக்குப் பூமியில் சுதந்தரமோ, சொர்க்கத்தில் நினைவுகளோ இல்லை. மாறாக, நரகம் என்று அழைக்கப்படும் ஒரு இடம் மட்டுமே நித்திய வாசஸ்தலமாகக் காத்திருக்கிறது. சரியான மனநிலையில் உள்ள எவரும் அந்த இடத்தில் இருக்க ஒருபோதும் விரும்பக்கூடாது. இது ஒருபுறம் இருக்க மறுபுறம், ஒவ்வொரு விசுவாசியும் தேவனுடன் நித்தியத்தில் நுழைகிறார்கள். மேலும், அவர்களின் நம்பிக்கைகளும் கனவுகளும் அவர்கள் மறைந்த பிறகும் இந்த பூமியில் தொடர்கின்றன. ஏனென்றால், அவை அனைத்தும் இயேசு கிறிஸ்துவை மையமாகக் கொண்டவை.

6. சத்துருக்கள் என்றென்றைக்கும் பாழாக்கப்பட்டார்கள்; அவர்கள் பட்டணங்களை நிர்மூலமாக்கினீர்; அவர்கள் பேரும் அவர்களோடேகூட ஒழிந்துபோயிற்று.

7. கர்த்தரோ என்றென்றைக்கும் இருப்பார்; தம்முடைய சிங்காசனத்தை நியாயத்தீர்ப்புக்கு ஆயத்தம்பண்ணினார்.

8. அவர் பூச்சக்கரத்தை நீதியாய் நியாயந்தீர்த்து, சகல ஜனங்களுக்கும் செம்மையாய் நீதிசெய்வார்.

ஒரு நாள் முழு உலகமும் இல்லாமல் போய்விடும். வாழ்க்கை ஒரு விசித்திரக் கதை அல்ல. தேவன் நியாயத் தீர்ப்பு நாளுக்காக ஒரு குறிப்பிட்ட நேரத்தை உண்டாக்கி வைத்திருக்கிறார். மனிதர்களின் பெரும்பாலான இலட்சிய சாதனைகள் அவர்கள் உயிர் விட்டவுடன் விரைவில் மறந்துவிடும். அவை வரலாற்றுப் புத்தகங்களில் எழுதப்பட்டு அடுத்தடுத்த தலைமுறைகளுக்குக் கற்பிக்கப்படலாம். ஆனால், அவை குறுகிய காலமே நீடிக்கும். தனிப்பட்ட முறையில், இந்த வரலாற்றுக் கணக்குகள் பள்ளியில் மிகவும் சலிப்பூட்டுவதையே உணர்ந்திருக்கிறேன். அன்று படித்த வரலாற்று அறிவின் பெரும்பகுதி என் வாழ்க்கையில் பயன்படுத்தப்படவில்லை. மாறாக, 'தேவனை மதிக்காத மனிதர்களின் பயனின்மையை' இந்த வசனங்கள் முன்வைக்கும்

அதே கருத்தையே இது சுட்டிக்காட்டுகிறது. கிட்டத்தட்ட ஒவ்வொரு தேசமும் காலங்காலமாக மாறிவிட்டது. ஒரு காலத்தில் எல்லா மகிமையிலும் இருந்த நாடுகள் (பாபிலோன்), இப்போது இடிந்து விழுந்துவிட்டது. பள்ளிகள் மற்றும் கல்லூரிகளில் உள்ள கல்வித் திட்டங்கள், தேவன் தமது தெய்வீக நோக்கங்களை நிறைவேற்றுவதைக் காண மக்களின் கண்களைத் திறப்பதற்காகவே இந்த 'மனிதனின் பெரிய வெற்றிகள்' என்று அழைக்கப்படுபவற்றைக் கற்பித்து வருகின்றன. அந்த பெரிய வெற்றியாளர்கள் என்ன பெற்றார்கள்? எதுவும் இல்லை! ஆனால் இந்த மனிதர்கள் வாழ்நாள் முழுவதும் விலைமதிப்பற்ற மனித உயிர்களை விலையாகக் கொடுத்து தங்களுக்காகச் செல்வத்தையும் புகழையும் குவித்தனர்.

தேவன் நீடிய பொறுமையுள்ளவர். அவர் பொறுமையாகக் காத்திருக்கிறார், ஒவ்வொரு மனிதனும் சத்தியத்தை அறிந்து அதை ஏற்றுக்கொள்ள ஒரு வாய்ப்பை வழங்குகிறார். 'சத்தியத்தை' கேட்டிராத மனிதன் ஒருவனும் இருக்க மாட்டான். ஏனெனில் அவருடைய வார்த்தை என்னும் வசனங்கள் பூச்சக்கரத்துக் கடைசிவரைக்கும் செல்லுகிறது (சங்கீதம் 19:4). கடைக்கோடி மனிதனுக்கும் சத்தியம் என்னும் சுவிசேஷம் அறிவிக்கப்பட்டிருக்கிறது. இது ஏற்புக்கும் (வாழ்க்கைக்கு) அல்லது ஏற்றுக்கொள்ளாமைக்கும் (அழிவுக்கு) ஒரு விஷயம். பூமியில் உள்ள அனைத்து குறுகிய பார்வைகளும் தங்கள் நேரத்தையும் பலத்தையும் வீணடித்து, பெயர், புகழ் மற்றும் அதிர்ஷ்டத்தின் பின்னால் ஓடுகையில், மனந்திரும்பி அவரிடம் திரும்பும் அனைவரையும் தேவன் பொறுமையுடன் காத்திருந்து ஏற்றுக்கொள்கிறார். நிர்ணயிக்கப்பட்ட நாளிலும் நேரத்திலும், உலகம் முழுவதற்கும் சுவிசேஷம் பிரசங்கிக்கப்பட்டவுடன், அவர் வானங்களைச் சுருட்டுவார், பூமி கரைந்துபோகும். மனிதகுலத்தின் வீணான முயற்சிகள் அனைத்தும் இனி ஒருபோதும் பார்க்கப்படவோ கேட்கப்படவோ முடியாதபடிக்குக் காற்றில் மறைந்துவிடும். இந்த உலகத்தின் அவிசுவாசம் தேவனால் முன் குறிக்கப்பட்ட எந்த திட்டங்களையும் தடுக்காது. நமது பூமிக்குரிய கோப்பைகள், பதக்கங்கள் மற்றும் சான்றிதழ்கள் அனைத்தும் பயனற்றவை. பவுல் அவைகளைச் சாணம் என்று அழைத்தான்! அந்த கண்ணோட்டத்தை நாம் கொண்டிருக்க வேண்டும். தேவன் தம்முடைய பிள்ளைகளைச் செழிக்கவும், பூமிக்குரிய போட்டிகளில் வெற்றிபெறவும் செய்கிறார். இந்த பாராட்டுகள் ஒருபோதும் நாம் நின்று நம் வாழ்க்கையைக் கட்டியெழுப்புவதற்கான தளமாக இருக்கக்கூடாது.

அதற்காகத் தேவனைத் துதியுங்கள், அதை அனுபவியுங்கள், அவருடைய அழைப்பில் முன்னேறுங்கள்.

உலகத்தின் முடிவும், நியாயத்தீர்ப்பு நாளும் தவிர்க்க முடியாதவை. கர்த்தராகிய இயேசு கிறிஸ்துவை நிராகரித்த அனைத்து ஆத்துமாக்கள் உட்படச் சாத்தானும் அவனுடைய முழு சேனையும் நரகத்தில் நித்திய ஆக்கினையில் அடைக்கப்படும் ஒரு நாள் வருகிறது. ஆகையால், நம் நாசியில் சுவாசம் இருக்கும் வரை, ஒரு ஞானமான முடிவை எடுக்கவும், அவருடைய இரட்சிப்பைப் பெற்று, தேவனுடைய வார்த்தையின் சத்தியத்தின்படி வாழவும் நமக்கு இந்த நாட்கள் கிருபையாய் அருளப்பட்டிருக்கிறது.

நியாயத்தீர்ப்பைப் பற்றி நாம் பேசும்போது, அதில் பல அம்சங்கள் உள்ளன. விசுவாசிகளைப் பொறுத்தவரை, நாம் மரணத்திலிருந்து ஜீவனுக்குள் பிரவேசித்துவிடுவோம். உலகத்துடன் சேர்ந்து நாம் தண்டிக்கப்படப்போவதில்லை. மனுக்குலம் முழுவதன் சார்பாகவும் தேவன் கர்த்தராகிய இயேசுவை சிலுவையில் நியாயந்தீர்த்திருக்கிறார். அவர் நம்முடைய பாவங்களைச் சிலுவையின்மேல் சுமந்தார். இது தேவன் மக்களுக்கு நேர்மையான முறையில் நியாயத்தீர்ப்பு வழங்குவது. ஆனால் இரட்சிப்பு அதை ஏற்றுக்கொண்டவர்களின் வாழ்க்கையில் மட்டுமே கையகப்படுத்தப்படுகிறது; அது யாருக்கும் மற்றும் அனைவருக்கும் இயல்பாகவே கணக்கிடப்படுவதில்லை. மனிதனின் நற்கிரியைகள் (சுயநீதி) அல்லது மிருகங்களின் இரத்தம் (பழைய ஏற்பாட்டுப் பலிகளில் உள்ளதைப் போல) மனிதகுலத்தின் அக்கிரமங்களைக் கழுவ முடியாது. மேசியாவின் வருகையைத் தேவன் முன்னறிவித்த ஆரம்பத்திலிருந்தே இந்த நம்பிக்கையற்ற நிலைக்குச் சரியான தீர்வை அறிந்திருந்தார். சர்வவல்லமையுள்ள தேவன் நம்முடைய பாவங்களையெல்லாம் கர்த்தராகிய இயேசுவின் மாம்சத்தில் சுமத்தி, சிலுவையில் நியாயந்தீர்த்திருக்கிறார். தேவன் ஒருபோதும் பாவத்தை லகுவாக எண்ணவில்லை. சொல்லப்போனால், மனிதகுலத்தை முழுவதும் ஒடுக்கிய பாவத்தின் விளைவுகளை ஒழிக்க அவர் ஒரு வழியை உருவாக்கினார். ஆனால் அவரது பலியை (சிலுவை மரணத்தை) நம்பி ஏற்றுக்கொள்பவர்களுக்கு மட்டுமே இது பொருந்தும். அவருடைய இரட்சிப்பைப் புறக்கணித்து வேண்டுமென்றே நிராகரிப்பவர்களுக்கு, எந்த நம்பிக்கையும் இல்லை. ஒரே ஒரு **பாவத்திற்காக ஜனங்கள் அவரால் நியாயந்தீர்க்கப்படுவார்கள்: அது அவருடைய குமாரனை மறுதலித்த பாவம் (யோவான் 3:18, 16:19).**

கர்த்தராகிய இயேசு கிறிஸ்து பரிசுத்த ஆவியானவரின் ஊழியத்தைப் பற்றிய ஒரு நல்ல நுண்ணறிவை நமக்குக் கொடுத்தார். யோவான் 16:8 லிருந்து 11 வரை, சத்திய ஆவியாகிய அவர் வரும்போது, சகல சத்தியத்திற்குள்ளும் உங்களை நடத்துவார் என்று கூறப்பட்டுள்ளது. பெந்தெகொஸ்தே நாளில் அந்த பரிசுத்த சத்திய ஆவியானவர் ஊற்றப்பட்டார். அந்த நாள் முதற்கொண்டு, கர்த்தர் தாம் செய்யப்போவதாகச் சொன்னதைச் சத்திய ஆவியாகிய பரிசுத்த ஆவியானவர் செய்து வருகிறார்: பாவத்தைக்குறித்தும், நீதியைக்குறித்தும், நியாயத்தீர்ப்பைக்குறித்தும், உலகத்தைக் கண்டித்து உணர்த்துகிறார்.

✡ **பாவத்தைக்குறித்து:** இது நம்முடைய கர்த்தராகிய இயேசு கிறிஸ்துவின் விலையேறப்பெற்ற பலியை நிராகரிக்கும் பாவம். அவரை விசுவாசியாதபடியினால் வந்த பாவம். இந்த ஒரே பாவம் மட்டுமே இப்போது தேவனுக்கு முன்பாக முக்கியமானது.

✡ **நீதியை க் குறித்து:** கர்த்தராகிய இயேசு தம்முடைய நீதியை நமக்கு வழங்கியிருக்கிறார் என்பதை அவர் ஒவ்வொரு விசுவாசிக்கும் நினைவூட்டுகிறார். இது நம் ஆவியில் வாசமாயிருக்கும் நித்திய நீதி. இந்தப் புரிதலைக் குலைத்துப்போட சாத்தான் கடுமையாக முயற்சி செய்கிறான். ஆயினும்கூட, பரிசுத்த ஆவியானவர் அவனுடைய சூழ்ச்சியை முறியடித்து, சத்தியத்தைக் கொண்டு மேலும் நம்மைக் கண்டித்து உணர்த்துவார். நாம் கிறிஸ்து இயேசுவுக்குள் தேவனுடைய நீதியாயிருக்கிறோம் (2 கொரிந்தியர் 5:21).

✡ **நியாயத்தீர்ப்பைக் குறித்து:** கர்த்தராகிய இயேசு சிலுவையில் மரித்தபோது, தேவன் நம்முடைய பாவங்களை நியாயந்தீர்ப்பது மட்டுமல்லாமல், சாத்தானின் தலைவிதியை என்றென்றுமாய் முடித்துவிட்டார் என்பதை அவர் தொடர்ந்து நமக்கு நினைவூட்டுகிறார். அவனுடைய அழிவுகரமான முடிவு மற்றும் நித்திய தண்டனை ஆகியவை வலிமையாக அறிவிக்கப்பட்டுள்ளன. சிலுவையின் மூலம் தேவன் நிறைவேற்றி முடித்த செயல் மீண்டும் மீண்டும் நம் கவனத்திற்குக் கொண்டு வரப்படுகிறது. மேசியாவின் மரணம் மற்றும் உயிர்த்தெழுதல் பற்றிய அனைத்து தீர்க்கதரிசனங்களும் நிறைவேறின. அதே நேரத்தில், அந்த வித்தை அழிக்க சாத்தான் தன்னால் முடிந்த எல்லாவற்றையும் முயற்சி செய்தான், ஆனால் ஒருபோதும் வெற்றி பெறவில்லை. இறுதியாக, சிலுவையில்,

தேவனால் அறிவிக்கப்பட்டபடி, சாத்தானின் தலை நசுக்கப்பட்டு, அவனுடைய பொக்கிஷம் சூறையாடப்பட்டது. தேவனுக்கு முன்பாக விசுவாசிகளைக் குற்றஞ்சாட்டச் சாத்தானுக்கு ஒன்றும் மீதமில்லை (ரோமர் 8:32-34). இதை நாம் புரிந்து கொள்ளும்போது, அவனது ஏமாற்றுகளையும், தந்திரோபாயங்களையும் குறிப்பாக அவனது இடைவிடாத குற்றஞ்சாட்டுதலையும் எதிர்க்க அது நமக்கு அதிகாரம் அளித்திருக்கிறது.

பரிசுத்த ஆவியானவர் ஒருபோதும் ஆக்கினைக்கு உட்படுத்துவதில்லை என்பதை எப்போதும் நினைவில் கொள்ளுங்கள். நம்மைப் பரலோக ராஜ்யத்திற்கு நேராக வழி நடத்தும்படிக்கு அவர் கண்டித்து (சிட்சித்து) உணர்த்துகிறார். ஒவ்வொரு நாளும், கர்த்தர் நமக்காக தம்முடைய நீதியான நியாயத்தீர்ப்பை வழங்குகிறார். கர்த்தராகிய இயேசு நம்முடைய பிரதான ஆசாரியராகவும், அவரை நம்புகிற அனைவருக்காகவும் பிதாவினிடத்தில் பரிந்து பேசுபவராகவும் இருக்கிறார். நம்மைப் பொறுத்தவரை, அவர் நீதியின் பாதைகளையும் பாதுகாக்கிறார். தேவனுடைய பிள்ளைகளுக்கு யாரும் அநீதி இழைத்துவிட்டுத் தப்பிக்க முடியாது. அந்தக் கணக்கு அவரால் தீர்க்கப்படும். தேவனுடைய பிள்ளை தவறு செய்யும்போது, தேவன் நம்மை சிட்சிக்கிறார், பரிசுத்த ஆவியானவர் நம்மைக் கண்டித்து உணர்த்துகிறார், நாம் அவர் வழிகளில் நடக்கத் திசை திருப்பப்படுகிறோம்.

தேவனுடைய நியாயத்தீர்ப்பு தன் சொந்த மகன் அப்சலோம் உட்பட தன் எதிரிகள் அனைவருக்கும் வழங்கப்படுவதை தாவீது கண்ணாரக் கண்டான். ஆகவே அவன் தேவனுடைய நீதியான தீர்ப்பு மற்றும் பிரதிபலனை ஒருபோதும் சந்தேகிக்கவில்லை.

9. சிறுமைப்பட்டவனுக்குக் கர்த்தர் அடைக்கலமானவர்; நெருக்கப்படுகிற காலங்களில் அவரே தஞ்சமானவர்.

10. கர்த்தாவே, உம்மைத் தேடுகிறவர்களை நீர் கைவிடுகிறதில்லை; ஆதலால், உமது நாமத்தை அறிந்தவர்கள் உம்மை நம்பியிருப்பார்கள்.

ஒடுக்குதல் என்பது சாத்தான் மற்றும் அவனைப் பின்பற்றுபவர்களின் குணம். ஒரு நபர் மற்றவர்களை ஒடுக்கும் பழக்கத்திற்குள் வரும்போது,

அவன் சாத்தானின் வலது கையாகச் செயல்படுகிறான். இந்த நடத்தையை மனிதர்களிடம் குழந்தைப் பருவத்திலிருந்தே காணலாம். சில குழந்தைகள் கொடுமைப்படுத்துபவர்களாக நடந்துகொள்கிறார்கள். சர்வவல்லமையுள்ள தேவனுடைய பிரதிநிதிகளாக நாம் இருப்பதால், அந்த தீய பழக்கத்தில் நாம் ஒருபோதும் ஈடுபடாதபடி பார்த்துக்கொள்ள வேண்டும். யாரையும் ஒடுக்க யாருக்கும் உரிமை இல்லை. துரதிர்ஷ்டவசமாக, உலகில் இன்று அது ஏராளமாக இருப்பதாகத் தெரிகிறது. உறவுகள் தொடங்கி அரசியல் வரை ஒடுக்குமுறை முக்கிய பங்கு வகிக்கிறது.

விசுவாசிகளுக்கு நற்செய்தி என்னவென்றால், சிறுமைப்பட்டவனுக்குக் கர்த்தர் அடைக்கலமானவர் என்பதே. நீங்கள் உடலாலும், உள்ளத்தாலும் ஒடுக்கப்படுகிறீர்களா? கர்த்தராகிய இயேசுவிடம் வாருங்கள்! அவருக்குச் செவிகொடுத்துக் கீழ்ப்படியுங்கள். அவர் தம்முடைய சத்தியத்தை உங்களுக்கு வெளிப்படுத்தி நிச்சயமாக உங்களை ஒடுக்குமுறைக்கு நீங்கலாக்கி விடுவிப்பார். அடக்குமுறை என்பது ஒருபோதும் தேவனுடைய பண்பு அல்ல. உண்மையில், இது நூறு சதவீதம் சாத்தானுடையது, அதை எதிர்க்கவும் போராட தேவன் நமக்கு எல்லா உரிமையையும் கொடுத்துள்ளார். ஏசாயா 54:14-ல் அவர் இதை வாக்களித்துள்ளார். மேலும் "நம்மைப் பயத்திலிருந்து விடுவிப்பதன்" மூலம் அவர் நம்மிடம் அதைச் செயல்படுத்துகிறார் - மனுஷனுக்குப் பயப்படும் பயம்! பிந்தையவர் முந்தையவருக்கு பயந்தால் மட்டுமே ஒருவர் மற்றொருவரை ஒடுக்க முடியும். அவருடைய வார்த்தையின் சத்தியம் நம்மை விடுவிப்பது மட்டுமல்லாமல், ஒடுக்குமுறையை எதிர்க்கவும் நமக்கு உதவும். எஸ்தர் புத்தகத்திலிருந்து ஒரு வல்லமையுள்ள உதாரணத்துடன் இதை விளக்குகிறேன்.

எஸ்தரின் வரலாறு பெரும்பாலான கிறிஸ்தவர்களுக்கு நன்கு தெரியும். அறியாதவர்கள் மேலும் படிப்பதற்கு முன் ஒருமுறை புத்தகத்தைப் படிக்கலாம். பெர்சியாவின் ராஜ்யம் முழுவதும் யூத இனத்தை அழிக்க ஆமான் செய்த சதித்திட்டம் ராணி எஸ்தரால் அம்பலப்படுத்தப்பட்ட பிறகு, ராஜா மொர்தெகாய்க்காக அவன் கட்டிய தூக்கு மேடையில் ஆமானை தூக்கிலிட உத்தரவிட்டான். இருப்பினும், ராஜாவால் (ஆமானின் வஞ்சக செல்வாக்கின் கீழ்) கையெழுத்திடப்பட்ட ஆணை மேதியர்கள் மற்றும் பெர்சியர்களின் சட்டத்தின்படி ரத்து செய்ய முடியவில்லை. ஆனால் கர்த்தர் மொர்தெகாயை உயர்த்தினார். ஆமான் இறந்த பிறகு, ராஜா தனது முத்திரை மோதிரத்தை

மொர்தெகாய்க்கு அணிவித்தான். மொர்தெகாய் தேவபயமுள்ளவனாகவும், ஞானமுள்ளவனாகவும், மனுஷருக்குப் பயப்படாதவனாகவும் இருந்தான். ஏற்கனவே இயற்றப்பட்டிருந்த ஆமானின் இரக்கமற்ற ஆணையிலிருந்து தனது யூத ஜனங்களைக் காப்பாற்ற ஒரு சட்டத்தை இயற்றுமாறு மொர்தெகாய்க்கு அறிவுறுத்தப்பட்ட போது, அந்தந்தப் பட்டணத்திலிருக்கிற யூதர் ஒன்றாய்ச் சேர்ந்து, தங்கள் பிராணனைக் காப்பாற்றவும், தங்களை விரோதிக்கும் சத்துருக்களாகிய ஜனத்தாரும், தேசத்தாருமான எல்லாரையும், அவர்கள் குழந்தைகளையும், ஸ்திரீகளையும் அழித்துக் கொன்று நிர்மூலமாக்கவும், அவர்கள் உடைமைகளைக் கொள்ளையிடவும், ராஜா யூதருக்குக் கட்டளையிட்டாரென்று ஒரு சட்டத்தை எழுதினான் (எஸ்தர் 8:10-11). யூதர்களை அழிக்க ஆமான் முன்பு நியமித்த நாளில் (ஆதார் மாதத்தின் 13 ஆம் நாள்), யூதர்களின் எதிரிகள் அவர்களை வென்றுவிடலாம் என்று நம்பினர். ஆனால் அதற்கு நேர்மாறாக நடந்தது. யூதர்களே அவர்கள் எதிரிகளை முறியடித்தனர். யூதர்கள் அவர்கள் மீது முதலில் குற்றம் சாட்டவில்லை. அவர்கள் தாக்கப்பட்டபோது வெறுமனே தங்களைத் **தற்காத்துக் கொண்டனர்.** யூதர்களின் எதிரிகளில் எழுபத்தாராயிரம் பேர், இரண்டு நாட்களில் கொல்லப்பட்டனர் (எஸ்தர் 9). மொர்தெகாய் இயற்றிய சட்டத்திற்குப் பயந்து, அப்பகுதியிலிருந்த ஏராளமான புறதேசத்தார் யூத மதத்திற்கு மாறினார்கள்! இப்போது புரிகிறதா, பயமின்றி இருப்பதன் மூலமும், தேவன் நமக்குக் கொடுத்த அதிகாரத்தைச் சரியாகப் பயன்படுத்துவதன் மூலமும், நாம் ஒடுக்குமுறையை வெல்ல முடியும் என்று? இன்று எந்த காரணத்திற்காகவும் நீங்கள் யாராவது அல்லது எதற்காவது ஒடுக்கப்பட்டிருந்தால், தேவனுடைய வார்த்தைக்குச் செல்லுங்கள்! உங்கள் பிரச்சினைக்குத் தீர்வு அங்கேயே உள்ளது! அதை எதிர்த்துப் போராட, கர்த்தர் தம்முடைய ஞானத்தினால் ஜெயிக்க உங்களுக்கு உதவுவார்.

திருமணத்தில் இந்த வகையான ஒடுக்குமுறை பரவலாக உள்ள இந்தியாவிலும் மற்ற நாடுகளிலும் தேவனுடைய குமாரத்திகளின் நன்மைக்காக மிக முக்கியமான ஒன்றை இங்கே சொல்ல வேண்டும். இந்தியத் திருமண கலாச்சாரம், அடக்குமுறை மற்றும் சார்புடையது. துரதிர்ஷ்டவசமாக, பெரும்பாலான இந்தியக் கிறிஸ்தவர்கள் (மணமகனின் பக்கம்) இதை முழு மனதுடன் ஆதரிக்கிறார்கள். மேலும், திருமணம் பற்றிய தேவனுடைய கட்டளையை எப்போதும் புறக்கணிக்கிறார்கள். ஒன்று அல்லது இரண்டு

போதகர்கள் மட்டுமே இதைப் பிரசங்கிப்பதை நான் கேட்டிருக்கிறேன். ஏனென்றால் மற்றவர்கள் எங்கே கூட்டம் குறைந்து விடுமோ என்று பயந்து அஞ்சுகிறார்கள். ஆனால் திருமணப் பந்தத்தை முறித்துக்கொண்ட தம்பதிகளின் வாழ்க்கையில் இது எவ்வளவு பெரிய விளைவை ஏற்படுத்தும்!

ஆதியாகமம் 2:24 தெளிவாகக் கூறுகிறது, 'இதினிமித்தம் புருஷன் தன் தகப்பனையும் தன் தாயையும் விட்டு, தன் மனைவியோடே இசைந்திருப்பான்; அவர்கள் ஒரே மாம்சமாயிருப்பார்கள்' என்று. இது திருமணம் சம்பந்தமாகத் தேவன் ஸ்தாபித்த சட்டம். இன்று மக்கள் அதைப் பழைய ஏற்பாட்டுச் சட்டம் என்று புறக்கணிப்பார்கள் என்பதை அறிந்த கர்த்தராகிய இயேசு, புதிய உடன்படிக்கை மக்களுக்காக மத்தேயு 19:4 லிருந்து 6 வரை அதை மீண்டும் உறுதிப்படுத்தினார். இருப்பினும், இது 'கலாச்சாரம் மற்றும் பாரம்பரியம்' என்ற பெயரில் இங்கே வசதியாக மாற்றப்பட்டுள்ளது. இதன் காரணமாக இந்தியாவில் உள்ள பெண்கள் அதிக ஒடுக்குதலை அனுபவித்துள்ளனர். இதன் பொருள் நிச்சயமாக மணமகன் தனது பெற்றோர்களைக் கைவிட்டு அவர்களைப் பராமரிக்க கூடாது என்பதல்ல. மாறாக, அவர் தனது பெற்றோர்களிடமிருந்து மனரீதியாக விலகிச் சென்று தனது மனைவியுடன் ஒரு குடும்பத்தை உருவாக்க வேண்டும். அவளுக்கு முதலிடம் கொடுக்க வேண்டும் மற்றும் புதிய குடும்பத்தைப் பற்றிய ஒவ்வொரு முடிவிலும் அவளை ஈடுபடுத்த வேண்டும். வேறுவிதமாகக் கூறினால், இது பெரும்பாலான இந்திய மணமகன்கள் மற்றும் அவர்களது குடும்பத்தினர் இன்று ஈடுபடும் ஒவ்வொரு அநீதியையும் முழுமையாக மாற்றுகிறது. தேவ பயம் இல்லாததால், அவர்கள் இந்த கட்டளையை மணமகளின் குடும்பத்திற்கு மாற்றுகிறார்கள். தேவனுடைய கட்டளையைப் புறக்கணித்து, அதையே தலைகீழாக மாற்றி, தங்கள் மாம்சத்தை திருப்திப்படுத்திக்கொள்ள, அவர்கள் புறஜாதி கலாச்சாரத்தைத் தழுவுவதில் மிகவும் மகிழ்ச்சியடைகிறார்கள். இது மணமகள் மற்றும் அவளுடைய குடும்பத்தினர் மீது பொறுப்பற்ற விதிகள் மற்றும் விதிமுறைகளால் கனமான, அர்த்தமற்ற சுமைகளைச் சுமத்துகிறது. தேவனுடைய சட்டத்தை மாற்ற அவர்களுக்கு யார் அனுமதி கொடுத்தார்கள் என்று கிறிஸ்தவ ஆண்களிடம் நான் கேட்கலாமா? கர்த்தர் கொடுத்த இந்த எளிய கட்டளைக்குக் கீழ்ப்படியாததால் தான் பெரும்பாலான திருமணங்கள் முறிந்து போகின்றன. ஏன் என்று பலர் ஆச்சரியப்படுகிறார்கள்! நீங்கள் அவர்களிடம் சொன்னாலும், பலர் அதைச் சரி செய்ய விரும்புவது இல்லை.

நம் குழந்தைகள் (சிறுமிகள் அல்லது சிறுவர்கள்) தேவன் நமக்குக் வெகுமதியாக கொடுக்கப்பட்டவர்கள். நாம் அவர்களுக்கு உரிமையாளர்கள் அல்ல; தேவன் தான்! தேவனை அறிந்துகொள்ளவும், அவரது பாதையில் பொறுப்புடன் நடக்கவும் நாம் அவர்களுக்கு கற்றுக் கொடுத்து அவர்களை வளர்க்க வேண்டும் என்று அவர் எதிர்பார்க்கிறார். ஒவ்வொரு பெற்றோரும் (குறிப்பாக இந்தியர்கள்) இதை மிகவும் தெளிவாகப் புரிந்து கொள்ள வேண்டும். நம் குழந்தைகள் அவர்களின் சொந்த குடும்பங்களைத் தொடங்கும் நேரம் வரும்போது, நாமும் 'அவர்களை விட்டுவிடுவது' நல்லது. தேவனுடைய கட்டளைக்குக் கீழ்ப்படியும்போது, இரு தரப்பினரும் மகிழ்ச்சியாகவும் ஆசீர்வதிக்கப்பட்டவர்களாகவும் இருப்பதை அவர் உறுதி செய்வார்! இந்த காரியத்தில் என்னால் யாருக்கு வேண்டுமானாலும் சவால் விட முடியும்! பலமுறை, அவர் நம் பிள்ளைகளைப் பயன்படுத்தியும் கூட அவ்வாறு செய்யலாம். ஆனால் அவர்களை மட்டுமே அவர் பயன்படுத்துவார் என்பது அல்ல. ஏசாயா 46:4-ல் தேவன் நமக்கு வாக்குத்தத்தம் பண்ணியிருக்கிறார், "உங்கள் முதிர்வயதுவரைக்கும் நான் அப்படிச் செய்வேன்; நரைவயதுமட்டும் நான் உங்களைத் தாங்குவேன்; நான் அப்படிச் செய்து வந்தேன்; இனிமேலும் நான் ஏந்துவேன், நான் சுமப்பேன், தப்புவிப்பேன்". தேவனை விட நம்முடைய பாதுகாப்பை நம் பிள்ளைகளில் வைக்கும்போது, நம்மையும் நம் பிள்ளைகளையும் அதிக மனவேதனைக்குள்ளாக்குகிறோம். நமக்குள் இருக்கும் மொர்தெகாய் விழித்தெழ வேண்டும். தேவன் தம்முடைய குமாரத்திகளை நேசிக்கிறார், அவர்களை அநியாயப்படுத்த எவருக்கும் அதிகாரம் இல்லை. குமாரத்திகளே! நீங்கள் அவருடைய பிள்ளைகள் என்பதையும், அவர் உங்களுக்குக் கொடுத்த அதிகாரம் என்பதையும் உணர்ந்திருக்கிறீர்களா? திருமணத்திற்கான விதிமுறைகளைப் பற்றிய அவரது வார்த்தை தெளிவாக உள்ளது! நீங்கள் பயமின்றி அதன் மீது நின்று உங்களைத் தற்காத்துக் கொள்வீர்களா? நீங்கள் அந்த அதிகாரத்தைத் தேவன் சொல்வதற்கு மாறாக எதையாவது குறிக்கத் தவறாகப் பயன்படுத்தாத வரை, பரலோகம் முழுவதும் உங்களை ஆதரிக்கும் என்று நான் உறுதியளிக்கிறேன்! இந்த வகையான ஒடுக்குதல் பரவலாக இருக்கும் என்பதைத் தேவன் முன்னறிந்தது, இந்தச் கட்டளையைப் பரிசுத்த வேதாகமத்தின் முதல் புத்தகத்தில் பொறித்ததும், அவருடைய குமாரன் பூமியில் நடந்தபோது அதை உறுதிப்படுத்துவதற்கும் காரணமாக இருந்தது. பெற்றோர்களே! அதைச் சாதாரணமாக எடுத்துக் கொள்ளாதீர்கள். தேவன் பார்த்துக் கொண்டிருக்கிறார்!

கர்த்தராகிய இயேசு சிலுவையில் மரித்து, தேவனுடைய பிள்ளைகளை ஒடுக்கும் சட்டப்பூர்வ உரிமையை இழந்தபோது ஒடுக்குமுறையின் எஜமானாகிய சாத்தான் தோற்கடிக்கப்பட்டான். தேவனுடைய வார்த்தையை நாம் நூறு சதவீதம் அறிந்து கொண்டால், இந்த வாக்குத்தத்தம் மிகுந்த நிம்மதியையும், மிகுந்த நம்பிக்கையையும் நமக்குத் தரும். தேவன் நம்மைத் தமக்குக் கீழ் பாதுகாக்கிறார் என்பதை நாம் அறிந்தால், இராஜ்யத்திற்காக பெரிய செயல்களைச் செய்ய நாம் துணியலாம். நாம் பயமற்றவர்களாக இருப்பதால், எதுவும் அல்லது யாராலும் நம்மைத் தடுக்க முடியாது.

தேவன் தம்மை ஏற்றுக்கொள்ளும் ஒவ்வொருவரையும் நன்கறிந்திருக்கிறார். இவர்கள் 'அழைக்கப்பட்டவர்கள்' அல்லது 'தேர்ந்தெடுக்கப்பட்டவர்கள்'. தேர்ந்தெடுக்கப்பட்டவர்கள் உண்மையில் அவரை ஏற்றுக்கொள்வதற்கு முன்பே கூட, ஒரு நாள் நாம் அவரை ஏற்றுக்கொள்வோம் என்பதை அறிந்து, தேவன் நம்மிடம் நெருக்கமாக இருக்கிறார். அவருடைய பிரசன்னம் எப்போதும் நம்மோடு இருப்பதே அவருடைய அழகுக்கு எடுத்துக்காட்டு. அவர் ஒருபோதும் நம்மை விட்டு விலகுவதில்லை அல்லது நம்மை கைவிடுவதில்லை. நறுங்குண்டதும், நொங்குண்டதும், ஒடுக்கப்பட்டதும், மனச்சோர்வடைந்ததும் மற்றும் விரக்தியான இருதயம் எப்போதும் அவரது கிருபையை ஈர்க்கிறது. அவர் எப்பொழுதும் இந்த ஆத்துமாக்களுடன் மிக நெருக்கமாக இருக்கிறார், அவர்களை விரைவாக விடுவிக்க விரும்புகிறார். ஆனால் இந்த உண்மை சில நேரங்களில் உணர்வுகளால் மறைக்கப்படுகிறது, அவை நமது ஐம்புலன்களிலிருந்து எழுகின்றன. மேலும் சாத்தான் நமது காதுகளில் தனது வஞ்சகமான துயர ராகங்களை இசைக்கிறான்.

போராட்டம் எப்போதும் நம் மனதில் தான் நடக்கிறது. கர்த்தர் தம்முடைய நாமத்திற்கு மேலாக தம்முடைய வார்த்தையை உயர்த்தியிருக்கிறார்! தேவனுடைய வார்த்தையில் அவர் சொன்ன எல்லாவற்றையும் அவர் எவ்வளவு தீவிரமாகக் கருதுகிறார். தேவபக்தியைப் பயன்படுத்துவது முக்கியம். எல்லாவற்றையும் விட அவருடைய வார்த்தையை நம்புவதற்கு நாம் தினமும் உழைக்க வேண்டும். உபவாசம் இதற்குப் பெரிதும் உதவுகிறது. உபவாசம் நமது ஐம்புலன்களிலிருந்து வரும் புலன் உள்ளீட்டை மறுக்கவும், தேவனை அதிகமாக நம்பவும் உதவுகிறது. உணவு, நெட்ஃபிக்ஸ், ஹாட்ஸ்டார், வதந்திகள், முட்டாள்தனமான பேச்சு, நண்பர்களுடன் விருந்துகள், விளையாட்டுகளைப் பார்ப்பது, ஷாப்பிங் செய்வது போன்ற பல விஷயங்களிலிருந்து விலகி இன்று

நாம் உபவாசத்தை பயிற்சி செய்யலாம். நாம் ஏன் உபவாசம் இருக்கிறோம் என்றால், நாம் இந்த மற்ற எல்லாவற்றையும் செய்வதில் செலவிடும் நேரத்தை எடுத்து, எந்த இடையூறும் இல்லாமல் தேவனுடைய வார்த்தையை ஆழமாகப் படிக்கப் பயன்படுத்துவதற்காகத்தான். உபவாசம் என்பது நமது கோரிக்கைகளை ஏற்கத் தேவனுடைய கையை முறுக்குவதற்கான ஒரு வழி அல்ல. மாறாக நமது மாம்சத்தை நமக்குள் இருக்கும் அவருடைய ஆவிக்குக் கீழ்ப்படுத்துவதற்கான ஒரு முறை. நாம் உணவிலிருந்து உபவாசம் இருக்கும்போது, நமது மாம்சம் உணவுக்கும் தண்ணீருக்கும் கதறுகிறது. ஆனால் நாம் தொடர்ந்து இருக்கும்போது, நாம் நமது மாம்சத்தைக் கட்டுப்பாட்டுக்குள் கொண்டு வருகிறோம். மேலும் வார்த்தையின் சத்தியத்தை (மனிதன் அப்பத்தினாலே மாத்திரமல்ல, தேவனுடைய ஒவ்வொரு வார்த்தையினாலும் பிழைப்பான்) ஏற்றுக்கொள்ள அதன் உண்மைகளை (பசி மற்றும் தாகம்) மறுக்க உதவுகிறோம். சத்தியமும் யதார்த்தமும் எல்லா நேரத்திலும் பொருந்தாது. உதாரணமாக, ஒரு நபர் இன்று நோய்வாய்ப்பட்டிருந்தால், உண்மையில் அவர் நோய்வாய்ப்பட்டிருக்கிறார். ஆனால் சத்தியம் என்னவென்றால், "அவருடைய தழும்புகளால், அவன் குணமாக்கப்பட்டிருக்கிறான்!" இதை அடையத் தான் உபவாசம் நமக்கு உதவுகிறது. **தேவனுடைய முடிக்கப்பட்ட வேலையைப் பெறவும், ஏற்றுக்கொள்ளவும் நமக்கு உதவுகிறது. தேவனுடைய பிள்ளைகள் ஒடுக்கப்பட்ட வாழ்க்கை வாழ எந்த தேவையும் இல்லை. நாம் ஒடுக்குதலை ஏற்றுக்கொள்ளும்போது, தேவனுடைய ஆசீர்வாதங்களை இழக்கிறோம்.** மனிதகுலத்தின் வரலாற்றில், தம்மை நம்பினவர்களைத் தேவன் ஒருபோதும் கைவிட்டதில்லை.

தேவனுடன் வாழும் வாழ்க்கை தினசரி பழக்கத்திற்குரியது. நம்முடைய அன்றாட வாழ்க்கையிலிருந்து தேவனை நாம் பிரிக்க முடியாது. நாம் தேவனோடு வாழ்வதற்காகவே படைக்கப்பட்டுள்ளோம். விசுவாசிகள் ஒவ்வொரு கணமும் தேவனுடன் வாழ வேண்டும் என்று எதிர்பார்க்கப்படுகிறது. நாம் விழித்திருக்கையிலும், தூங்குகையிலும், நாம் உண்ணும்போதும், வேலை செய்யும்போதும், நாம் வெளியே போகும் போதும், வரும் போதும் அவர் நம்மோடு இருக்கிறார். நாம் அவரை அறிந்து கொள்வதிலும், அவருடனான நமது உறவை வளர்ப்பதிலும் அதிக நேரத்தையும், தரமான நேரத்தையும் செலவிடும்போது, எப்போதும் அவரை நம்புவது சிரமமின்றி ஆகிவிடும். வாழ்க்கை நம்மீது என்ன வீசினாலும், நாம் எங்கு நிற்கிறோம், யாரைப் பார்க்க வேண்டும் என்பது

நமக்குத் தெரியும். அனுபவத்தின் மூலம், கர்த்தரின் உண்மைத் தன்மையையும், அவர் நம்மைத் தாங்கும் விதத்தையும் நாம் உறுதியாக நம்புகிறோம். இது அவருடைய வார்த்தையைத் தொடர்ந்து மற்றும் அர்ப்பணிப்புடன் படிப்பதன் மூலமும், அவருடன் நடப்பதன் மூலமும் வருகிறது.

தாவீது தேவனுடைய உண்மையை மிகவும் நம்பினான், வாழ்க்கையின் ஒவ்வொரு கட்டத்திலும் அவரைத் தேடினான். தேவனுடனான நமது உறவை நடைமுறை (Practical) ரீதியாகச் சிந்தித்து, அவரைச் சேர்த்து, ஒரு குழந்தை தனது பெற்றோரைப் பிடித்துக் கொள்வது போல அவரைச் சார்ந்திருக்கும்போது, நாம் அவருடைய வழிகளைக் கற்றுக்கொள்கிறோம். ஆனால் நம்மிடம் உள்ள அறிவு அனைத்தும் வெறும் கோட்பாடாக இருந்தால் இது சாத்தியமில்லை. அறிவு நிச்சயமாக உதவுகிறது. ஆனால் ஞானம் (அறிவைப் பயன்படுத்துதல்) தான் இறுதியானது!

11. சீயோனில் வாசமாயிருக்கிற கர்த்தரைக் கீர்த்தனம்பண்ணி, அவர் செய்கைகளை ஜனங்களுக்குள்ளே அறிவியுங்கள்.

எல்லா படைப்புகளின் முதன்மையான நோக்கம் நம்முடைய சர்வவல்லமையுள்ள தேவனுடைய புகழை அறிவிப்பதாகும். ஆனால் வீழ்ச்சி காரணமாக, இது பாதிக்கப்பட்டது. இருந்தாலும், நம்முடைய தேவன் அதைக் காப்பாற்றி இந்தப் பாக்கியத்தைத் திரும்பக் கொண்டுவந்தார். நாம் தற்காலத்து சீயோனின் வாசிகள். தேவனைத் துதிப்பதும், அவருடைய கிரியைகளை எல்லா ஜனங்களுக்குள்ளும் அறிவிப்பதும் நமது சிலாக்கியமும் பாக்கியமுமாகும். நாம் அவருடன் ஒன்றாக இணைந்திருக்கும் போது இது இயல்பானதாகவும் சிரமமற்றதாகவும் மாறும். நாம் தேவனை ஸ்தோத்திரித்து, துதித்து நன்றி செலுத்தும்போது, அது நமது உள்ளார்ந்த மனிதனைக் கட்டியெழுப்பி, நம் வாழ்வில் தேவனுடைய கிரியையை உயர்த்துகிறது. உண்மையான பலம் இதிலிருந்துதான் வருகிறது. **இப்படித்தான் கர்த்தருக்குள் நம்மை நாமே உற்சாகப்படுத்திக் கொள்கிறோம்.** இதை நம் வாழ்வின் ஒரு வழக்கமான பகுதியாக மாற்றும்போது, உள்ளிருந்து வரும் மகிழ்ச்சியையும் வலிமையையும் நாம் அனுபவிக்க முடியும். அதை யாராலும் ரத்து செய்ய முடியாது. எல்லாவற்றிற்கும் மேலாக, நாம் அவருக்கு ராஜாக்களாகவும், ஆசாரியர்களாகவும் இருக்க அழைக்கப்படுகிறோம்.

நம் வாழ்வில் தேவனின் கிரியைக்குச் சாட்சியாக இருப்பதும், அவருடைய கிரியைகளை ஜனங்கள் மற்றும் தேசங்கள் மத்தியில் அறிவிப்பதும் மிகவும் அவசியம். கர்த்தராகிய இயேசு பிதாவினிடத்தில் பரமேறிய போது, அவர் நமக்கு ஒரு முக்கியமான கட்டளையைக் கொடுத்தார் - உலகமெங்கும் சென்று சர்வ சிருஷ்டிக்கும் சுவிசேஷத்தைப் பிரசங்கிக்க வேண்டும். இது அவருடைய சீடர்கள் அனைவருக்கும் கொடுக்கப்பட்ட கட்டளையாகும், இதை நாம் எந்த சாக்குப்போக்கும் இல்லாமல் செய்ய வேண்டும். அவருடைய வார்த்தையை அறிவிப்பதோடு மட்டுமின்றி, அவர் நம் வாழ்வில் எவ்வாறு செயல்பட்டார், செயல்படுகிறார் என்பதை ஒரு சாட்சியாகப் பகிர்ந்து கொள்ளலாம். அவர் நமக்குள்ளும், நம் மூலமாகவும் வாழ்வதால் மட்டுமே நாம் வாழ்க்கை வாழ முடியும் என்பதால், நாம் அனைவரும் அவருடைய நன்மைக்கும் கிருபைக்கும் வாழும் சாட்சிகளாக இருக்கிறோம். நாம் யாருக்குப் பிரசங்கிக்க வேண்டும் என்பதைத் தேர்ந்தெடுப்பது நம்மிடம் விடப்படவில்லை. நமது இலக்கு நம்மைச் சுற்றியுள்ள உலகம். மேலும், நம்மைக் கேட்பவர்கள் அனைவரின் இதயங்களிலும் அதை ஒழுங்குபடுத்தவும் செயல்படவும் நாம் தேவனுக்காகக் காத்திருக்க வேண்டும்.

வெளிப்படுத்தினவிசேஷம் 12:11 கூறுகிறது, "மரணம் நேரிடுகிறதாயிருந்தாலும் அதற்குத் தப்பும்படி தங்கள் ஜீவனையும் பாராமல், ஆட்டுக்குட்டியின் இரத்தத்தினாலும் தங்கள் சாட்சியின் வசனத்தினாலும் அவனை ஜெயித்தார்கள்" என்று. நமது சாட்சியின் வார்த்தை சாத்தானை நிராயுதபாணியாக்கி அவனை வெல்லும் வழிகளில் ஒன்றாகும். இது நாம் உலகிற்குச் சாட்சி கூறுவது எவ்வளவு முக்கியம் என்பதைக் காட்டுகிறது. இந்த சலுகையைப் பயன்படுத்துவதிலிருந்து உங்களை யாரும் ஊக்கமிழக்கச் செய்ய வேண்டாம்.

12. இரத்தப்பழிகளைக்குறித்து அவர் விசாரணை செய்யும்போது, அவைகளை நினைக்கிறார்; சிறுமைப்பட்டவர்களுடைய கூப்பிடுதலை மறவார்.

ரோமர் 12:19-ல் 'தேவன் நமக்காகப் பழிவாங்குபவர்' என்று தெளிவாகக் கூறுகிறது. பவுல் இதை உபாகமம் 32:35-லிலிருந்து மேற்கோள் காட்டுகிறான், அந்த வசனம் இப்படியாகக் கூறுகிறது, "பழிவாங்குவதும் பதிலளிப்பதும் எனக்கு உரியது" என்று.

சற்று நிறுத்திச் சிந்தித்துப் பாருங்கள். பழிவாங்குதல் மட்டுமல்ல, பதிலளிப்பதும் கூட! நமக்கு அநீதி இழைத்தவர்களின் கரங்களிலிருந்து நாம் எத்தனை முறை பழிக்குப்பழி செய்திருப்போம்? மனிதர்களின் பழிவாங்குதல்கள், தேவனின் பழிவாங்குதலை விட மிகக் குறைவு. அடுத்த முறை நீங்கள் பழிவாங்க விரும்பும்போது, தேவனிடம் செல்லுங்கள். அவன் (சாத்தான்) உங்களைக் கொள்ளையடித்த அனைத்திற்கும் அவன் உங்களுக்கு ஏழு மடங்கு திருப்பிச் செலுத்த வைப்பார். தேவனுடைய ஒவ்வொரு வார்த்தையும் சத்தியமானது. ஆனால் அது இரண்டு முறை திரும்பத் திரும்ப அறிக்கைப் பண்ணப்படுகையில், தேவன் தம்முடைய வார்த்தையையும் நமக்குக் கொடுத்த வாக்குத்தத்தங்ககளைப் பற்றியும் எவ்வளவு தீவிரமாக இருக்கிறார் என்பதை அந்த அறிக்கை குறிக்கிறது. அது நம் மனதில் உள்ள ஒவ்வொரு சந்தேகத்தையும் தீர்த்து வைக்க வேண்டும். நீதியுள்ள ஆபேலின் இரத்தத்தில் தொடங்கி, தேவன் தம்முடைய பிள்ளைகள் அனைவரின் இரத்தத்திற்கும் பழிவாங்குவார். மனந்திரும்பி தேவனிடம் திரும்புகிற ஒவ்வொருவருக்கும் மன்னிப்பு எப்போதும் கிடைக்கிறது. அவருடைய இரக்கங்களுக்கு முடிவில்லை. அவர்களுடைய செயற்பாடுகளின் விளைவுகளை அவர்கள் எதிர்கொள்வதற்கு நேர்ந்தால், தேவன் நிச்சயமாக அவர்கள் உடனே இருக்கிறார்.

கர்த்தர் தனக்காகப் பழிவாங்குபவர் என்பதை தாவீது அறிந்திருந்தான். அவன் தனது துக்கத்தையும், தான் அனுபவிக்கும் அநீதியையும் தேவன் பார்த்துக்கொள்வார் என்று மிகவும் உறுதியாக இருந்ததால் சங்கீதம் 56:8-ல் எழுதினான், "என் அலைச்சல்களைத் தேவரீர் எண்ணியிருக்கிறீர்; என் கண்ணீரை உம்முடைய துருத்தியில் வையும்; அவைகள் உம்முடைய கணக்கில் அல்லவோ இருக்கிறது?" என்று. எந்த அளவிற்குத் தேவன் தனக்காக நிற்கிறார் என்பதை அவன் இவ்வாறு கண்டான். கர்த்தர் நமது கண்ணீரை மட்டுமே துருத்தியில் வைக்கவில்லை, நமது தலையிலுள்ள மயிரெல்லாம் எண்ணப்பட்டிருக்கிறது (லூக்கா 12:7)! கண்ணீரையும் சேகரித்து நம் தலைமுடியையும் எண்ணியிருக்கிறார்! தேவன் நம்மீது வைத்துள்ள அன்பை நீங்கள் நம்ப இன்னும் என்ன சொல்ல வேண்டும்? நம் பெற்றோர்கள் கூட அப்படிச் செய்ய மாட்டார்களே!

நம் ஆண்டவர் நம் மீதும், நம்மைப் பற்றிய அனைத்தையும் குறித்தும் மிகவும் **அக்கறை கொண்டவர்**. இந்த சத்தியத்தில் நாம் நிலைபெற்று, சரியான கண்ணோட்டத்தைக் கொண்டிருக்கும்போது, வாழ்க்கை எவ்வளவு அழகானது

என்பதை நாம் காணலாம். கிட்டத்தட்ட ஒவ்வொரு மனிதர்களும் தங்கள் தலைமுடியைப் பற்றிக் கவலைப்படுகிறார்கள். எல்லாவற்றிற்கும் மேலாக, இது நமது வெளிப்புற தோற்றத்தைப் பாதிக்கிறது. ஒவ்வொரு முறையும் நான் என் தலைமுடியைச் சீவும்போது, ஒரு குறிப்பிட்ட அளவு முடி உதிர்கிறது. குடும்ப உறுப்பினர்கள் இதைப் பற்றி முணுமுணுப்பதை நான் அடிக்கடி கேட்டிருக்கிறேன். ஆனால் அது ஒருபோதும் என் புகாராக இருந்ததில்லை. ஏனென்றால் தூரிகையில் என் தலைமுடியைப் பார்க்கும்போது, கர்த்தராகிய இயேசு பேசிய வார்த்தை என் இருதயத்தில் எதிரொலித்து என் வாயிலிருந்து அறிக்கையாக வருகிறது - ஆம் என் தலையிலுள்ள மயிரெல்லாம் எண்ணப்பட்டிருக்கிறது! அது ஒருபோதும் என்னை மனச்சோர்வுடைய செய்ததில்லை, என்னைத் தடுத்ததில்லை, அல்லது எனக்குத் தூக்கமில்லாத இரவுகளைக் கொடுத்ததில்லை. உதிரும் ஒவ்வொரு முடிக்கும் பதிலாக அவர் என் உச்சந்தலையை இரண்டு புதிய முடிகளால் மீட்டெடுக்கிறார் என்று நான் நம்புகிறேன்! சிலர் "என் உச்சந்தலையில் அதிக முடி இருக்க விரும்புகிறேன்" என்று கூறுகிறார்கள். நான் உங்களைக் கேட்கிறேன், "இந்த வேண்டுகோளைத் தேவனுக்கு முன்பாக வைப்பதிலிருந்தும், அதற்குப் பதிலளிக்கப்படுவதற்காக அவரை நம்புவதிலிருந்தும் உங்களைத் தடுப்பது எது?" உங்கள் வார்த்தைகளில் வல்லமை உள்ளது; அதைப் பயன்படுத்துங்கள்! முடி உதிர்தலை ஒப்புக்கொள்வதற்குப் பதிலாக, "அவர் என் உச்சந்தலையை மீட்டெடுக்கிறார்!" என்று ஒப்புக்கொள்ளுங்கள்!

தேவனுடைய பிள்ளைகள் அவருக்கு மிகவும் விலையேறப்பெற்றவர்கள். சிறியதோ பெரியதோ அவர்களின் துயரத்தை அவர் ஒருபோதும் தள்ளுபடி செய்வதில்லை. அவர் நம்மை நேசிப்பதால் ஒவ்வொரு சிறிய விவரமும் அவரால் பதிவு செய்யப்படுகிறது. கர்த்தராகிய இயேசு, தீர்க்கதரிசிகள், கர்த்தருடைய சீஷர்கள் (அப்போஸ்தலர்கள் மற்றும் ஸ்தேவான் போன்ற மற்றவர்கள்) ஆகியோரின் வாழ்க்கையை நாம் படிக்கும்போது, தேவன் சொல்வதை நிறைவேற்றுவதில் எவ்வளவு தீவிரமாக இருக்கிறார் என்பதை நாம் காணலாம். குறிப்பாக இரத்த சாட்சியாக மரித்தவர்கள் தேவன் மீது அதிக அளவிலான விசுவாசத்தையும், நம்பிக்கையையும் நமக்குக் காட்டுகிறார்கள், கற்பிக்கிறார்கள். மரணம் மற்றும் ஜீவன் பற்றிய அவர்களின் முன்னோக்கு நமக்கு இருக்க வேண்டிய ஒன்று. அந்த அளவுக்குத் தேவனை நம்பியிருந்த ஜனங்கள் பெரிய பலன்களைப் பெற்றார்கள்.

கர்த்தராகிய இயேசு உயிர்த்தெழுந்த பிறகு பிதாவினிடத்தில் ஏறிப்போனபோது, தேவன் அவரை அவருடைய வலது பாரிசத்தில் 'உட்கார வைத்தார்'. ஸ்தேவான் இரத்தம் சிந்தித்தபோது, வானம் திறந்திருப்பதையும், கர்த்தராகிய இயேசு தேவனுடைய வலது பாரிசத்தில் 'நிற்பதையும்' கண்டான்! நீங்கள் ஒரு அறைக்குள் நுழையும்போது மக்கள் எழுந்து நிற்கிறார்கள் என்றால் என்ன அர்த்தம் என்று உங்களுக்குத் தெரியுமா? அது கௌரவமும், மரியாதையும் தான்! அதைத்தான் கர்த்தர் ஸ்தேவானுக்குச் செய்தார். சீக்கிரத்தில் நித்தியத்திற்குள் பிரவேசிக்கப்போகிற தம்முடைய பிள்ளையை வரவேற்க கர்த்தராகிய இயேசு எழுந்து நின்றார். ஸ்தேவானைக் கல்லெறிந்தவர்களின் உடைகளைக் காவல் காத்து நின்ற அந்த ஒரு மனிதனுக்கு என்ன நடந்தது தெரியுமா? தேவன் அவனுடைய உலகத்தை தலைகீழாக மாற்றி, இன்று நமக்கு அறிவின் முக்கிய ஆதாரமாக இருக்கும் புதிய உடன்படிக்கையின் அற்புதமான வெளிப்பாட்டை அவனுக்கு வழங்கினார். அவனைப் **புறஜாதிகளுக்கு 'அப்போஸ்தலனாக'** நியமித்தார். மேலும் புதிய ஏற்பாட்டின் பாதிக்கும் மேற்பட்ட புத்தகங்களை எழுத வைத்தார். ஆம், அவன்தான் அப்போஸ்தலனாகிய பவுல்!

பெரும்பாலும், பழிவாங்குவதும் பழி தீர்ப்பதும் நமக்கு அநீதி இழைக்கும் அனைவரின் மரணமோ அழிவோ அல்ல. இது பல முறை நடந்திருந்தாலும், இந்த வார்த்தை இந்த பழிவாங்கலின் மற்றொரு அம்சத்தை நமக்குக் காட்டுகிறது. பவுலுடன் இருந்ததைப் போலவே, தேவனுடைய நோக்கங்களின் இறுதி மேன்மையை ஏற்படுத்தும் மனமாற்றமாகவும் அது இருக்கலாம். ஒரு ஆத்துமா கூட அழிந்து போக வேண்டும் என்பது தேவனுடைய சித்தம் அல்ல. அழிந்துபோகிறவர்கள் கர்த்தராகிய இயேசு கிறிஸ்துவின் மூலம் கொடுக்கப்பட்ட இரட்சிப்பை நிராகரித்ததால் அதை தங்களுக்குள் கொண்டு வந்தார்கள். நமது எதிரிகள் பசியோடு இருக்கும்போது அவர்களுக்கு உணவளிக்கவும், அவர்கள் தாகமாக இருக்கும்போது அவர்கள் தாக்கத்தைத் தீர்க்கவும், நம்மைச் சபிக்கிறவர்களுக்காக ஜெபிக்கவும், அவர்களை ஆசீர்வதிக்கவும் கர்த்தர் நமக்குக் கட்டளையிட்டுள்ளார். ஏன் தெரியுமா? இது அனைத்தும் ஆபிரகாமின் சந்ததியினராக (வாக்குத்தத்தத்தின் பிள்ளைகளாக) நாம் சுதந்தரித்த ஆசீர்வாதத்துடன் தொடங்குகிறது: "உன்னை ஆசீர்வதிக்கிறவர்களை ஆசீர்வதிப்பேன், உன்னைச் சபிக்கிறவனைச் சபிப்பேன". நம்மை (காரணமின்றி) சபிக்கிற எவரும் இந்த ஆசீர்வாதத்தின் காரணமாக இயல்பாகவே சபிக்கப்படுகிறார்கள். ஆனால் அத்தகையவர்களுக்காக நாம் ஜெபித்து அவர்களை ஆசீர்வதிக்கும்போது அவர்களுக்கு நம்பிக்கை

இருக்கிறது. அவர்கள் தங்கள் பொல்லாத வழிகளிலிருந்து விலகிச் செல்லக்கூடும். நீதிமொழிகள் 16:7 கூறுகிறது, "ஒருவனுடைய வழிகள் கர்த்தருக்குப் பிரியமாயிருந்தால், அவனுடைய சத்துருக்களும் அவனோடே சமாதானமாகும்படி செய்வார்" என்று. கர்த்தர் கிரியை செய்கிற முறையை நாம் ஆராய்ந்து அறிவது மிகவும் முக்கியம். அவரது திட்டங்களும் நோக்கங்களும் எப்போதும் சிறந்தவை. நம்முடைய எதிரிகளை எப்படிச் சமாளிக்க வேண்டும் என்பது அவருக்குத் தெரியும். ஒவ்வொரு நாளையும் பலனளிக்கும் வகையில் வாழ ஞானத்தையும் விவேகத்தையும் நாம் அவரிடம் கேட்க வேண்டும்.

அப்போஸ்தலர் நடபடிகள் 3:26 கூறுகிறது, அவர் உங்களெல்லாரையும் உங்கள் பொல்லாங்குகளிலிருந்து விலக்கி, உங்களை ஆசீர்வதிக்கும்படி தேவன் தம்முடைய பிள்ளையாகிய இயேசுவை எழுப்பி, முதலாவது உங்களிடத்திற்கே அவரை அனுப்பினார் என்று. "தேவனுடைய ஆசீர்வாதத்தின்" ஒரு அம்சம் நம்முடைய பாவங்களிலிருந்து நம்மைத் திருப்புவதாகும் என்பதை அறிந்திருப்பது. நம்முடைய எதிரிகளை நாம் ஆசீர்வதிப்பதற்கு நம்மை ஊக்குவித்து அதை எளிதாக்குவதும் ஆகும். நம்முடைய மனதைப் புதுப்பிக்கத் தேவனுடைய வார்த்தை நமக்கு உதவுகிறது. ஆசீர்வதிக்கும் இந்த கருத்தைப் பற்றி நாம் ஒருபோதும் சிந்தித்திருக்க மாட்டோம், இல்லையா? இப்போது நீங்கள் அறிந்திருக்கிறீர்கள், உங்கள் எதிரிகளை ஆசீர்வதியுங்கள்! உண்மையில், நீங்கள் தேவன் வேலை செய்வதற்கும் அவர்களின் வாழ்க்கையில் விஷயங்களைச் சரிசெய்வதற்கும் ஒரு கதவைத் திறக்கிறீர்கள். மற்றதை அவரிடமே விட்டுவிடுங்கள். அவர் செயல்களில் அதிசயமானவர்.

13. மரணவாசல்களிலிருந்து என்னைத் தூக்கிவிடுகிற கர்த்தாவே, நான் உம்முடைய துதிகளையெல்லாம் சீயோன் குமாரத்தியின் வாசல்களில் விவரித்து, உம்முடைய இரட்சிப்பினால் களிகூரும்படிக்கு,

14. தேவரீர் எனக்கு இரங்கி, என்னைப் பகைக்கிறவர்களால் எனக்கு வரும் துன்பத்தை நோக்கிப்பாரும்.

2 தீமோத்தேயு 3:12 கூறுகிறது, "அன்றியும் கிறிஸ்து இயேசுவுக்குள் தேவபக்தியாய் நடக்க மனதாயிருக்கிற யாவரும் துன்பப்படுவார்கள்" என்று. இது ஆதிமுதல் எல்லா பரிசுத்தவான்களுக்கும் பொருந்தும். நம்மை

வெறுப்பவர்களிடமிருந்தே தொல்லைகள் வரும் என்பது உண்மைதான். கர்த்தர் பூமியில் வாழ்ந்த நாட்களில் சோதனைகளும், துன்புறுத்தல்களும் அவருடைய வாழ்க்கையின் ஒரு பகுதியாக இருந்தன. தம்மைப் பின்பற்றுபவர்களுக்கும் விசுவாசத்தைச் சோதிக்கும் அதே சவால்களை எதிர்கொள்ளுவார்கள் என்றும் அவர் கூறினார். இருப்பினும், சிலுவை மரணத்தை அவரால் மட்டுமே கையாள முடியும். மனிதகுலத்தின் பாவங்களுக்காக நாம் மரிக்க அழைக்கப்படவில்லை. ஆனால் நம்முடைய சிலுவையைச் சுமந்து அவரைப் பின்பற்றும்படி நாம் கட்டளையிடப்பட்டுள்ளோம்.

நாம் சுமக்க வேண்டிய இந்தச் சிலுவை என்ன? இந்த தலைப்பில் ஒரு சிறிய நுண்ணறிவைப் பெறுவோம். இன்று, பெரும்பாலான விசுவாசிகள் இந்த விஷயத்தில் ஒரு காலத்தில் நான் இருந்ததைப் போலவே குழப்பத்தில் உள்ளனர். நோய், பற்றாக்குறை, வறுமை, தேவை, இழப்பு போன்றவை இன்று பெரும்பாலானவர்களால் சோதனைகள் மற்றும் துன்புறுத்தல்களின் பட்டியலில் சேர்க்கப்பட்டுள்ளன. மேலும், சிக்கலான உறவுகளை (குறிப்பாக வாழ்க்கைத் துணைகளை) நாம் சுமக்க வேண்டிய சிலுவை என்று மக்கள் அழைப்பதை நான் கேள்விப்பட்டிருக்கிறேன்! இதைப் பற்றிய புரிதல் நமக்குத் தெளிவாகக் கிடைக்காவிட்டால், நாம் வாழ்க்கையில் பெரும் இழப்பைச் சந்திக்க நேரிடும். சந்தேகத்தைத் தீர்க்க, வார்த்தை நம்மை வழிநடத்த அனுமதிக்க வேண்டும்.

முதன்மையான காரியம் 'சிலுவை'யைப் பார்த்து, கர்த்தராகிய இயேசு நமக்கு என்ன கிரயம் கொடுத்தார், நமக்கு என்ன வழங்கினார் என்பதைக் கண்டுபிடிப்பதாகும். மேலும், தேவனிடத்திலிருந்து எது வருகிறது, பிசாசிலிருந்து எது வருகிறது என்பதைப் பற்றி யோவான் 10:10-ல் மிகத் தெளிவாக நமக்குச் சொன்னான் - திருடன் திருடவும் கொல்லவும் அழிக்கவும் வருகிறானேயன்றி வேறொன்றுக்கும் வரான்; ஆனால் கர்த்தராகிய இயேசு நமக்கு ஜீவனைக் கொடுக்கவும், அது பரிபூரணப் படவும் வந்தார். யோவான் 10:10-ஐ அலசி ஆராய்ந்துப் பார்த்தால் நாம் எதிர்கொள்ளும் விஷயங்களை வடிகட்டினால், வித்தியாசம் மிகவும் தெளிவாகத் தெரியும். சிலருக்குச் சகிப்புத்தன்மை தேவை, மற்றவர்களுக்குச் செயலில் எதிர்ப்பு தன்மை தேவை. சிலுவை என்பது ஆண்டவர் இயேசுவைக் குறித்த தேவனுடைய இறுதி விருப்பம். நம்முடைய சிலுவை என்ன என்பதை நாம் பகுத்தறிய வேண்டும்.

நோய் மற்றும் வியாதி பற்றிய சத்தியம்:

நோய் மற்றும் வியாதிகள் வீழ்ச்சியின் விளைவாக உலகிற்குள் நுழைந்தன. இது மரணத்திற்கு இணையானது மற்றும் இது ஒருபோதும் தேவனுடைய பரிபூரண சித்தத்தில் இல்லவே இல்லை. கர்த்தராகிய இயேசு இதை உறுதிப்படுத்தினார். அவர் மனுக்குலத்தை (சுவிசேஷத்தைப் பிரசங்கிப்பதன் மூலம்) தெளிவூட்டுதல் பெறச் செய்து, 'ஒவ்வொரு விதமான' நோய் மற்றும் **வியாதிகளையும் குணப்படுத்துவதைத்** தமது பணியாக மாற்றினார். அவர் வியாதியஸ்தர்களைச் சொஸ்தமாக்கியதற்குக் காரணம், ஆரோக்கியமும் பரிபூரணமும் மனிதகுலத்திற்கான தேவனுடைய விருப்பம் என்பதை நிருபிப்பதற்கே. ஏசாயா 53:4,5 கூறுகிறது, "மெய்யாகவே அவர் நம்முடைய பாடுகளை (நோய்களை) ஏற்றுக்கொண்டு, நம்முடைய துக்கங்களை (நோய்களை) சுமந்தார்" என்று. மத்தேயு 8:17-ல் இந்த வசனத்தை மேற்கோள் காட்டினார். அங்கிருந்து துக்கம் மற்றும் துயரம் என்றால் என்ன என்பதை நாம் புரிந்து கொள்ள முடியும். ஏசாயா தொடர்ந்து கூறுகிறான், **"நம்முடைய மீறுதல்களினிமித்தம் அவர் காயப்பட்டு, நம்முடைய அக்கிரமங்களினிமித்தம் நொறுக்கப்பட்டார்; நமக்கு சமாதானத்தை உண்டுபண்ணும் ஆக்கினை அவர்மேல் இருந்தது, அவருடைய தழும்புகளால் குணமாகிறோம்"** என்று. பேதுரு தனது நிருபத்தில், 1 பேதுரு 2:24-ல் இதை மீண்டும் உறுதிப்படுத்துகிறான், **"நாம் பாவங்களுக்குச் செத்து, நீதிக்குப் பிழைத்திருக்கும்படிக்கு, அவர் தாமே தமது சரீரத்திலே நம்முடைய பாவங்களைச் சிலுவையின்மேல் சுமந்தார்; அவருடைய தழும்புகளால் குணமானீர்கள்"** என்று.

எனவே மேற்கோள் காட்டப்பட்ட இந்த இரண்டு பத்திகளுடன், பாவம், நோய், வியாதி, துயரங்கள் அனைத்துக்கும் தீர்வு செலுத்தப்பட்டது என்ற முடிவுக்கு நாம் நிச்சயமாக வரலாம். எனவே, நாம் அவைகளைச் சோதனை மற்றும் துன்புறுத்தல் பட்டியலில் சேர்க்க முடியாது, சேர்க்கக்கூடாது. இந்த உண்மையை அறியாமல் நாம் எதிர்க்க வேண்டிய தேவையற்ற சுமைகளைச் சுமக்க வைக்கிறது. இவை நாம் சுமக்க வேண்டிய சிலுவையின் அளவுகோல்களுக்குத் தகுதியற்றவை. தவறான கோட்பாடுகளையும், போதனைகளையும் பிடித்துக் கொள்வது நமது வாழ்க்கையைக் கிட்டத்தட்ட அழித்து, அந்த அழிவைத் தேவனுடைய கையில் சேர்க்கக்கூடும். அந்த ஆதாரமற்ற குற்றச்சாட்டை நான் போதுமான அளவு கேள்விப்பட்டிருக்கிறேன்!

குறைவு, வறுமை, தேவை பற்றிய சத்தியம்:

பின்வரும் வசனங்களைக் கவனிப்போம்:

- ✡ **சங்கீதம் 37:25** - 'நான் இளைஞனாயிருந்தேன், முதிர்வயதுள்ளவனுமானேன்; ஆனாலும் நீதிமான் கைவிடப்பட்டதையும், அவன் சந்ததி அப்பத்துக்கு இரந்து திரிகிறதையும் நான் காணவில்லை'.

- ✡ **2 கொரிந்தியர் 8:9** - 'நம்முடைய கர்த்தராகிய இயேசுகிறிஸ்துவின் கிருபையை அறிந்திருக்கிறீர்களே; அவர் ஐசுவரியமுள்ளவராயிருந்தும், நீங்கள் அவருடைய தரித்திரத்தினாலே ஐசுவரியவான்களாகும்படிக்கு, உங்கள்நிமித்தம் தரித்திரரானாரே.'

- ✡ **3 யோவான் 2** வசனத்தில் உள்ள வாழ்த்துக் கூறுகிறது, 'பிரியமானவனே, உன் ஆத்துமா வாழ்கிறதுபோல நீ எல்லாவற்றிலும் வாழ்ந்து சுகமாயிருக்கும்படி வேண்டுகிறேன்.'

- ✡ **உபாகமம் 8:18** - உன் தேவனாகிய கர்த்தரை நினைப்பாயாக; அவரே ஐசுவரியத்தைச் சம்பாதிக்கிறதற்கான பெலனை உனக்குக் கொடுக்கிறவர்.

இங்கே குறிப்பிடப்பட்டுள்ள நான்கு வசனங்களிலிருந்து, தேவன் தமது பிள்ளைகளுக்கு வறுமையை அருளவில்லை என்பது மிகவும் தெளிவாகிறது. தேவன் இருமனம் கொண்டவராக இருக்க முடியாது. தம்முடைய பிள்ளைகளில் ஒருவர் குறைபடுவதையும், இன்னொருவர் செழிப்பதையும் அவர் விரும்புவதில்லை. இந்த பண்பு அவரது குணாதிசயத்தை வரையறுக்கவில்லை. வறுமை, குறைவு, தேவை ஆகியவற்றிலிருந்து விடுபட அவர் ஒரு வழியைக் கொடுத்திருக்கிறார். அவர் தமது பிள்ளைகளை வளப்படுத்துவதில் மகிழ்ச்சியடைகிறார். மேலும், செல்வத்தைப் பெற நம்மைப் பலப்படுத்துபவரும் அவரே. அவருடைய கட்டளைகளும் நியமங்களும் இதை நமக்கு உத்தரவாதம் அளிக்கும் விதத்தில் வடிவமைக்கப்பட்டுள்ளன.

உபாகமம் 4:6 கூறுகிறது, "ஆகையால் அவைகளைக் கைக்கொண்டு நடவுங்கள்; ஜனங்களின் கண்களுக்கு முன்பாகவும் இதுவே உங்களுக்கு ஞானமும், விவேகமுமாய் இருக்கும்; அவர்கள் இந்தக் கட்டளைகளையெல்லாம் கேட்டு, இந்தப் பெரிய ஜாதியே ஞானமும்

விவேகமுழுள்ள ஜனங்கள் என்பார்கள்" என்று. தேவனுடைய சிறந்ததைப் பெறுவதற்கான பொறுப்பு, சத்தியத்தை நாம் எளிதாக ஏற்றுக்கொள்வதன் மூலம் நம் மீது உள்ளது. ஆனால் இந்த எளிமையான, தெளிவான உண்மையைப் புரிந்து கொள்ளாத மக்களால் இது முற்றிலும் சிக்கலாக்கப்படுகிறது. மக்கள் இதை உச்சநிலைக்கு இழுத்து, தங்கள் வாழ்க்கையில் தேவனுடைய ஈவையும், கிருபையையும் செல்லாததாக்குகிறார்கள்

தேவன் நம்மை ஆசீர்வதிக்க விரும்புகிறார், அதனால் நாம் அநேகருக்கு ஆசீர்வாதமாக இருக்க முடியும். இது செழிப்பைப் பற்றிய தேவனுடைய சித்தமாகும். பதுக்கி வைப்பதோ, தற்பெருமை பேசுவதோ, முடிய கையை வைத்திருப்பதோ நம் வேலையல்ல. இப்படி செய்வது தேவனுடைய ஆசீர்வாதமே என்று தேவனுடைய பிள்ளைகள் நினைத்த தருணத்தில், அவன் சவக்கடலைப் போல ஆகிறான். தேவனுடைய பிள்ளைகளின் இருதயங்கள் எப்போதும் ஓடிக்கொண்டிருக்கும் ஒரு நதியின் தண்ணீரைப் போலவும், அது செல்லும் பாதையில் உள்ள அனைவருக்கும் நன்மையைப் பரப்பும் விதமாகவும் இருக்க வேண்டும் என்று தேவன் விரும்புகிறார் (நீதிமொழிகள் 21:1). பணத்தையும், பொருளையும் மட்டும் வைத்துச் செழிப்பை மட்டுப்படுத்திக் கொண்டால், நாம் குறுகிய மனப்பான்மை கொண்டவர்கள். செழிப்பு உண்மையிலேயே என்ன என்பதை அறிய வேதாகம வரையறையை நாம் படிக்க வேண்டும். உண்மையான செழிப்பு என்பது "தேவனுடைய பிரசன்னமும், நமது வாழ்க்கையில் அவரது தயவும்" ஆகும்.

இப்போது இந்த விஷயங்களைப் பற்றிய நமது சந்தேகங்கள் தெளிவுபடுத்தப்பட்டதால், நாம் சோதனைகள் மற்றும் துன்புறுத்தல்களின் பட்டியலைக் குறைக்கலாம். இவை முக்கியமாக நாம் கர்த்தராகிய இயேசு கிறிஸ்துக்காகச் சாட்சிகளாக நிற்கும்போது எழுகின்றன. 1 கொரிந்தியர் 4:11,12 மற்றும் 2 கொரிந்தியர் 11:24 லிருந்து 27 வரை, பவுல் இதைப் பற்றித்தான் பேசுகிறான். ஆனால் கர்த்தர் அவனை இந்த எல்லா ஆபத்துகளிலிருந்தும் விடுவித்தார் என்பது அனைவரும் அறிந்ததே. உண்மையில், அப்போஸ்தலர் நடபடிகள் புத்தகத்தின் முடிவில், பவுல் தன்னுடைய சொந்த வாடகை வீட்டில் தங்கியிருந்து, மக்களை வரவேற்று அவர்களுக்கு இரண்டு ஆண்டுகள் கற்பித்தான் என்று குறிப்பிடப்பட்டுள்ளது. கர்த்தர் அவனைச் செழிப்பாக்கியிராவிட்டால், அவன் எப்படி தன் வீட்டுக்கு வாடகை கொடுக்க

முடியும்? அவன் சோதனைகள் மற்றும் துன்புறுத்தல்களை, "இப்பொழுது நான் உங்கள் நிமித்தம் அநுபவிக்கிற பாடுகளில் சந்தோஷமடைந்து, கிறிஸ்துவினுடைய உபத்திரவங்களில் குறைவானதை அவருடைய சரீரமாகிய சபைக்காக, என் மாம்சத்தில் நிறைவேற்றுகிறேன்" (கொலோசெயர் 1:24) என்று அழைத்தான். நாம் எதிர்கொள்ள வேண்டிய ஒரே சோதனை மற்றும் துன்புறுத்தல் கர்த்தராகிய இயேசு கிறிஸ்துவின் நாமத்திற்காக எழும் ஒன்றுதான். மற்ற விஷயங்களைக் கொள்ளை நோயை எதிர்த்துப் போராடுவது போல் எதிர்த்துப் போராட வேண்டும்.

விஷயங்கள் உங்களை மேலும் குழப்பினால், சுவிசேஷங்களில் இவ்வளவு அழகாகக் காட்டப்பட்டுள்ள கர்த்தராகிய இயேசு கிறிஸ்துவின் வாழ்க்கையைப் பாருங்கள். அவர் எதை அனுமதித்தார், எதை அனுமதிக்கவில்லை என்பதைப் படியுங்கள். பரிசுத்த வேதாகமம் மிகவும் வெளிப்படையான புத்தகம். இது எல்லாவற்றையும் தெளிவாகப் போதிக்கிறது. மக்களின் பலவீனங்களும் தெளிவாகக் குறிப்பிடப்பட்டுள்ளன. தலைவலி அல்லது சளி காரணமாகக் கர்த்தராகிய இயேசு ஓய்வெடுத்ததாக நாம் ஒருபோதும் காணவில்லை. நோயையும் வியாதியையும் அவர் ஒருபோதும் தம்மிடம் நெருங்க விடவில்லை. அவரது அபிஷேகம் மற்றவர்கள் சிறிய அல்லது பெரிய, பிறவியில் வந்தது அல்லது ஏற்பட்டது போன்ற அனைத்து வகையான நோய்களிலிருந்தும் சொஸ்தமாக்கி அவர்களை ஆசீர்வதித்தது. அவர் குழந்தையாக இருந்தபோது, தேவன் கிழக்கிலிருந்து சாஸ்திரிகளை அனுப்பி, மரியாளுக்கும் யோசேப்புக்கும் அவர்களுடைய வாழ்வாதாரத்துக்கும், இளம் மேசியாவை அந்நிய தேசத்தில் வளர்ப்பதற்கும் உதவினார். கர்த்தராகிய இயேசு மற்றும் பேதுருவுக்கான ஆலய வரியைச் செலுத்த ஒரு மீனின் வாயில் ஒரு வெள்ளிப்பணம் இருந்தது (மத்தேயு 17:24-27). ஆயினும் அவருக்கு எதிராகத் துன்புறுத்தல்கள் பெரிய அளவில் வந்தன. ஆனால் நம் ஆண்டவர் அவை அனைத்தையும் பரிபூரண ஞானத்துடன் அழகாகக் கையாண்டார். இதை நாம் ஆராயும்போது, பரிசுத்த ஆவியானவர் நமக்குத் தெளிவையும் நம்பிக்கையையும் தருகிறார்.

லூக்கா நான்காம் அதிகாரம், நாசரேத்தில் நடந்த ஜெப ஆலய சம்பவத்தை விவரிக்கிறது. கர்த்தராகிய இயேசு ஓய்வுநாளில் தைரியமாகச் சுவிசேஷத்தை அறிவித்தார். ஆரம்பத்தில், மக்கள் அவருடன் உடன்பட்டனர். ஆனால் சில நிமிடங்களில், அவர்கள் அவரை வெறும் தச்சனின் மகன் என்று

கூறி அவருக்கு எதிராகத் திரும்பினர். ஜெப ஆலயத்திலிருந்த எல்லாரும் இவைகளைக் கேட்டபொழுது, கோபமூண்டு, எழுந்திருந்து, அவரை ஊருக்குப் புறம்பே தள்ளி, தங்கள் ஊர் கட்டப்பட்டிருந்த செங்குத்தான மலையின் சிகரத்திலிருந்து அவரைத் தலைகீழாய்த் தள்ளிவிடும்படிக்கு அவ்விடத்திற்குக் கொண்டுபோனார்கள். அவரோ அவர்கள் நடுவினின்று கடந்துபோய்விட்டார் என்று வசனம் முப்பது தெளிவாகக் கூறுகிறது. அவர் எப்படி அதை செய்தார்? ஒரு கும்பல் இவ்வளவு வன்முறையாக அவரை ஒரு மலையின் சிகரத்திற்கு இழுத்துச் செல்வதை உங்களால் கற்பனை செய்ய முடிகிறதா? அவர்கள் கைகளில் இருந்து அவர் எப்படி விடுபட்டார்? ஒருவேளை அவர் அவர்களை எதிர்த்தாரா? அந்த ஜனங்கள் அப்படிச் செய்தபோது, தேவதூதர்களின் பன்னிரண்டு லேகியோன்கள் (அவருடைய சேவைக்கு வைக்கப்பட்டவர்கள்) கும்பலை பின்னுக்குத் தள்ளியிருக்க முடியுமா? அதைப் பற்றி யோசியுங்கள்! அவர் போக வேண்டிய நேரம் இன்னும் வரவில்லை.

எந்த திசையிலிருந்து இத்தகைய துன்புறுத்தல்கள் நமக்கு எதிராக எழும்பினாலும், நம்மை நடத்திச் செல்ல நாம் தேவனை நோக்கிப் பார்க்க வேண்டும். அவருடைய இரக்கமும் கிருபையும் போதுமானது, அவை ஒருபோதும் தோல்வியடைவதில்லை. 'ஆதலால், நாம் இரக்கத்தைப் பெறவும், ஏற்ற சமயத்தில் சகாயஞ்செய்யுங்கிருபையை அடையவும், தைரியமாய்க் கிருபாசனத்தண்டையிலே சேர்' அவர் அனுமதித்துள்ளார் (எபிரெயர் 4:16). கர்த்தருடன் கைகோர்த்து இதை மேற்கொள்ள முடியும். துன்புறுத்தல் சாத்தானின் நிலையான கருவியாகும். ஆனால் உண்மையில், அவன் அதைப் பயன்படுத்தும் ஒவ்வொரு முறையும், தேவனுடைய ராஜ்யமும் தேவனுடைய பிள்ளைகளும் செழிக்கிறார்கள் (யாத்திராகமம் 1:12, அப்போஸ்தலர் 8:1). வேறு வார்த்தைகளில் கூறுவதானால், ரோமர் 8:28 நிறைவேறியது.

ஒவ்வொரு முறையும் கர்த்தருடைய நாமத்தினிமித்தம் நாம் துன்புறுத்தப்படும்போது, அது வரவிருக்கும் மரணத்தைப் போல் தோன்றலாம். ஆனால் உலகத்தை ஜெயித்த கர்த்தர் எப்பொழுதும் நம்மை விடுவித்து, விசாலமான இடத்தில் நம் கால்களை வைத்திருக்கிறார். இந்த விடுதலைக்கான காரணத்தை நாம் புரிந்து கொள்ள வேண்டும். முக்கிய காரணம் என்னவென்றால், தேவன் நம்மை நேசிக்கிறார். இரண்டாவதாக, புறஜாதிகளுக்கு, குறிப்பாக கிறிஸ்துவின் சரீரமாகிய சபைக்கு அவருடைய

விடுதலையை நாம் அறிவிக்கலாம். அத்தகைய சாட்சியின் வல்லமை பெரியது. என்னை ஊக்குவிக்க அவர் பயன்படுத்திய சாட்சிகளுக்காக நான் தேவனுக்கு இன்னும் நன்றியறிதலுடன் இருக்க வேண்டும் என்று விரும்புகிறேன்.

இந்த சாட்சிகள் (வார்த்தையிலும் சமீப காலங்களிலும்) தொடர்ந்து என்னை உயர்த்தி, அவரது உண்மையை எனக்கு நினைவூட்டி, நான் நடக்க வேண்டிய பாதையில் என்னை வழிநடத்தின. கர்த்தர் நம்மை இந்த உலகத்தில் உப்பாகவும் ஒளியாகவும் வைத்திருக்கிறார். நாம் உப்பு ஜாடியிலிருந்து வெளியேறி மற்றும் விளக்குத் தண்டில் நிலைத்திருக்க வேண்டும். அப்போதுதான் நம் அழைப்பையும் நோக்கத்தையும் நிறைவேற்ற முடியும்.

அவருடைய இரட்சிப்பில் நாம் எப்படி களிகூருகிறோம்? நமது இருதயத்தின் ஆழத்திலிருந்து அவருக்கு மகிமையையும் தொடர்ச்சியான நன்றியையும் கொடுப்பது தான் ஒரே வழி. மற்றொரு வழி, அவருடைய நன்மையையும் விடுதலையையும் இந்த உலகத்திற்கு அறிவித்து, கர்த்தராகிய இயேசுவுக்காக அநேக ஆத்துமாக்களை ஆதாயப்படுத்துவதாகும். மற்றொரு வழி, கடந்த காலத்தில் அவர் நம்மை விடுவித்த விதத்தை நினைவில் கொள்வதும், புதிய சவால்களை எதிர்கொள்ளும்போது அந்த அனுபவத்தை நம்மைப் பலப்படுத்தத் திரும்பவும் பயன்படுத்துவதும் ஆகும். இது மற்ற சோதனைகளைத் தைரியத்துடனும் நம்பிக்கையுடனும் எதிர்கொள்ள உதவுகிறது.

வெளிப்படையாக நாம் ஏதாவது தவறு செய்து, அதனால் துன்பப்படுகிறோம் என்றால், அதை கிறிஸ்துவின் சிலுவை என்று கூற முடியாது. அது மூடத்தனமாக இருக்கும். நாம் மனந்திரும்பி, தேவனோடு ஒப்புரவாகி நம் இருதயங்களைச் சரிசெய்து, நாம் தவறு இழைத்த மக்களுடன் அதைச் சரிசெய்ய வேண்டும் என்பது தான் சரி.

நீதிமொழிகள் 11:31 கூறுகிறது, "இதோ, நீதிமானுக்கு பூமியில் சரிக்கட்டப்படுமே; துன்மார்க்கனுக்கும் பாவிக்கும் எத்தனை அதிகம்?". தேவன் நம்முடைய எல்லா எதிரிகளையும் சரியான முறையில் கையாளுவார் என்று நாம் உறுதியாக நம்பலாம், ஏனென்றால் அவர் சொல்லியிருக்கிறார், அது **எழுதப்பட்டும் இருக்கிறது.**

15. ஜாதிகள் தாங்கள் வெட்டின குழியில் தாங்களே விழுந்தார்கள்; அவர்கள் மறைவாய் வைத்த வலையில் அவர்களுடைய காலே அகப்பட்டுக்கொண்டது.

16. கர்த்தர் தாம் செய்த நியாயத்தினால் அறியப்படுகிறார்; துன்மார்க்கன் தன் கைகளின் செய்கையிலே சிக்கிக்கொண்டான். (இகாயோன், சேலா.)

17. துன்மார்க்கரும், தேவனை மறக்கிற எல்லா ஜாதிகளும், நரகத்திலே தள்ளப்படுவார்கள்.

தேவனுடைய வாயிலிருந்து வார்த்தை புறப்பட்டவுடன், அது நிறுவப்படுகிறது. தேவன் மாறாதவர், அவருடைய வார்த்தையும் மாறாதது. அவரது வார்த்தையே இறுதியானது! தாவீது இங்கே கூறிய இந்த கூற்று வேதாகமத்தில் பல்வேறு இடங்களில் மீண்டும் மீண்டும் கூறப்பட்டு வருகிறது. இது முற்றிலும் நிரூபிக்கப்பட்ட சத்தியமாகும். படுகுழியை வெட்டுகிறவன் தானே அதில் விழுவான்; கல்லைப் புரட்டுகிறவன்மேல் அந்தக் கல் திரும்ப விழும். துன்மார்க்கன் தன துன்மார்க்கத்தில் விழுவான். குழி தோண்டுபவன் தான் எவ்வளவு ஆழமாகத் தோண்டினான் என்பதை ஒரு கட்டத்தில் மறந்து, தான் வெளியேறும் வழியை சாத்தியமற்ற தாக்குகிறான். அவன் எவ்வளவு ஆழமாகத் தோண்டுகிறானோ, அவ்வளவு நெருக்கமாக அவன் மரணத்திற்கு நெருக்கமாக இருக்கிறான். இதற்கு மிகச் சிறந்த உதாரணம் எஸ்தர் புத்தகத்தில் வரும் ஆமானின் கதை. கடைசியில், மொர்தெகாயைக் தூக்கிலிடுவதற்கு தான் தயார் செய்திருந்த தூக்குமரத்தில் தானே தொங்கினான்.

வலை விரிப்பவன், தேவன் அவனை அதே வலையில் சிக்க வைக்க முடியும் என்பதை மறந்து விடுகிறான். இதனால் அவன் தப்பிப்பது சாத்தியமற்றதாகிவிடும். இது தானியேலின் வாழ்க்கையிலும் மிகத் தெளிவாகக் காணப்படுகிறது. சுற்றி இருந்த துன்மார்க்கர்கள் ராஜாவை தேவனுக்கு எதிரான ஒரு கட்டளையைப் பிறப்பிக்கத் தூண்டி, அவரைப் பொறியில் சிக்க வைத்தனர். தானியேல் தனது கொள்கையிலிருந்து சற்றும் பின்வாங்கவில்லை. அவன் அதை மீறினான், சிங்கக் கெபியில் வீசப்பட்டான், உயிருடன் வெளியே வந்தான்! இது விசுவாசிகளை உற்றாகப்படுத்தும் அற்புதமான சாட்சி. இது தேவனைச் சார்ந்த கொள்கைகளில் ஒருபோதும் சமரசம் செய்து கொள்ள வேண்டாம்

என்று நம்மை ஊக்குவிக்கிறது. இந்தக் கதையின் உச்சக்கட்டம், துன்மார்க்க சதிகாரர்களின் கொடூரமான முடிவு, அவர்கள் உடனடியாக தங்கள் மனைவிகள் மற்றும் குழந்தைகளுடன் சிங்கக் கெபியில் வீசப்பட்டனர். சில நொடிகளில் துண்டாடப்பட்டனர். அவர்கள் கால் தரையில் தொடுவதற்கு முன்பே சிங்கங்கள் அவர்களை நொறுக்கிப்போட்டது என்று வார்த்தை கூறுகிறது!

சங்கீதம் 19:9 கூறுகிறது, "கர்த்தருடைய நியாயத்தீர்ப்புகள் சத்தியமும் நீதியுமானவைகள்" என்று. தேவனை நோக்கி யாரும் தங்கள் விரலை நீட்டி அவருடைய தீர்ப்புகள் தவறானவை என்றோ அல்லது அவர் அதை வேறு விதமாகச் செய்திருக்கலாம் என்றோ சொல்ல முடியாது. அப்படிச் செய்பவர்களுக்கு நீதி, நேர்மை பற்றிய சிந்தனையே இல்லை. கர்த்தர் நீடிய பொறுமையுள்ளவராயிருப்பதால், ஒருவன் நியாயந்தீர்க்கப்படுவதற்கு முன்பாக, அவனுடைய பொல்லாத வழிகளைவிட்டு விலகுவதற்குக் கிடைக்கக்கூடிய ஏராளமான கிருபையை அவனுக்குக் கொடுத்துக் கொண்டே இருக்கிறார். தேவனுடைய அன்பை விட்டுவிடும் அளவுக்கு அவர்கள் அறிவிலியாக இருக்கும்போது, அவர்கள் பிரச்சனையை வரவழைக்கிறார்கள்.

ஒரு அவிசுவாசிக்குப் பிரச்சனை அடிப்படையில் இருக்கும் ஆவிக்குரிய குருட்டுத்தனம் தான். அவர்கள் தங்கள் மாம்சத்தில் அதிகமாகச் செயல்படுகிறார்கள். அவர்கள் என்ன செய்கிறார்களோ அது தங்களை நோக்கித் திரும்பப் போகிறது என்பதை அவர்கள் உணருவதில்லை. ரோமர் 1:20 ஒவ்வொரு நபருக்குள்ளும் தேவனைப்பற்றிய உள்ளுணர்வு பற்றிய அறிவு உள்ளது என்று கூறுகிறது. ஆதலால் அவர்கள் போக்குச்சொல்ல இடமில்லை. உலகம் முடிவதற்குள், ஒவ்வொருவரும் சுவிசேஷத்தைக் கேட்டிருக்க வேண்டும் என்பதைத் தேவன் உறுதி செய்திருக்கிறார். ஏதோ ஒரு காரணத்திற்காக அவர்கள் அவரை நம்புவதில்லை என்பதுதான் உண்மை. என்றபோதிலும், சிலர் வேண்டுமென்றே பொல்லாத வழியைத் தேர்ந்தெடுக்கிறார்கள். பொல்லாப்புச் செய்தாலொழிய அவர்களுக்கு நித்திரை வராது; அவர்கள் யாரையாகிலும் விழப்பண்ணாதிருந்தால் அவர்கள் தூக்கம் கலைந்துபோகும் (நீதிமொழிகள் 4:16). இவை எல்லாவற்றிற்கும் மேலாக, அவர்கள் தேவனுக்கு முன்பாக முற்றிலும் கடின இருதயமுள்ளவர்களாக இருக்கும் அளவுக்கு தங்கள் இருதயங்களில் தங்களை நீதிமான்களாக்கிகொள்ளுகிறார்கள். அவர்கள் உலகத்தின் வழிகளால் ஈர்க்கப்பட்டு அவற்றால் எடுத்துச் செல்லப்படுகிறார்கள். அவர்கள் தங்களை

ஒருவருக்கொருவர் ஒப்பிட்டுப் பார்க்கிறார்கள், நேரத்தை வீணடிக்கும் தரநிலைகளை அமைத்துக்கொள்கிறார்கள். இது அவர்கள் மனதில் அல்லும் பகலும் நடந்து கொண்டிருக்கும் ஒரு நுட்பமான போர். இது பெரும்பாலும் வாழ்க்கையின் ஆரம்பத்திலேயே காணப்படுகிறது. பாராட்டு, விருது, பதவி உயர்வு, அந்தஸ்து என எதுவாக இருந்தாலும், என்ன விலை கொடுத்தாலும் பரவாயில்லை, உச்சத்தை அடைய ஒருவரை ஒருவர் மிதிக்க மக்கள் எப்போதும் தயாராக இருக்கிறார்கள். அத்தகையவர்கள் நிச்சயமாக இந்த வசனத்தில் சொல்லப்படும் வார்த்தைகளுக்கு உட்பட்டவர்களாக இருப்பார்கள்.

இந்த நியதி அனைத்து புறணி பேசுபவர்களுக்கும் பெரிய அளவில் செயல்படுகிறது. வதந்தி பரப்பப்படுவது, வதந்தி பரப்பப்படுபவரை விட வதந்தி பரப்புபவரைப் பற்றியே அதிகம் பேசுகிறது. வேறொருவரைத் தாழ்த்திப் பேசி யாரும் உயர முடியாது. அதுதான் உண்மை. முடிவு கர்த்தர் என்ன சொல்லியிருக்கிறார் என்பதன் மூலம் மட்டுமே வரையறுக்கப்படுகிறது.

ஒரு விசுவாசிக்கு, தேவன் சரியான தரத்தை அமைத்துள்ளார்; அவரே நம்முடைய கர்த்தராகிய இயேசு கிறிஸ்து. அவர் முப்பத்துமூன்றரை ஆண்டுகள் பூமியில் வாழ்ந்து, நாம் எவ்வாறு "தேவனை மையமாகக் கொண்ட" வாழ்க்கையை வாழ வேண்டுமென்று தெளிவாகக் காட்டியிருக்கிறார். நம்முடைய தரங்களை அமைக்கக் கிடைமட்ட திசையில் நாம் பார்க்க வேண்டியதில்லை. நாம் எப்போதும் அவரை செங்குத்தாகப் பார்க்க வேண்டும். இந்த உலகத்தின் எல்லா மூடத்தனத்திலிருந்தும் ஆரவாரங்களிலிருந்தும் விலகி இருக்கத் தேவையான அனைத்து கிருபையை அருள அவர் எப்போதும் தயாராக இருக்கிறார்.

இந்தப் பிரமாணம் பரவலான பாதிப்பைக் கொண்டிருக்கிறது, தனிநபர்கள் மற்றும் தேசங்கள் செய்யும் அனைத்து வகையான துன்மார்க்கத்திற்கும் பொருந்தும். ஒரு தேசம் மாற வேண்டும் என்றால், தொடக்கப் புள்ளி ஒரு குடிமகன் - ஒரே ஒரு நபர். குடிமக்களின் மனது மாறும்போது, தேசம் ஒட்டுமொத்தமாக மாறுகிறது. ஒவ்வொரு நபரும் பொறுப்பேற்க வேண்டும். தேசங்களும் அதன் குடிமக்களும் துன்மார்க்கத்தில் ஈடுபடும்போது, அவை அழிவுகரமான முடிவுக்கு வருகின்றன. மேலும், தேவனின் நியாயத்தீர்ப்பை நாம் புரிந்து கொள்ளலாம். அவர்கள் செய்யும் துன்மார்க்கம் அவர்களை அழித்து, அந்த இடத்திற்குக் கொண்டு செல்கிறது. அவர்கள் தங்கள்

தவறுகளிலிருந்து மனந்திரும்பினால், தேவன் எப்போதும் ஜீவ விருட்சத்தின் பாதைக்கு அவர்களை அழைத்துச் செல்ல தயாராக இருக்கிறார்.

கர்த்தர் பொறுமையும் நீடிய சாந்தமும் உள்ளவர். ஜனங்கள் தங்கள் துன்மார்க்கத்தை விட்டு விலகி நீதியின் பாதையில் நடக்க வேண்டும் என்று அவர் எதிர்பார்க்கிறார். ஆனால் அவர்கள் பிடிவாதமாக மறுத்து மரித்தால், அவர்கள் நித்தியத்தை நரகத்தில் கழிக்க வேண்டும். இந்த மக்கள் உயிருடன் இருந்தபோது, அவர்களின் நம்பிக்கைகள் மற்றும் விருப்பங்கள் என்று சொல்லப்படுபவை சிதைந்தன. அவர்கள் இறக்கும்போது, அவை அனைத்தும் அங்கேயே முடிவடையும். அவர்களின் நம்பிக்கைகளும் விருப்பங்களும் நிறைவேறாது.

16-வது வசனம் 'தியானம்' என்ற வார்த்தையுடன் முடிகிறது. இந்த குறிப்பிட்ட கருத்து தியானிக்கத் தகுந்தது.

18. எளியவன் என்றைக்கும் மறக்கப்படுவதில்லை; சிறுமைப்பட்டவர்களுடைய நம்பிக்கை ஒருபோதும் கெட்டுப்போவதில்லை.

உலகில் அவபக்தியுள்ள மற்றும் துன்மார்க்கத்தில் வாழும் ஜனங்கள் தங்கள் மாம்சத்தையும் செல்வத்தையும் நம்பி, தேவனுடைய பிள்ளைகளுக்கு எதிராக நிற்கிறார்கள். இந்த வசனத்தை வார்த்தையிலிருந்து திறம்படப் படித்துப் புரிந்து கொள்வோம்.

இஸ்ரவேலர்கள் அமைதியான ஆனால் அறியாமையுள்ள மக்கள். எகிப்தில் பார்வோன் அவர்களுக்கு எதிராக வைத்திருந்த ஒரே விஷயம், அவர்கள் மிகப்பெரிய அளவில் பெருகினார்கள் என்பது தான். அவர்கள் எகிப்தின் வடக்கே கோசேன் தேசத்தில் குடியமர்த்தப்பட்டனர். அடிப்படையில் அவர்கள் மேய்ப்பர்கள். அவர்கள் ஒருபோதும் பதிலடி கொடுக்கவில்லை, கலகம் செய்யவில்லை அல்லது எகிப்தில் தங்களுக்குச் சொந்தமாகக் காணியாட்சி கொடுக்கப்பட வேண்டும் என்று போராடவில்லை. ஆபிரகாமுக்குக் கொடுக்கப்பட்ட தேவனுடைய வாக்குத்தத்தம் நிறைவேறியதால், அவனுடைய சந்ததியினர் கடற்கரை மணலத்தனையாய் பெருகினர். யாக்கோபின் குடும்பத்தைச் சேர்ந்த சுமார்

எழுபது பேர் பஞ்சத்தின் போது எகிப்துக்குச் சென்றனர். ஆனால் நான்கு நூற்றாண்டுகளின் முடிவில், அவர்களின் எண்ணிக்கை லட்சங்களில் இருந்தது. இந்த மக்கள் கோசேன் தேசத்தில் தங்கி எகிப்தியர்களுடன் அமைதியாக வசிப்பதில் மிகவும் மகிழ்ச்சியாக இருந்தனர். ஏதோ ஒரு காரணத்திற்காக, பார்வோன் அவர்களின் பலன், செழிப்பு மற்றும் அதிகரிப்பை ஒரு அச்சுறுத்தலாகக் கருதி, அவர்களுக்கு எதிராகத் தன்னை நிலைநிறுத்திக் கொண்டான். அவர்களைக் கடினமான அடிமைத்தனத்திற்கும் உழைப்பிற்கும் கட்டாயப்படுத்தி, அவர்களின் ஆண் குழந்தைகள் அனைவரையும் இரக்கமின்றி கொன்றான். **தான் தேவனுடன் சண்டையிடுகிறேன் என்பதை அவன் உணராதிருந்தான்!**

இஸ்ரவேலர்கள் எப்படியோ ஆபிரகாமுக்கு தேவன் கொடுத்த வாக்குத்தத்தத்தை மறந்துவிட்டார்கள். எகிப்தில் நிம்மதியாக வாழ வேண்டும் என்பதற்காக அவர்களுக்கு ஏற்பட்ட ஒடுக்குமுறையிலிருந்து யாரேனும் விடுவிக்க வேண்டும் என்று கூக்குரலிட்டனர். அவர்கள் எதிர்பார்த்திருந்த விடுதலை என்பது செங்கடல் வழியாகவும், வனாந்தரத்தின் வழியாகவும் வாக்குப்பண்ணப்பட்ட தேசத்திற்கு நடந்து செல்வது அல்ல. கோசேன் வளமான தேசம், எகிப்தில் இருந்த மிகச் சிறந்த பகுதிகளில் ஒன்றாகும் (ஆதியாகமம் 47:6). இது பெரும் பஞ்சத்தின் போது எகிப்துக்கு இடம் பெயர்ந்த யோசேப்பின் குடும்பத்திற்கு பார்வோன் ஒதுக்கியது. இதுவே தங்களின் நித்திய இலக்கு என்று அவர்கள் நினைத்தார்கள். ஆனால் தேவன் மனதில் வைத்திருந்தது பிரமிக்க வைக்கக்கூடியது. ஆபிரகாமுக்கு அவர் அளித்த வாக்குத்தத்தத்தைத் தேவன் எப்பொழுதும் நினைவில் வைத்திருந்தார்.

மோசே நாற்பது வயதாக இருந்தபோது, தான் ஒரு இஸ்ரவேலன் என்பதை அறிந்து, விடுதலைக்கான தனது சொந்த திட்டத்தை நியமிக்கப்பட்ட காலத்திற்கு முன்னதாகவே முயற்சித்தான். அது நிச்சயமாக இஸ்ரவேலர்களுக்கும், எகிப்தியர்களுக்கும் சரியாகப் பொருந்தவில்லை. இது தேவனின் திட்டத்துடன் ஒத்துப்போகவில்லை. அவரது திட்டம் பெரிது! அவர் ஏற்கெனவே வாக்குப்பண்ணப்பட்ட தேசத்தையும், எகிப்து இஸ்ரவேலருக்கு இழைத்த எல்லா அநீதிகளுக்கும் செலுத்த வேண்டிய இழப்பீட்டையும் தயார் செய்திருந்தார். எனவே மோசே அதை வனாந்தரத்தில்

பயிற்சி பெற வேண்டியிருந்தது. இதன் மூலம் அவன் மக்களை வழிநடத்த வேண்டியிருந்தது. மேலும் நாற்பது ஆண்டுகளுக்குப் பிறகு இஸ்ரவேலை விடுவிக்க மோசே பார்வோனுக்கு முன்பாக அனுப்பப்பட்டான். எகிப்தின் கொள்ளைப் பொருட்களுடன் மக்களை எகிப்தை விட்டு வெளியே அழைத்து வந்தான். எகிப்தின் மீது தேவன் அனுப்பிய வாதைகள் எதுவும் அதே தேசத்தில் தங்கியிருந்த அவருடைய பிள்ளைகளைப் பாதிக்கவில்லை. இறுதியில், எகிப்தின் வலிமையும் மகிமையும் முற்றிலும் அழிக்கப்பட்டன, எகிப்தின் சிறந்த வீரர்கள், குதிரைகள் மற்றும் இரதங்களைச் செங்கடல் மூடியபோது இஸ்ரவேலர்கள் இதை தங்கள் சொந்த கண்களால் பார்த்தார்கள். ஒருவேளை பார்வோனும் கூட பார்த்திருக்க கூடும்!

இரட்சிப்பு கர்த்தருடையது. அவருடைய பிள்ளைகள் அனைவரும் இந்த சுதந்தரத்தில் பங்குபெறுகிறார்கள். தேவன் நல்லவர்! அவருடைய பிள்ளைகளாகிய நாம் நிச்சயமாக அவருடைய நன்மை மற்றும் கிருபையின் நன்மைகளை அனுபவிப்போம். தேவன் நமக்குக் கொடுத்த வாக்குத்தத்தங்களை ஒருபோதும் அவர் மறக்க வாய்ப்பே இல்லை. யாக்கோபோடு எகிப்துக்குக் குடிபெயர்ந்த இஸ்ரவேலர்களை தேவன் ஒருபோதும் மறக்கவில்லை. அவர்கள் கோசேனுக்கு வந்த ஐந்து ஆண்டுகளுக்குப் பிறகும் பஞ்சம் நீடித்தது. பஞ்சத்தின் போதும் அதற்குப் பிறகும் அவர்கள் நன்கு பராமரிக்கப்பட்டனர். அதன் பிறகு எந்த நேரத்திலும், அவர்கள் கானானுக்குத் திரும்பி, தேவன் அவர்களுக்கு உடைமையாகவும் சுதந்தரமாகவும் கொடுத்த தேசத்தில் மீண்டும் குடியேறியிருக்கலாம். அதைச் செய்வதை யாரும் தடுத்திருக்க மாட்டார்கள்; குறிப்பாக எகிப்தியர்கள் நிச்சயம் தடுத்திருக்க மாட்டார்கள். யாக்கோபு கோசேனில் பதினேழு வருஷங்கள் தங்கினான். பிறகு, அங்கேயே தன் இறுதி மூச்சை விட்டான். இஸ்ரவேலின் சிறிய மந்தை நானூறு ஆண்டுகளாக எகிப்தில் நன்றாகக் குடியேறியிருந்தது. அவர்கள் நானூறு ஆண்டுகள் அங்கே தங்கியிருக்க வேண்டுமென்பது நிச்சயமாகவே தேவனுடைய சித்தமாக இருக்கவில்லை. வாக்குப்பண்ணப்பட்ட தேசமாகிய கானானைச் சுதந்தரித்துக்கொள்ள வேண்டும் என்பதே அவர்களுக்கான அவருடைய சித்தமாக இருந்தது. அவர்கள் ஆயத்தமானபோது, அவர்கள் கூப்பிட்டார்கள், அவர் கேட்டு அவர்களை விடுவித்தார்.

19. எழுந்தருளும் கர்த்தாவே, மனுஷன் பெலன்கொள்ளாதபடி செய்யும்; ஜாதிகள் உம்முடைய சமுகத்தில் நியாயந்தீர்க்கப்படக்கடவர்கள்.

20. ஜாதிகள் தங்களை மனுஷரென்று அறியும்படிக்கு, அவர்களுக்குப் பயமுண்டாக்கும், கர்த்தாவே. (சேலா.)

இதை நம் ஆண்டவராகிய இயேசு 'கர்த்தருடைய ஜெபத்தில்' தம் சீடர்களுக்குக் கற்பித்தார். 'உம்முடைய ராஜ்யம் வருவதாக, உம்முடைய சித்தம் பரலோகத்தில் செய்யப்படுகிறது போல பூமியிலேயும் செய்யப்படுவதாக' என்று ஜெபிக்கும்படி அவர் நம் அனைவருக்கும் கற்றுக்கொடுத்தார்.

தேவனும் அவருடைய ராஜ்யமும் வெளிப்படும்போது, துன்மார்க்க மனிதனும் அவனது தேசமும் வெற்றி பெற முடியாது. தேவனுடைய ஒவ்வொரு வார்த்தையும் ஒவ்வொரு செயலுக்கும் ஒரு எதிர்பார்த்த முடிவுடன் உறுதியாக நிற்கிறது. ஒவ்வொரு நாளும் தேவனுடைய ராஜ்யத்தை தங்கள் சுற்றுப்புறத்திற்குள் அழைக்கும் பொறுப்பு தேவனுடைய பிள்ளைகளுக்கு வழங்கப்பட்டிருக்கிறது. தேவன் தம்முடைய பிள்ளைகளின் ஜெபங்களுக்குப் பதிலளித்து, தம்முடைய ஒளியைப் பிரகாசித்து இருளை அகற்றுகிறார்.

உலகில் உள்ள பெரும்பாலான மக்களுக்கு, அவர்கள் எல்லாவற்றிலும் குறைவாக இருக்கிறார்கள் என்பதை அறிந்திருந்தாலும், தங்களைப் பெருமையுடன் உயர்த்திக் கொள்ளும் போக்கு உள்ளது. அவ்வாறு செய்பவர்கள் நிச்சயமாகப் பொல்லாங்கினால் வழிநடத்தப்படுகிறார்கள். அவனுடைய நோக்கங்கள் ஆரம்பத்திலிருந்தே ஒரே மாதிரியாக இருந்தன. ஒவ்வொரு தலைமுறையும் இந்த சீரழிவைக் கண்டுள்ளது. தேவனுடைய விருப்பத்திற்கு நேர் எதிரான கொள்கைகளால் தங்களை நிலைநிறுத்திக் கொள்ள நாடுகள் வீணாகப் போராடுகின்றன. ஆனால் அது எப்போதும் வரலாறு முழுவதும் நாடுகளின் வீழ்ச்சிக்கு வழிவகுத்தது. ஆனால் இன்னும் பாடம் கற்றுக்கொள்ளப்படவில்லை. 2019 லிருந்து 2021 வரை நடந்த நிகழ்வுகளைக் கொண்டு, ஒரு சிறிய நோய்க்கிருமி எவ்வாறு முழு உலகத்தையும் முடக்கி, மனிதர்களை மண்டியிடச் செய்து, தேவனுக்கு முன்பாக முகம் குப்புற விழச் செய்யும் என்பதைக் காணலாம். தேவன் தொற்றுநோயை அனுப்பவில்லை. இந்த உலகில் வரவிருக்கும் அனைத்து தீமைகளையும் தடுத்து நிறுத்துபவர் அவர்தான்.

தேவன் ஒரு நல்ல காரணத்திற்காகத் தடைசெய்த விஷயங்களைச் செய்வதன் மூலம் மனிதன் இவற்றைத் தனக்குத்தானே வரவழைத்துக் கொள்கிறான். கோவிட் தொற்றுநோய் லட்சக்கணக்கான மக்களுக்கு ஒரு கண் திறப்பாகவும், தங்களை தாழ்த்திக் கொள்ளும் அனுபவமாகவும் இருந்தது. ஆனால் இந்த தொற்றுநோய் காலம் என் வாழ்க்கையில் தேவனுடைய அழைப்பிற்கான ஒரு பெரிய படிக்கல்லாக இருந்தது என்று நான் தைரியமாக சாட்சியளிக்க முடியும்; இந்த புத்தகம் தொற்றுநோய்களின் காலகட்டத்தின்போது தனிமைப்படுத்தலில் பிறந்தது.

வாழ்க்கை அனுபவங்கள் மூலம் மனிதன் மனத்தாழ்மையைக் கற்றுக்கொள்வதும், தன் வாழ்க்கையை தேவனுக்கு கீழ்ப்படுத்துவதும் நல்லது. ஆனால் இந்த வாய்ப்பை மறுப்பவர்களுக்கும் நிச்சயம் கற்பிக்கப்பட வேண்டும். இதைக் கற்றுக்கொள்ள மற்றொரு நல்ல உதாரணம் தானியேல் நான்காம் அதிகாரத்தில் விவரிக்கப்பட்டுள்ளபடி, பாபிலோன் ராஜாவான நேபுகாத்நேச்சாரின் வாழ்க்கையில் உள்ளது. இந்த புறஜாதி ராஜா முடிவில் தெளிவாக அறிவித்தான்: "ஆகையால் நேபுகாத்நேச்சாராகிய நான் பரலோகத்தின் ராஜாவைப் புகழ்ந்து, உயர்த்தி, மகிமைப்படுத்துகிறேன்; அவருடைய கிரியைகளெல்லாம் சத்தியமும், அவருடைய வழிகள் நியாயமுமானவைகள்; அகந்தையாய் நடக்கிறவர்களைத் தாழ்த்த அவராலே ஆகும்" என்று எழுதினான் (தானியேல் 4:37).

சங்கீதம் 10

முன்னுரை:

சங்கீதங்களை நாம் படிக்கும்போது, அது வரிசையாக நடைபெற்ற நிகழ்வுகளின் தொகுப்பு அல்ல என்பதை நாம் நினைவில் கொள்ள வேண்டும். முழு புத்தகமும் ஒன்றுக்கு மேற்பட்டவர்களால் எழுதப்பட்ட பகுதிகளைக் கொண்டுள்ளது. இருப்பினும் இதை எழுதியவர்கள் அனைவரிடமும் செயல்பட்ட ஒரே எழுத்தாளர் பரிசுத்த ஆவியானவர். பிற்காலத்தில், இந்த எழுத்துக்கள் 'சங்கீதம்' அல்லது 'துதிகளின் புத்தகம்' என்று ஒரே புத்தகமாக தொகுக்கப்பட்டன. பெரும்பாலானவற்றை தாவீது எழுதியுள்ளான்.

இந்த குறிப்பிட்ட சங்கீதம் ஒரு கேள்வி பதில் வடிவத்தைக் கொண்டுள்ளது. தாவீது தன் இருதயத்தில் இருந்த கவலை மற்றும் திகைப்பின் காரணமாக, தேவனை கேள்வி கேட்பதோடு தொடங்குகிறான். ஆனால் தனது சொந்த கேள்விகளுக்கு தேவனின் நீதி மற்றும் வல்லமையில் தனக்குள்ள மிகவும் வலுவான நம்பிக்கையுடன் பதிலளித்து முடிக்கிறான். தாவீது தன் இருதயத்தில் ஓடிய எண்ணங்களின் அதே வரிசையில் அவைகளை எழுதி வைத்திருக்கிறான் என்று தோன்றுகிறது.

இந்த சங்கீதத்தை நாம் தொடர்ந்து வாசிக்கையில் ஆரம்ப பகுதியில் தாவீதுனுடைய மோசமான கேள்விக்கான காரணம் மிகவும் தெளிவாகத் தெரிகிறது: பொல்லாத, தேவபக்தியற்ற, அவிசுவாசியின் வழிகளைப் படிப்பதற்கு அவன் அளவுக்குமீறிய முக்கியத்துவம் கொடுத்தான். ஒரு விசுவாசி தவிர்க்க வேண்டிய அனைத்து குணங்களையும் இந்த சங்கீதத்தின் மூலம் அறியலாம். தாவீது இங்கு விவரிக்கும் தீய பண்புகளை நாம் எதிர்த்து நிற்கும்போது, ஒரு விசுவாசி கொண்டிருக்க வேண்டிய நற்பண்புகளை நாம் வரையறுக்க முடியும். இந்த சங்கீதம் அந்தத் தகவலை நமக்குத் தருகிறது.

1. கர்த்தாவே, ஏன் தூரத்தில் நிற்கிறீர்? ஆபத்து நேரிடுகிற சமயங்களில் நீர் ஏன் மறைந்திருக்கிறீர்?

தேவனை சந்தேகிக்காத அளவுக்கு தாவீது அவரை நன்றாக அறிந்திருந்தான் என்பது நிச்சயம். இப்படி ஒரு பொய்யான எண்ணம் அவன் மனதில் தோன்றியதற்குக் காரணம், அவன் தேவனிடத்தில் நம்பிக்கை வைத்திருந்ததை விட்டு விலகிச் சென்றதுதான். அவன் தேவனிடமிருந்து தன் கவனத்தை பொல்லாதவர்களின் வாழ்க்கை முறையைப் பற்றி விரிவாக ஆராய்வதற்கு மாற்றினான். பெரும்பாலும், நம் எல்லா திகைப்புக்கும் இதுவே முக்கிய காரணம். தேவனுடைய நன்மையை விட தவறான காரியங்களில் நாம் கவனம் செலுத்துவதால் மட்டுமே தேவனைப் பற்றிய நமது பார்வை சிதைக்கப்படுகிறது. தேவன் தன்னை ஒருபோதும் விட்டு விலகமாட்டார், கைவிடமாட்டார் என்று ஒரு விசுவாசி தனது இருதயத்தில், எந்த சந்தேகத்தின் நிழலுக்கும் அப்பாற்பட்டு முழுமையாக நம்ப வேண்டும். நாம் ஒவ்வொரு முறையும் ஒரு சவாலை எதிர்கொள்ளும்போது தேவன் பத்து அடிகள் பின்னால் செல்வதில்லை. கர்த்தர் நம்மோடு எந்நேரமும் இருக்கிறார், நாம் கஷ்டத்தில் இருக்கும்போது இன்னும் நெருக்கமாக இருக்கிறார்.

தேவன் நம்மைக் கைவிட்டுவிட்டார் என்று சொல்லும் நம் உணர்வுகளின் குரலை நாம் எவ்வாறு சமாளிப்பது? இதற்கான சரியான தீர்வை, பவுல் பிலிப்பியர் 4:8-ல் வழங்குகிறான்- "உண்மையுள்ளவைகளெவைகளோ, ஒழுக்கமுள்ளவைகளெவைகளோ, நீதியுள்ளவைகளெவைகளோ, கற்புள்ளவைகளெவைகளோ, அன்புள்ளவைகளெவைகளோ, நற்கீர்த்தியுள்ளவைகளெவைகளோ, புண்ணியம் எதுவோ, புகழ் எதுவோ அவைகளையே சிந்தித்துக்கொண்டிருங்கள்". இவற்றை எல்லாம் நாம் எங்கே காணலாம்? தேவனுடைய வார்த்தையில் மட்டுமே! செய்தித்தாள், பத்திரிகைகள் அல்லது சமூக ஊடகங்களில் அல்ல. போராட்டம் மாம்சீக மண்டலத்தில் ஏற்படுவதற்கு முன்பு எப்போதும் மனதில் தான் இருக்கும். மனதை கட்டுக்குள் வைத்துக் கொண்டால் நல்லது. பவுலின் ஆலோசனைகளை நாம் முக்கியமானதாக எடுத்துக்கொண்டால், ஒவ்வொரு முறையும் குழப்பத்தில் நாம் அலைக்கழிக்கப்பட்டுவிட மாட்டோம். இதை நாம் கடைப்பிடிக்க வேண்டும்.

ஆகையால், இந்த அறிக்கை அவனுடைய கவலையின் காரணமாக சொல்லப்பட்டது என்று நாம் முடிவு செய்யலாம். அவருடைய பிள்ளைகளுடனான தேவனின் நிலைப்பாட்டை விவரிக்கும் ஒன்று அல்ல. ஏனென்றால், தாவீது அதே சங்கீதத்தை தேவன் உண்மையில் துன்பத்தின் நடுவில் நம்மோடு இருக்கிறார், தம்முடைய பிள்ளைகளுக்கு நீதியையும் விடுதலையையும் கொண்டு வருகிறார் என்பதை உறுதிப்படுத்துவதன் மூலம் முடிக்கிறான்.

2. துன்மார்க்கன் தன் பெருமையினால் சிறுமைப்பட்டவனைக் கடூரமாய்த் துன்பப்படுத்துகிறான்; அவர்கள் நினைத்த சதிமோசங்களில் அவர்களே அகப்படுவார்கள்.

3. துன்மார்க்கன் தன் உள்ளம் இச்சித்ததைப் பெற்றதினால் பெருமைபாராட்டி, பொருளை அபகரித்துத் தன்னைத்தான் போற்றி, கர்த்தரை அசட்டைபண்ணுகிறான்.

4. துன்மார்க்கன் தன் கர்வத்தினால் தேவனைத் தேடான்; அவன் நினைவுகளெல்லாம் தேவன் இல்லையென்பதே.

5. அவன் வழிகள் எப்போதும் கேடுள்ளவைகள்; உம்முடைய நியாயத்தீர்ப்புகள் அவன் பார்வைக்கு எட்டாமல் மிகவும் உயரமாயிருக்கிறது; தன் எதிராளிகளெல்லார்மேலும் சீறுகிறான்.

6. நான் அசைக்கப்படுவதில்லை, தலைமுறை தலைமுறைதோறும் தீங்கு என்னை அணுகுவதில்லையென்று தன் இருதயத்தில் சொல்லிக்கொள்ளுகிறான்.

7. அவன் வாய் சபிப்பினாலும் கபடத்தினாலும் கொடுமையினாலும் நிறைந்திருக்கிறது; அவன் நாவின்கீழ் தீவினையும் அக்கிரமமும் உண்டு.

8. கிராமங்களின் ஒளிப்பிடங்களிலே பதிவிருந்து, மறைவிடங்களிலே குற்றமற்றவனைக் கொல்லுகிறான்; திக்கற்றவர்களைப் பிடிக்க அவன் கண்கள் நோக்கிக்கொண்டிருக்கிறது.

9. தன் கெபியிலிருக்கிற சிங்கத்தைப்போல மறைவில் பதிவிருக்கிறான்; ஏழையைப் பிடிக்கப் பதிவிருந்து, ஏழையைத் தன் வலைக்குள் இழுத்துப் பிடித்துக்கொள்ளுகிறான்.

10. திக்கற்றவர்கள் தன் பலவான்கள் கையில் விழும்படி அவன் பதுங்கிக்கிடக்கிறான்.

11. தேவன் அதை மறந்தார் என்றும், அவர் தம்முடைய முகத்தை மறைத்து ஒருக்காலும் அதைக் காணமாட்டார் என்றும், தன் இருதயத்திலே சொல்லிக்கொள்ளுகிறான்.

12. கர்த்தாவே, எழுந்தருளும்; தேவனே உம்முடைய கையை உயர்த்தும்; ஏழைகளை மறவாதேயும்.

13. துன்மார்க்கன் தேவனை அசட்டைபண்ணி: நீர் கேட்டு விசாரிப்பதில்லை என்று தன் இருதயத்தில் சொல்லிக்கொள்வானேன்.

சங்கீதத்தின் இந்தப் பகுதியை நாம் வாசிக்கும்போது, ஆரம்பத்தில் வெளிப்படுத்தப்பட்ட தாவீதின் உணர்ச்சிகளைப் புரிந்துகொள்வது கடினமாக இல்லை. ஏனோ, தேவனின் கைவேலையைவிட துன்மார்க்கரின் துன்மார்க்கத்தின் மீதே அதிக கவனம் செலுத்தினான். துன்மார்க்கரின் குணாதிசயங்களையும், கிரியைகளையும் பற்றி இந்த வசனத்தில் அவன் ஆழமான நுட்ப விவரங்களை வெளிப்படுத்தியிருப்பது, துன்மார்க்கரை அவன் உண்மையில் கவனமாக கவனித்து தியானித்தான் என்பதைக் காட்டுகிறது. துன்மார்க்கர் செழிப்பானவர்கள் என்று அவன் உண்மையில் நினைத்தான்! தேவனை நினைவுகூர்ந்து, அவருடைய கிரியைகளை இடைவிடாமல் விவரித்தவர்களில் தாவீதும் ஒருவன். ஆனால் அவன் துன்மார்க்கரால் (எதிர்மறை) திசைதிருப்பப்பட்டான் என்று தெரிகிறது. நாம் கவனமாக இல்லாவிட்டால், இது நமக்கும் நடக்கலாம். அடிப்படை மிகவும் எளிது: நாம் எதில் கவனம் செலுத்துகிறோமோ அது பெரிதாகிறது. தேவனிடமிருந்து நம் கவனத்தை மற்ற எல்லாவற்றின் மீதும் திருப்ப சாத்தான் கடினமாக உழைக்கிறான். அது கவலை, பயம், கவனிப்பு, பணம், இன்பம், உணவு போன்றவையாக இருக்கலாம். அவன் நம் கவனத்தை தேவனிடமிருந்து 'மற்ற விஷயங்களுக்கு' திருப்பியிருக்கும் வரை, அவன் வெற்றி பெற்றிருக்கிறான்.

தேவனையும் அவருடைய வார்த்தையும் நாம் மையப்படுத்தும்போது தேவையற்ற பல பிரச்சனைகளிலிருந்து நாம் காப்பாற்றப்படுகிறோம். தேவபக்தியற்றவர்களின் துன்மார்க்கத்தை ஆராய்வது இதுவரை யாருக்கும் பயனளிக்கவில்லை. இது மேலும் மன உளைச்சலையும், வெறுப்பையும், ஏமாற்றத்தையும் மட்டுமே ஏற்படுத்துகிறது. நாம் சூரியனை நேரடியாகப் பார்க்கும்போது, நம் கண்கள் ஓய்வெடுக்கும் வரை ஒரு குறிப்பிட்ட காலத்திற்கு வேறு எதையும் பார்க்க முடியாது. தேவனை மையப்படுத்துவதும் அப்படித்தான். மற்றவைகளெல்லாம் வெறுமனே மறைந்துபோகின்றன. குறிப்பாக துன்மார்க்கரின் செயல்கள், அவர்கள் ஒருபோதும் தேவனை அச்சுறுத்துவதில்லை என்பதை அறிந்திருக்கிறார்கள். துன்மார்க்கரின் குணாதிசயங்களையும், கிரியைகளையும் விரிவாக விளக்குவதில் தாவீது மிகவும் சிரமப்பட்டிருக்கிறான். ஆனால் இந்த வேதப்பகுதி ஒரு விசுவாசிக்கு இருக்கக்கூடாத குணங்களை வரையறுக்கிறது.

துன்மார்க்கரைப் பற்றி தாவீது இங்கே பட்டியலிடும் அனைத்தும் நமக்குத் தெரியும். ஒரு விசுவாசி என்பவன் பாவத்தின் அடிமைத்தனத்திலிருந்து விடுவிக்கப்பட்டு, துன்மார்க்கருக்கு நேர் எதிரானவன். இதுதான் இங்கே பாடம். இங்கு குறிப்பிடப்பட்டுள்ள அனைத்து துன்மார்க்கரின் குணங்களையும் நாம் நேர் எதிராக பார்த்தால் தேவனுடைய பிள்ளையின் குணங்களை நம்மால் கோடிட்டுக் காட்ட முடியும். ஒரு துன்மார்க்கனின் குணாதிசயங்களைப் பட்டியலிட்டு, அவற்றின் எதிர்மாறான குணங்களை ஆராய்வோம்.

✡ துன்மார்க்கன் பெருமையால் நிறைந்திருக்கிறான்.

✡ சிறுமைப்பட்டவர்களை துன்புறுத்துகிறான்.

✡ அவன் தொடர்ந்து தீய சூழ்ச்சிகளை வகுக்கிறான்.

✡ தன் உள்ளத்தின் இச்சையை (இது தேவனை மையப்படுத்தியதல்ல) பெருமையாய் பேசுகிறான்.

✡ பேராசை கொண்டவர்களை ஆசீர்வதிக்கிறான்.

✡ தேவனை மறுக்கிறான்.

✡ பெருமிதம் கொண்ட தோற்றம் கொள்கிறான்.

✡ தேவனைத் தேடான்.

✡ அவனுடைய நினைவுகளில் தேவன் இல்லை.

✡ தனது கேடுள்ள வழிகள் செழிப்படைவதாக அவனுக்கு தோன்றுகிறது.

✡ அவன் தனது தீய செயலில் மிகுந்த நம்பிக்கையுடன் உறுதியாக இருக்கிறான்

✡ தேவனின் நியாயதீர்ப்புகளைப் பற்றி அவன் கவலைப்படுவதில்லை.

✡ எதிரிகளை பரியாசம் செய்கிறான்.

✡ தீமையைக் குறித்து அவன் தனது உள்ளத்தில் உறுதியாக இருக்கிறான்.

✡ தீங்கு என்னை அணுகுவதில்லை என்று உறுதியாக இருக்கிறான்.

✡ அவன் வாய் சபிப்பினாலும், கபடத்தினாலும், கொடுமையினாலும் நிறைந்திருக்கிறது

✡ தீவினையும் அக்கிரமமும் எப்பொழுதும் அவன் நாவின் கீழ் இருக்கும்.

✡ மறைவிடங்களிலே பதுங்கி, ஒளிப்பிடங்களிலே பதிவிருக்கிறான்.

✡ குற்றமற்றவனைக் கொல்கிறான்.

✡ திக்கற்றவர்களை குறி வைக்கிறான்.

✡ ஏழைகளை வேட்டையாடி தன் வலையில் இழுத்துக் கொள்கிறான்.

✡ திக்கற்றவர்கள் தம்முடைய பெலத்தின் கீழ் விழுவார்கள் என்பதை அறிந்து, அவர்களைச் சிக்க வைக்க அவன் பதுங்கிக்கிடக்கிறான்.

✡ அவன் தந்திரமானவன் மற்றும் குற்றமற்றவர்களால் கணிக்க முடியாதவன்.

✡ தேவன் தனது நடவடிக்கைகளில் தலையிடவோ அல்லது கவலைப்படவோ மாட்டார் என்று அவன் உறுதியாக நம்புகிறான்.

✡ அவன் தேவனிடம் மறதி, பயம் மற்றும் குருட்டுத்தனம் இருப்பதாகக் கூறுகிறான்.

துன்மார்க்கரைப் பற்றி தாவீது ஆராய்வது நிச்சயம் களைப்பூட்டும். தேவன் வெகு தொலைவில் இருப்பதாக அவன் உணர்ந்ததில் ஆச்சரியமேதுமில்லை. எதிர்மறை விஷயங்களில் நாம் தேவையற்ற கவனம் செலுத்தும்போது, அதை பாரத்தால் நாம் கீழே இழுக்கப்படுவோம். நான் தனிப்பட்ட முறையில் இதை அனுபவித்திருக்கிறேன் மற்றும் மற்றவர்கள் இதே சங்கிலிகளால் கட்டப்பட்டிருப்பதை பார்த்திருக்கிறேன். ஆனால் இது மிகவும் தீங்கு விளைவிக்கும் என்று கர்த்தர் எனக்குக் காட்டியபோது, அந்த

நடைமுறையிலிருந்து வெளியேற நான் அவருடைய கிருபையை நாடினேன். தேவன் மீது கவனம் செலுத்தும் போது இந்த கவலை நீராவியாகி விடுகிறது. நான் இனி தவறான திசையில் பார்க்க விரும்பவில்லை, கவலை அல்லது பயத்தை ஏற்படுத்தும் எந்த கதவுகளிலும் நுழைய விரும்பவில்லை. நான் செய்தித்தாள்கள் படித்தோ, செய்தி சேனல்கள் பார்த்தோ வெகு நாளாயிற்று என்று சொன்னால் நான் அதீதமாக நடந்து கொள்கிறேன் என்று சிலர் நினைக்கலாம். ஆனால் தேவையற்ற எதிர்மறை மற்றும் எதிர்காலத்தைப் பற்றிய பயத்திலிருந்து விலகி இருக்க எனக்கு இது பெரிதும் உதவியது.

தேவன் நமக்கு தலைவராய் இருக்கிறார். எல்லாம் அவருடைய பாதத்தின் கீழ் இருக்கிறது என்பதை ஒவ்வொரு விசுவாசியும் உணர வேண்டும் (எபேசியர் 1:22). நாம் இந்த பூமியில் உயிருடன் இருக்கும்போதே நம்முடைய கர்த்தராகிய கிறிஸ்து இயேசுவுக்குள் உன்னதங்களில் தேவனின் வலது பாரிசத்தில் வீற்றிருக்கிறோம். சாத்தானுக்கு நம்மீது எந்த அதிகாரமும் இல்லை. முன்னர் குறிப்பிட்டதுபோல வார்த்தையின் மூலம், பரலோகத்தை அணுகுவது அவனுக்கு முற்றிலும் அடைக்கப்பட்டுள்ளது என்பதை சுட்டிக்காட்டினேன். அவருடைய வார்த்தை நம்மில் கிரியை செய்ய விசுவாசம் அவசியம் என்பதை அறிந்து, நாம் ஒருபோதும் துன்மார்க்கரின் கிரியைகளை உயர்த்தி, தேவனுடைய வார்த்தையை நம் வாழ்க்கையில் நிராயுதபாணியாக்கக்கூடாது. தேவன் ஏற்கனவே தம்முடைய வார்த்தையில் துன்மார்க்கர் மீதான தமது நியாயத்தீர்ப்பை மிகத் தெளிவாக அறிவித்துள்ளார். துன்மார்க்கரின் வாழ்க்கையில் இந்த நியாயத்தீர்ப்பு நடப்பதைக் காண நமது மாம்ச கண்கள் சில சமயங்களில் தடுக்கப்படுகின்றன. ஆனால் அது உண்மையை மாற்றிவிடாது. தேவன் பேசி இருந்தால் அது நிச்சயம் நடக்கும்.

ஒரு நபர் எவ்வளவு பெரிய துன்மார்க்கனாக இருந்தாலும், அவனது துன்மார்க்கம் தேவனுக்கு முன்பாக ஒன்றுமில்லை. ஒரு விசுவாசி இதை உறுதியாக நம்பி அதன்படி செயல்பட வேண்டும். மனிதனைவிட தேவனை நம்பும் ஒரு நபர் ஒருபோதும் சூழ்நிலைகளால் பாதிக்கப்படுவதில்லை. துன்மார்க்கர் தங்களை வீரமானவர்களாக சித்தரிக்கலாம். ஆனால் உள்ளுக்குள் அவர்கள் சாத்தானைப் போலவே வஞ்சகமானவர்கள். அவற்றின் அடித்தளம் பொய், எனவே அவர்களால் ஒருபோதும் நிலைக்க முடியாது. துன்மார்க்கரின் போலி செழிப்பைப் பார்க்கும்போது, தேவனுடைய வார்த்தையிலுள்ள சத்தியத்தை நாம் குறைத்து மதிப்பிடக்கூடாது. அது ஒருபோதும் துன்மார்க்கரோடு ஒத்து

போகாது! இதற்கு சிறியதும் பெரியதுமான பல உதாரணங்களை நான் பார்த்திருக்கிறேன்.

இப்போது நாம் தவிர்க்க வேண்டிய குணங்களை பார்ப்போம்:

✡ **பெருமை:**

தேவன் தம்முடைய பிள்ளைகளிடத்தில் எந்த வகையிலும் பெருமை இருப்பதை விலக்கி வைக்கிறார். இது சாத்தானின் முதன்மையான பாவம். அதே பெருமை ஏதேன் தோட்டத்தில் மனிதகுலத்தை தேவனிடமிருந்து துண்டித்தது. 'தேவனை விட எனக்கு நன்றாகத் தெரியும்' என்று சொல்லும் பாவம் இது. அவருடைய வல்லமை நம் வாழ்வில் வெளிப்படுவதை அது தடுக்கிறது. பெருமை என்பது அடிப்படையில் தேவனுக்கு மேலாக தன்னை உயர்த்திக் கொள்வதாகும். ஒரு விசுவாசி ஒவ்வொரு கணமும் தேவனைச் சார்ந்து, அவர் இல்லாமல் அதைச் சரியாகச் செய்ய முடியாது என்பதை அறிந்து, வாழ்க்கையை வாழ்கிறான். பெருமை என்பது தன்னைத்தானே உயர்த்திக் கொள்வதாகவோ அல்லது தன்னைத்தானே தாழ்த்திக் கொள்வதாகவோ இருக்கலாம். தேவன் நம்மை வரையறுப்பதை விட மேலாகவோ அல்லது கீழாகவோ நம்மை எண்ணும்போது, நாம் பெருமைப்படுகிறோம். எனவே, பெருமையிலிருந்து விலகியிருக்க, தேவன் நம்மைப் பற்றி என்ன கூறுகிறார் என்பதை நாம் ஏற்றுக்கொண்டு அதன்படி வாழ வேண்டும்.

✡ **சூழ்ச்சிகள், துன்புறுத்தல்கள் மற்றும் அடக்குமுறை:**

இந்த குணங்கள் சந்தேகத்திற்கு இடமின்றி சாத்தானிடமிருந்து உருவாகிறது. அவன் சூழ்ச்சி, துன்புறுத்தல், அடக்குமுறை செய்வதில் வல்லவன். நான் முன்னரே விளக்கியது போல, இதில் ஈடுபடும் எவரும் நிச்சயமாக சாத்தானால் பாதிக்கப்படுகிறார்கள். ஒரு விசுவாசி எப்போதும் இந்த மூன்று காரியங்களை தங்கள் எண்ணங்கள், செயல்கள் மற்றும் வார்த்தைகளிலிருந்து விலகி காத்துக்கொள்ளவேண்டும். இந்த விஷயங்களில் ஈடுபடும் நபருக்கும் அவரால் பாதிக்கப்பட்டவருக்கும் அதிக மன அழுத்தத்தை ஏற்படுத்துகிறது.

✡ **உயர்ந்த (லௌகீக) இலட்சியங்கள்:**

மனிதன் தேவனின் சாயலில் சிருஷ்டிக்கப்பட்டுள்ளான். மனிதகுலத்தின் முதன்மை நோக்கம் எப்போதும் அவருடைய சித்தத்தை நிறைவேற்றுவதன்

மூலம் தேவனை மகிமைப்படுத்துவதாகும். மனிதன் தொடர்ந்து தனது சொந்த நடைகளுக்கு வழிகாட்ட முயன்றாலும், அவனால் முடிவதில்லை. ஒரு கார் உற்பத்தியாளரின் அறிவுறுத்தல்களின் அடிப்படையில் வேலை செய்ய வடிவமைக்கப்பட்டுள்ளது மற்றும் அதை ஓட்ட ஒரு மனிதன் தேவை. அதுபோலவே, ஒரு மனிதன் தன் வாழ்வில் தேவனுடைய சித்தத்தின் அடிப்படையில், பரிசுத்த ஆவியானவரின் வழிநடத்துதலைப் பின்பற்றி தன் வாழ்க்கையை வாழ வேண்டும். அப்போதுதான் அவன் உண்மையிலேயே மகிழ்ச்சியாகவும், திருப்தியாகவும் இருக்க முடியும். பேராசையான இலட்சியங்கள் எப்போதும் மனிதனை தேவனிடமிருந்து பிரித்து, தேவையற்ற துயரத்தையும், ஏமாற்றத்தையும் வரவழைக்கின்றன. நமது நோக்கங்கள் எவ்வளவு நல்லதாக இருந்தாலும், நமது இலட்சியங்களின் மையத்தில் தேவன் இல்லையென்றால், அவை பயனற்றவை.

✡ துன்மார்க்கரை ஆசீர்வதித்து தேவனை மறுத்தல்:

இது ஒரே நாணயத்தின் இரண்டு பக்கங்களைப் போன்றது. ஒன்று இல்லாமல் மற்றொன்று செய்ய முடியாது. நாம் துன்மார்க்கரை ஆசீர்வதிக்கும்போது, தேவனை மறுக்கிறோம். பெரும்பாலும், துன்மார்க்கர் தங்கள் துன்மார்க்கத்தில் தொடர்கிறார்கள், தேவன் அவர்களைப் பற்றி கவலைப்படுவதில்லை என்று சொல்ல கிறிஸ்தவர்கள் தூண்டப்படுகிறார்கள். இப்படிச் சொல்வதன் மூலம், நாம் துன்மார்க்கரை தேவனைவிட உயர்த்துகிறோம். பொல்லாத மனிதர்களின் குறுகிய கால உண்மை நிலையை உயர்த்தி, தேவனின் வல்லமையை குறைத்து மதிப்பிடும்போது, தேவனுடனான நமது உறவு மிகவும் மோசமாக இருக்கிறது. அதனால்தான் அவர் கூறுகிறார், 'நீதிமான் தரிசித்து நடவாமல் விசுவாசித்து நடக்க வேண்டும்' என்று. நமது சூழ்நிலைகள் விரைவில் ஆவிக்குரிய யதார்த்தத்தை அடைந்து விடும். ஒரு விசுவாசி எப்போதும் எல்லா சூழ்நிலைகளுக்கும் மேலாக தேவனுடைய வார்த்தையை மதிக்க வேண்டும். இந்த வசனத்தின் மற்றொரு அம்சம் என்னவென்றால், தேவனுடைய நியமத்திற்கு மேலாக மனிதனின் நியமத்தை நாம் ஆதரிக்கும்போது, நாமாகவே தேவனை கைவிடுகிறோம். இது நம் வாழ்வின் எந்தப் பகுதிக்கும் பொருந்தும். தேவன் தம்மை அறிகிற அறிவினாலே ஜீவனுக்கும் தேவபக்திக்கும் உரிய அனைத்தையும் நமக்குத் தந்திருக்கிறார் (2 பேதுரு 1:3). மனிதனின் விருப்பமும், இலட்சியங்களும் எப்போதும் பேராசையை அடிப்படையாகக் கொண்டவை. அந்தப் பேராசையை திருப்தி செய்ய நாம் வாழும்போது, தேவனுடைய

சித்தத்தை நம்மால் நிறைவேற்ற முடியாது. ஏதாவது ஒன்றை தேர்ந்தெடுத்தாக வேண்டும்.

✡ **துன்மார்க்கன் தேவனைத் தேடான்:**

அவன் நினைவில் தேவன் இல்லை. இந்த குறிப்பு தேவபக்தியுள்ள மற்றும் தேவபக்தியற்ற மனிதர்களுக்கு இடையில் ஒரு தெளிவான அடையாளத்தை வைக்கிறது. இரட்சிப்புக்குப் பிறகு, எல்லாவற்றிற்கும் எல்லா நேரங்களிலும் தேவனைத் தேடுவது ஒரு விசுவாசியின் கடமையாகும். மேலும் தேவனை மட்டுமே தனது வாழ்க்கையில் உயர்ந்தவராக வைக்க வேண்டும். பெரும்பாலான கிறிஸ்தவர்கள் அவரை ஒரு பொருட்டாக எண்ணாமல், மிகவும் மத ரீதியாக அவரை ஒரு ஞாயிற்றுக்கிழமை காலை மட்டுமிற்கே கட்டுப்படுத்துகிறார்கள். அதற்குப் பிறகு, அநேகர் தேவனுடைய நோக்கங்களுக்கு முற்றிலும் சம்பந்தமில்லாமல் தங்கள் வாழ்க்கையை நடத்திச் செல்கின்றனர். அடுத்த ஞாயிற்றுக்கிழமை காலையில் அவர்கள் அவரை மீண்டும் நினைவு கூறுகிறார்கள். ஆனால் அது அப்படி இருக்கக்கூடாது. ஒரு விசுவாசிக்கு, தேவன் எந்நேரமும் பொறுப்பில் இருக்க வேண்டும். ஒவ்வொரு சுவாசமும், ஒவ்வொரு சிந்தனையும், ஒவ்வொரு செயலும் கர்த்தராகிய இயேசு மரித்து நமக்குக் கொடுத்த நிறைவான ஜீவனைப் பெறுவதற்கு அவருக்குள் உட்பட்டிருக்க வேண்டும். தேவனை அறிந்த ஒரு நபர், தன் வாழ்க்கையை அவர் அற்புதமானதாகவும் வாழத்தக்கதாகவும் ஆக்குகிறார் என்பதை அறிந்து, எல்லா வகையிலும் அவருக்கு மகிழ்ச்சியுடன் கீழ்ப்படிவான். அவருடைய திட்டங்களும் நோக்கங்களும் நாம் நினைக்கும் எதனுடனும் ஒப்பிடும்போது, எப்போதும் உயர்ந்தவையாகவும் சிறப்பானவையாகவும் இருக்கின்றன. தேவன் உண்மையிலேயே எவ்வளவு அற்புதமானவர் என்பதை அனுபவிக்க ஒருவர் எல்லாவற்றிலும் தேவனை ஈடுபடுத்த வேண்டும்!

✡ **துன்மார்க்கர் தேவனின் நியாய தீர்ப்பை அறியாதவர்களாகவும், தன்னம்பிக்கையுள்ளவர்களாகவும் இருக்கின்றனர்:**

ஒரு விசுவாசி எப்போதும் தேவனைப் பற்றி அதிகம் அறிய முயல வேண்டும். அவருடைய வார்த்தையை தொடர்ந்து படிப்பதன் மூலமும், அதை தியானிப்பதில் தரமான மற்றும் அதிகமான நேரத்தை செலவிடுவதின் மூலமும், இதை அடைய முடியும். இந்த அமர்வுகளில் பரிசுத்த ஆவியின் மூலம் நமக்குக் கிடைத்த வெளிப்பாடு மிகவும் அற்புதமானது. அது நம்மைப் புதுப்பித்து,

புத்துணர்ச்சி பெறச் செய்கிறது. நாம்தான் அதினுடைய பயனாளிகள். அவருடைய வார்த்தையைப் படிப்பதன் மூலம், பரிசுத்த ஆவியானவர் தேவன் செயல்படும் முறையை வெளிப்படுத்துவார். இதுவே நித்திய ஜீவன் (யோவான் 17:3). அவரை நெருக்கமான முறையில் அறிவது (ஒரு கணவனும் மனைவியும் ஒருவருக்கொருவர் எவ்வாறு அறிந்திருக்கிறார்கள் என்பதைப் போன்றது) நித்திய ஜீவனைப் பெறுவதாகும். அவருடைய வார்த்தையைப் படிக்கும்போது, நம் ஒவ்வொருவரின் வாழ்க்கையிலும் அவருடைய சித்தம் வெளிப்படுத்தப்படுகிறது. கர்த்தராகிய இயேசு தேவனின் தன்மையின் சொரூபமாயிருக்கிறார். மேலும், அவருடைய வாழ்க்கையை சுவிசேஷங்களில் படிப்பது ஒரு முழுமையான பொக்கிஷம். நமக்குத் தெரிந்த சத்தியம் நம்மை விடுதலையாக்கும், குறிப்பாக மதத்தின் நீதியிலிருந்தும் சாத்தானுடைய ஒடுக்குமுறையிலிருந்தும். தேவனுடைய வார்த்தை எப்போதும் நிறைவேறும். ஒரு விசுவாசி இதில் நம்பிக்கையுடன் இருக்கிறான். நாம் தேவனுடைய வார்த்தையோடு ஒத்திசைவாக இருந்தால், தேவனுடைய நியாயத்தீர்ப்புகளைப் புரிந்துகொள்வது கடினம் அல்ல. பாவத்தைக் குறித்த தேவனுடைய நியாயத்தீர்ப்பு கர்த்தராகிய இயேசு கிறிஸ்துவின் சிலுவையில் ஒவ்வொரு விசுவாசிக்கும் தெளிவாக சித்தரிக்கப்பட்டுள்ளது. அவிசுவாசிகளுக்கு, நோவாவின் வெள்ளம் மற்றும் எகிப்து மற்றும் கானான் மீதான நியாயத்தீர்ப்பு போன்ற ஏராளமான உதாரணங்கள் நன்கு விரிவாக விவரிக்கப்பட்டுள்ளன. நீதிமொழிகள் 28:5 கூறுகிறது, 'துஷ்டர் நியாயத்தை அறியார்கள்; கர்த்தரைத் தேடுகிறவர்களோ சகலத்தையும் அறிவார்கள்' என்று. தேவன் உண்மையில் தமது கிரியையில் நீதியுள்ளவராகவும், தமது கிரியையினாலே நீதியுள்ளவராகவும் இருக்கிறார்.

✡ நமது எதிரிகளை பரியாசம் செய்தல்:

தனது எதிரிகள் வீழ்ச்சியடையும் போது மகிழ்ச்சியடைவது ஒரு விசுவாசிக்கு ஏற்றதல்ல. பரியாசம் செய்வது சரீர இகழ்ச்சியையும் கேலியையும் உள்ளடக்கியது. இந்த குணங்கள் தேவனால் தேர்ந்தெடுக்கப்பட்டவர்களுக்கு வரையறுக்கப்படவில்லை. நீதிமொழிகள் 24:17,18 கூறுகிறது, 'உன் சத்துரு விழும்போது சந்தோஷப்படாதே; அவன் இடறும்போது உன் இருதயம் களிகூராதிருப்பதாக. கர்த்தர் அதைக் காண்பார், அது அவர் பார்வைக்குப் பொல்லாப்பாயிருக்கும்; அப்பொழுது அவனிடத்தினின்று அவர் தமது கோபத்தை நீக்கிவிடுவார்' என்று. எனவே, ஒரு விசுவாசி தன் எதிரிகளை

பரியாசம் செய்வதோ, இகழ்வதோ அல்லது முரட்டுத்தனமான கருத்துக்களை கூறுவதோ கூடாது. தேவன் நம்முடைய நியாயாதிபதி என்பதை நாம் எப்போதும் நினைவில் கொள்ள வேண்டும், நம் பழிவாங்கலை விட அவரது பழிவாங்கல் மேலானது.

✡ தன்னம்பிக்கை:

உலகம் தன்னம்பிக்கையை மிகைப்படுத்திவிட்டது என்பதில் சந்தேகமில்லை. அது சித்தரிக்கப்படும் விதம் பாதிப்பில்லாததாகத் தோன்றும். தன்னம்பிக்கையுடன் இருப்பதற்கான இந்த பயிற்சி வாழ்க்கையின் ஆரம்பத்திலேயே சிறு பிள்ளைகளுக்கு 'உங்களிடத்தில் நம்பிக்கை வையுங்கள்' என்று கற்பிக்கப்படும் போது தொடங்குகிறது. அந்த சொற்றொடரை நீங்கள் கேட்டிருக்கிறீர்களா? ஆனால் விசுவாசிகளாகிய நாம் எப்பொழுதும் நம் பிள்ளைகளை, சிறு வயதிலிருந்தே, எல்லாவற்றிற்கும் தேவனைச் சார்ந்திருக்க பயிற்றுவிக்க வேண்டும். தன்னம்பிக்கையை விட தேவன் மீதான நம்பிக்கையை போதிக்க வேண்டும். ஒரு நாள் அல்லது இன்னொரு நாள், தன்னம்பிக்கை நொறுங்கியே தீரும். ஆனால் தேவன் மீதான நம்பிக்கையை நாம் அவர்களுக்குக் கற்பிக்கும்போது, அவர் அவர்களை கிருபையால் மேம்படுத்தி, தங்கள் வழியில் வரும் எதையும் எதிர்கொள்ள செய்கிறார். நீதிமொழிகள் 28:26 கூறுகிறது, 'தன் இருதயத்தை நம்புகிறவன் மூடன்; ஞானமாய் நடக்கிறவனோ இரட்சிக்கப்படுவான்' என்று. நாம் தேவனில் நம்பிக்கை வைக்கும்போது, அவருடைய சமாதானம், சந்தோஷம், வழிநடத்துதல் மற்றும் விடுதலையை அனுபவிக்கிறோம்.

✡ சாபமும், கபடமும், கொடுமையும் நிறைந்த வாய்; தீவினையிலும் அக்கிரமத்திலும் ஈடுபடும் நாவு:

நீதிமொழிகள் 18:21-ல், நாம் பேசும் வார்த்தைகளின் அதிகாரத்தை வலியுறுத்துகிறது. தேவன் தம்முடைய சாயலில் மனிதனைப் படைத்து, தம்முடைய குணத்தை நமக்குள் வைத்திருக்கிறார். அதாவது, நம் வாழ்க்கையை வழிநடத்தும் அதிகாரத்தை அவர் நம் வார்த்தைகளுக்குக் கொடுத்திருக்கிறார். 1 கொரிந்தியர் 6:19,20 சொல்லுகிறது, "உங்கள் சரீரமானது நீங்கள் தேவனாலே பெற்றும் உங்களில் தங்கியும் இருக்கிற பரிசுத்த ஆவியினுடைய ஆலயமாயிருக்கிறதென்றும், நீங்கள் உங்களுடையவர்களல்லவென்றும் அறியீர்களா? கிரயத்துக்குக் கொள்ளப்பட்டீர்களே; ஆகையால் தேவனுக்கு

உடையவைகளாகிய உங்கள் சரீரத்தினாலும் உங்கள் ஆவியினாலும் தேவனை மகிமைப்படுத்துங்கள்" என்று. நம்மீதான எதிர்பார்ப்பு இந்தப் பத்தியில் தெளிவாக்கப்பட்டுள்ளது. நாம் நமது சரீரத்திலும் (ஒவ்வொரு அவயத்திலும்) ஆவியிலும் தேவனை மகிமைப்படுத்த வேண்டும். 'நன்மையானதையே பேசுங்கள்', 'ஜீவனைத் தெரிந்துகொள்ளுங்கள்' என்று தேவன் திரும்பத் திரும்பச் சொல்கிறார். தேவனுடைய வார்த்தை நன்மையானது. நம் மீதும், நம் அன்புக்குரியவர்கள் மீதும் நாம் தொடர்ந்து தேவனுடைய வாக்குத்தத்தங்களை பேச வேண்டும். நம்முடைய வார்த்தைகள் கேட்பவர்களுக்கு கிருபை அளிப்பதாக இருக்க வேண்டும். எபேசியர் 4:29 லிருந்து 32 கூறுகிறது, "கெட்ட வார்த்தை ஒன்றும் உங்கள் வாயிலிருந்து புறப்படவேண்டாம்; பக்திவிருத்திக்கு ஏதுவான நல்ல வார்த்தை உண்டானால் அதையே கேட்கிறவனுக்குப் பிரயோஜனமுண்டாகும்படி பேசுங்கள். அன்றியும், நீங்கள் மீட்கப்படும்நாளுக்கென்று முத்திரையாகப் பெற்ற தேவனுடைய பரிசுத்த ஆவியைத் துக்கப்படுத்தாதிருங்கள். சகலவிதமான கசப்பும், கோபமும், மூர்க்கமும், கூக்குரலும், தூஷணமும், மற்ற எந்தத் துர்க்குணமும் உங்களைவிட்டு நீங்கக்கடவது. ஒருவருக்கொருவர் தயவாயும் மனஉருக்கமாயும் இருந்து, கிறிஸ்துவுக்குள் தேவன் உங்களுக்கு மன்னித்ததுபோல, நீங்களும் ஒருவருக்காருவர் மன்னியுங்கள்" என்று. தேவன் நம்மீது பேசிய நன்மையான வார்த்தைக்குவிரோதமாகபேசுவதற்குநாம்எவ்வளவேனும்தூண்டப்பட்டாலும், நாம் ஒருபோதும் பேசக்கூடாது. இது நிச்சயமாக சவாலானது. மற்றவர்களின் நடத்தையும் நம்மை வேறுவிதமாக பேச தூண்டக்கூடாது. இதை நிறைவேற்ற தேவனின் கிருபை எப்போதும் நமக்கு கிடைக்கிறது.

✡ சாமர்த்தியமான, சூழ்ச்சியான வலையை எப்போதும் பலவீனமானவர்களுக்கு எதிராக விரிப்பது, ஆதரவற்றவர்களையும் ஏழைகளையும் குறிவைப்பது:

இந்த குணம் பெரும்பாலான தேவபக்தியற்ற மனிதர்களிடம் வெளிப்படையாக காணப்படுகிறது. தீய குணம் அவர்களிடம் இயல்பாகவே இருக்கிறது. ஆனால் இதில் சாமர்த்தியம் வாய்ந்த சகோதரர்களில் சில ஆடுகளின் உடையில் ஓநாய்கள் நம்மிடம் உள்ளன. ஒரு விசுவாசி இந்த குணாதிசயங்களில் எதையும் வெளிப்படையாகவோ அல்லது மறைமுகமாகவோ நம் வாழ்க்கையின் எந்தப் பகுதியிலும் வெளிப்படுத்த கூடாது. நமது வாழ்க்கை ஒரு திறந்த புத்தகமாக இருக்க வேண்டும். நாம் நிச்சயமாக தேவனுக்கு கணக்குக் கொடுக்க வேண்டும்.

நாம் இங்கே பூமியில் அவரை பிரதிநிதித்துவப்படுத்துகிறோம். பிதாவை நம் அனைவருக்கும் வெளிப்படுத்த ஆண்டவர் இயேசு பூமிக்கு வந்தார். இன்றும் அதே நோக்கத்திற்காகவே அவர் நமக்குள்ளும் நம் மூலமாகவும் வாழ்கிறார். அவரது சிந்தனை ஏழைகள், தேவைப்படுபவர்கள் மற்றும் பலவீனமானவர்கள் மீது உள்ளது. இவை நமக்கு பலவீனமாகத் தோன்றலாம். ஆனால், அவர்களுக்கு அநீதி இழைக்கப்படும்போது, தேவன் அவர்களை தீவிரமாக ஆதரிக்கிறார், ஏனென்றால் அவர்களுடைய பலவீனத்திலே அவருடைய பலம் பூரணமாய் விளங்கும் என்றார். ஆகையால், அத்தகையவர்கள் மீது கர்த்தருடைய மனதுருக்கம் நமது இருதயங்களில் நிரப்பப்பட்டு, அவர்களை தொடர்ந்து கீழே இழுத்துச் செல்லும் சூழ்நிலைகளிலிருந்து வெளியே வர அவர்களுக்கு உதவ வேண்டும். அவர்களுடன் சுவிசேஷத்தைப் பகிர்ந்து கொள்வதன் மூலமும், தேவனின் வழிகளை அவர்களுக்குக் கற்பிப்பதன் மூலமும் இது மிகவும் திறம்பட செய்யப்படுகிறது. இப்படிப்பட்டவர்கள் தேவனால் வழங்கப்படும் இரட்சிப்பை ஏற்றுக்கொண்டு அவரை தங்கள் வாழ்க்கையில் முதன்மையானவராகக் கருதும் போது, நிச்சயமாக அவர்களின் வாழ்க்கை நல்ல மாற்றத்தை அடையும், அதன் மூலம் அவர்கள் தங்களைப் போன்ற மற்றவர்களுக்கு உதவ முடியும். கர்த்தர் தம்முடைய பிள்ளைகள் ஒவ்வொருவரையும் அத்தகைய ஊழியத்திற்கு ஆயத்தப்படுத்தியிருக்கிறார். அதனால் இந்த ஜனங்கள் அனுபவிக்கும் அநீதியை நாம் எதிர்க்க முடியும்

✡ **துன்மார்க்கன் தேவனை குறைத்து மதிப்பிடுகிறான்:**

இன்று எத்தனை கிறிஸ்தவர்கள் மற்றும் விசுவாசிகள் இதில் பிழையற்றவர்களாக இருக்கிறார்கள்? அவர்கள் தங்களை தேவனுடைய பிள்ளைகள் என்று அழைத்துக்கொண்டாலும், தேவனுடைய வார்த்தையில் என்ன சொல்லுகிறாரோ அதற்கு அவர்கள் முழுமையான முக்கியத்துவத்தை கொடுப்பதில்லை. அவர்களின் தகுதிகள் பெரும்பாலும் பெயரளவுக்கு மட்டுமே உள்ளன. மேலும், அவர்கள் தோல்வியுற்ற வாழ்க்கையில் வாழ்வதிலேயே அது வெளிப்படுகிறது. சிலர் தேவனுடைய வார்த்தை அவர்கள் நம்பும் விஷயத்தில் தலையிடுவதை அனுமதிக்க மாட்டார்கள். இதற்கு ஒரு முக்கிய காரணம் அவர்கள் வைத்திருக்கும் பயனற்ற மரபுகள் மற்றும் தத்துவங்கள் (பெரும்பாலும் வேதத்தில் இல்லாதவை). ஒரு விசுவாசிக்கு, தேவனுடைய வார்த்தை எல்லாமுமாய் இருக்க வேண்டும். தேவனின் வழிகாட்டுதலின் அடிப்படையில் நாம் வாழ வேண்டும், சுவாசிக்க வேண்டும், எல்லாவற்றையும் செய்ய வேண்டும். தேவனை எப்போதும்

உன்னதமானவராகவும் சர்வ வல்லவராகவும் மகிமைப்படுத்துவதே இதன் நோக்கம். தேவபக்தியற்றவர்கள் தேவனுக்கு நம் மீது அக்கறை இல்லை என்று எவ்வளவு நேரம் காண்பிக்க விரும்பினாலும், அவர்கள் ஒரு நாள் சத்தியத்தை எதிர்கொண்டேயாக வேண்டும். கணக்குக் கேட்கும் ஒரு நாள் இருக்கிறது!

இப்போது, ஒரு விசுவாசி கொண்டிருக்கக்கூடாத குணாதிசயங்களைக் குறித்து விரிவாக பார்த்தோம். இந்த குணங்களை பிடிவாதமாக பற்றிக்கொள்ளும் விசுவாசிகளின் சகவாசத்திலிருந்து விலகி இருப்பதும் இதே அளவு முக்கியமானது (1 கொரிந்தியர் 5:11-13). ஆகாத சம்பாஷணைகள் நல்லொழுக்கங்களைக் கெடுக்கும், கொஞ்சம் புளித்த மாவு முழு பிசைந்த மாவையும் புளிப்பாக்கும்!

14. அதைப் பார்த்திருக்கிறீரே! உபத்திரவத்தையும் குரோதத்தையும் கவனித்திருக்கிறீரே; நீர் பதிலளிப்பீர்; ஏழையானவன் தன்னை உமக்கு ஒப்புவிக்கிறான்; திக்கற்ற பிள்ளைகளுக்கு சகாயர் நீரே.

15. துன்மார்க்கனும் பொல்லாதவனுமாயிருக்கிறவனுடைய புயத்தை முறித்துவிடும்; அவனுடைய ஆகாமியம் காணாமற்போகுமட்டும் அதைத் தேடி விசாரியும்.

தாவீது இங்கே ஒரு நிறுவப்பட்ட உண்மையைச் சொல்கிறான். நம் தேவன் எப்போதும் உலகம் முழுவதையும் கவனித்துக் கொண்டிருக்கிறார், ஒவ்வொரு விவரத்தையும் அறிந்திருக்கிறார். எந்த ஒரு நேரத்திலும் எந்த அநீதியும் அவரால் பார்க்கப்படாமலோ அல்லது கவனிக்கப்படாமலோ போகாது. அவர் சர்வ வல்லமை படைத்தவர், சர்வ வியாபி, சர்வ ஞானி. இன்று உலகில் நடக்கும் நன்மை தீமை அனைத்தையும் அவர் காண்கிறார் (நீதிமொழிகள் 15:3). தீமை (தொல்லை மற்றும் துக்கம்) அனைத்தையும் அவர் நிச்சயமாகப் காண்கிறார், அதன் காரணகர்த்தா யார் என்பதையும் அவர் நன்றாக அறிந்திருக்கிறார் (யோவான் 10:10). நீதியினிமித்தம் துன்பப்பட்டவர்கள் தம்மை நோக்கிப் பார்க்க அவர் ஆவலுடன் காத்திருக்கிறார். ஏனெனில், அவரே நீதியாகவும் நேர்மையாகவும் காரியங்களைச் சரி செய்யக்கூடிய ஒரே ஒருவர்.

தேவன் ஏற்கனவே சாத்தானை தோற்கடித்து, அவனுடைய அனைத்து துன்மார்க்கத்திற்கும் அவனைப் பழிதீர்த்துவிட்டார். நாம் அவரை

அனுமதித்தால் மட்டுமே தேவன் நம் சார்பாக செயல்பட முடியும், அதாவது, நாம் அவருக்குக் கீழ்ப்படிந்து, பணிவான மற்றும் கீழ்ப்படிதலுள்ள மனப்பான்மையுடன் அவரை பொறுப்பேற்கும்படி வேண்டிகொள்ளும்போது. தரை மட்டும் தன்னை தாழ்த்தி, தன்னுடைய சொந்த பலவீனத்தை உணர்ந்த ஒருவனுக்கு தேவனுக்குக் கீழ்ப்படிய எந்த ஒரு பிரச்சனையும் இருக்காது. ஆனால், அந்த படுகுழியில் இருந்தும் வாழ்க்கையை சமாளிக்க முடியும் என்று நினைப்பவன் உண்மையிலேயே நஷ்டத்தில் இருப்பான். நீதிமொழிகள் 21:12 கூறுகிறது, 'நீதிபரர் துன்மார்க்கருடைய வீட்டைக் கவனித்துப்பார்க்கிறார்; துன்மார்க்கரைத் தீங்கில் கவிழ்த்துப்போடுவார்' என்று. துன்மார்க்கனின் பலத்தை (புயத்தை) எப்படி உடைப்பது என்று கர்த்தருக்கு நன்றாகத் தெரியும். இதை யாரும் அப்படியே எடுத்துக்கொண்டு, தேவன் துன்மார்க்கனின் கைகளையும், கால்களையும் உடைக்கிறார் என்று சொல்லக்கூடாது. தாவீது தாழ்மையுடன் அவர்களின் பலத்தின் ஆதாரத்தை துண்டிக்கும்படி தேவனிடம் கேட்கிறான். துன்மார்க்கனின் செயல்கள் அவர்களை உடல் ரீதியான தீங்குக்கு உள்ளாக்கலாம். அது அவர்களின் தவறான தேர்வுகளின் விளைவு. உண்மையான மற்றும் நிலையான நீதி அவரிடமிருந்து மட்டுமே வருகிறது.

தேவன் ஒரு ஒழுங்கை நிர்ணயம் பண்ணியுள்ளார். அனைத்து தீமையும் சந்தேகமின்றி தண்டிக்கப்படும்; ஒன்று இந்த வாழ்க்கையில் அல்லது நிச்சயமாக நித்தியத்தில். 'துன்மார்க்கனின் துன்மார்க்கத்தை ஆராய்ந்து கண்டறியும்' செயல் இப்போது நடந்து கொண்டிருக்கிறது. தன் துன்மார்க்கத்தை விட்டுவிட்டு தேவனுக்கு அடிபணிகிற மனந்திரும்பிய பாவிக்கு, தேவனுடைய இரக்கமும் மன்னிப்பும் எப்போதும் தயாராக உள்ளன. தேவனின் பூர்வாங்க ஞானம், அவருடைய நீடிய பொறுமை எதிர்காலத்தில் கூட தங்கள் பாவங்களிலிருந்து மனந்திரும்புபவர்களுக்கு பயன்படுத்தப்படுவதற்கான இடத்தை உருவாக்கியுள்ளது. ஆனால் தேவனை நிந்தித்து ஏளனம் செய்பவர்களுக்கு, நியாயத்தீர்ப்பு ஏற்கனவே நடந்து கொண்டிருக்கிறது. மனிதன் தான் விதைத்ததை அறுப்பான். துன்மார்க்கன் தான் தோண்டிய குழியில் விழுவான். மற்றவர்களைப் பிடிக்க அவன் விரிக்கும் வலையில் அவன் கால் சிக்கிக் கொள்ளும். எந்த ஒரு நேரத்திலும் துன்மார்க்கன் தப்பிக்க தேவன் அனுமதிக்க மாட்டார்.

விசுவாசி செய்யும் தவறான காரியங்களுக்கு என்ன பலன்? இதைக்குறித்தும் ஆராயவும். கர்த்தர் நம்மைத் தமது குமாரனை சிட்சிப்பது

போல சிட்சிக்கிறார். ஏனெனில், அவர் நம்மை நேசிக்கிறார். இதில் பாவத்தைக் குறித்து உணர்த்துதல் இருக்குமேயன்றி, கண்டனம் இருக்காது. ஆனால் நமது மூடத்தனமான நடத்தையின் விளைவுகளை நாம் கையாள வேண்டும். உடனடியாக மனந்திரும்பி அவருடைய மன்னிப்பைப் பெறுவது ஞானமுள்ள செயலாக இருக்கும். நாம் எவ்வளவு சீக்கிரம் அதைச் செய்கிறோமோ, அவ்வளவு சீக்கிரம் ஒரு நல் மனசாட்சியுடன் மீண்டும் சரியான பாதையில் செல்ல முடியும்.

16. கர்த்தர் சதாகாலங்களுக்கும் ராஜாவாயிருக்கிறார், புறஜாதியார் அவருடைய தேசத்திலிருந்து அழிந்துபோவார்கள்.

17. கர்த்தாவே, சிறுமைப்பட்டவர்களுடைய வேண்டுதலைக் கேட்டிருக்கிறீர்; அவர்கள் இருதயத்தை ஸ்திரப்படுத்துவீர்.

18. மண்ணான மனுஷன் இனிப் பலவந்தஞ்செய்யத் தொடராதபடிக்கு, தேவரீர் திக்கற்ற பிள்ளைகளுக்கும் ஒடுக்கப்பட்டவர்களுக்கும் நீதிசெய்ய உம்முடைய செவிகளைச் சாய்த்துக்கேட்டருளுவீர்.

சிருஷ்டிப்பின் ஆரம்பத்திலிருந்தே, தேவன் தோல்வியடைந்த இடம் என்று ஒன்று இருந்ததே இல்லை. அவர் எப்போதும் ஜெயம் பெற்றவராக உயர்ந்த சிங்காசனத்தில் அமர்ந்திருக்கிறார். அறியாதவர்கள் சிலுவையை தோல்வியின் இடமாகப் பார்த்தாலும், அது (சிலுவை) உலக வரலாற்றில் நிகழ்ந்த மிகப்பெரிய வெற்றி. இரட்சிப்பு அங்கு நிறைவேற்றப்பட்டது மட்டுமல்லாமல், சாத்தானும் நியாயந்தீர்க்கப்பட்டு நித்திய தண்டனை விதிக்கப்பட்டான். இந்த கண்ணோட்டத்துடன் இன்று நடக்கும் எல்லாவற்றையும் நாம் பார்க்க வேண்டும். எந்த தேசமோ அல்லது மனிதனோ தேவனுக்கு எதிராக நின்று வெற்றி பெற முடியுமா? தேவனுக்கு எதிராக கலகம் செய்த தேசங்கள் இன்று இடிபாடுகளில் கிடக்கின்றன! தேவனுடைய சத்தியத்தை புறக்கணிக்கும் தேசங்களில் அக்கிரமம், துக்கம் மற்றும் விரக்திகள் பெருகி வருகின்றன. பிசாசின் செல்வாக்கு பலரை தேவனுடைய சத்தியத்தில் குருடராக்கி, அவர்களை நரகத்தில் தங்கள் பிரவேசத்தை உறுதி செய்ய வைக்கிறது. இவை அனைத்தையும் ஒப்பிடுகையில் துன்மார்க்க மனிதன் எவ்வளவு சிறியவன்? இதை நாம் உணரும்போது, நாம் அவருடைய

வல்லமை மற்றும் நன்மையால் மூழ்கடிக்கப்படுவோம். அவரை இன்னும் அதிகமாக மகிமைப்படுத்துவோம்!

இவர்கள் எல்லாருக்கும் மத்தியில் பெருங் கொடையாளர்கள் யாரென்றால் சிறுமைப்பட்ட மக்கள் - தங்கள் இருதயங்களை தேவனுக்கென்று ஒப்புக்கொடுத்தவர்கள். சிறுமைப்பட்டவர்களைப் பற்றி பேசும்போது அனாதைகள், விதவைகள் மற்றும் ஒடுக்கப்பட்டவர்கள் ஏன் குறிப்பிடப்படுகிறார்கள் என்றால், அவர்களின் சுய நம்பிக்கை முற்றிலும் அழிந்து, அவர்கள் தேவனை சார்ந்திருப்பதில் மட்டுமே மிகவும் மகிழ்ச்சியாக இருக்கிறார்கள். மற்றவர்களும் (அனாதைகள், விதவைகள் அல்லது ஒடுக்கப்பட்டவர்கள் அல்லாதவர்கள்) தேவனைச் சார்ந்திருக்க முடியும். முடிவில் நமது சரீர பலம் ஒன்றுக்கும் உதவாது என்பதை நாம் உணரும்போது. நாம் நம்மைத் தாழ்த்தும்போது, தேவன் நம் இருதயத்தைத் தயார்படுத்துகிறார், அவருடைய விருப்பங்களை நமக்குள்ளே வைக்கிறார் - அவை அவர் மூலம் கிடைக்கும் மெய்யான விடுதலைக்கும் மீட்பிற்கும் ஏங்கும் விருப்பங்கள் - பின்னர் அவர் கேட்டு பதிலளிக்கிறார். இந்த நீதியின் நிறைவேற்றம் நிச்சயமாக துன்மார்க்க மனிதனை அமைதிப்படுத்துகிறது. அவன் இனி தேவனுடைய பிள்ளைகளுடன் குறுக்கிடத் துணிய மாட்டான். மறுபுறம், தொடர்ச்சியாக இறுமாப்புடன் கலகத்தின் பாதையில் செல்லும் உணர்வில்லாத பெருமையுள்ள நபர்கள் நிச்சயமாக துன்பப்படுவார்.

ஆசிரியர்

டாக்டர். ஷில்பா ஜெர்மைன் ஆல்ஃபிரெட்

தொழிலளவில், ஷில்பா ஒரு மருத்துவர். பெரு நிறுவனத்தில் வேலை மற்றும் நல்ல சம்பளத்தை விட வாழ்க்கையில் இன்னும் அதிகம் இருக்கிறது என்பதைத் தேவனுடைய நற்குணமும் இரக்கமும் அவர்களை உணர வைத்தது. புற்றுநோயியல் துறையில் (அதன் அனைத்து உணர்ச்சி துயரங்களையும் கண்ணராக் கண்டு) ஐந்து வருடங்கள் செலவழித்து, வாழ்க்கையின் சவால்களை எதிர்கொண்ட அவர், "தேவனுடைய வார்த்தையையே" தனது இறுதி ஆறுதலாகக் கண்டார். அவருக்கும், அவருடைய கணவர் மருத்துவர் ஆல்ஃபிரட் அவர்களுக்கும், இரண்டு அழகான தேவபக்தியுள்ள பிள்ளைகளைத் தேவன் கிருபையாக கொடுத்திருக்கிறார். கடந்த பதினைந்து ஆண்டுகளாகப் பரிசுத்த ஆவியானவரின் வழிகாட்டுதலின் கீழ் தேவனுடைய வார்த்தையைத் தீவிரமாக ஆராய்ந்தறியும் மாணவியாக இருந்து வருகிறார். "சிறிய தொடக்கங்களின் நாளை ஒருபோதும் இகழக்கூடாது" என்று அவர் உறுதியாக நம்புகிறார்!

www.ingramcontent.com/pod-product-compliance
Lightning Source LLC
Chambersburg PA
CBHW031540150726
47990CB00001B/246